மீண்டும் ஷெர்லாக் ஹோம்ஸ்!

தொகுதி 3 - பாகம் 2

சர் ஆர்தர் கோனான் டாயில்

தமிழில்: குகன்

Return of Sherlock Holmes (Part -2) நூலின் தமிழாக்கம்

We Can Books

மீண்டும் ஷெர்லாக் ஹோம்ஸ்! (பாகம் - 2)
சர் ஆர்தர் கோனான் டாயில்
தமிழில்: குகன்

முதற் பதிப்பு: ஜனவரி 2025

அட்டை வடிவமைப்பு: வி. தனலட்சுமி

வி கேன் புக்ஸ் வெளியீட்டு எண்: 36

வி கேன் புக்ஸ் (அலுவலகம்)
3A, டாக்டர் ராம் தெரு, நெல்வயல் நகர்,
பெரம்பூர், சென்னை - 600 011.
செல்: 9003267399

வி கேன் புக்ஸ் (Show Room)
Flat No.3 (Ground Floor),
Meenakshi Sundaram Flats
Old Door No.11, New Door No. 33
Sivaji Street, T.Nagar, Chennai & 600 017.
Cell: 9940448599

ISBN: 978-81-968554-9-9

பக்கம்: 214

விலை: ரூ. 250

உள்ளே

31.	சார்லஸ் அகஸ்டஸ் மில்வர்டனால் விளைந்த சாகசம்	5
32.	ஆறு நெப்போலியன் சிலைகளால் ஏற்பட்ட சாகசம்	28
33.	மூன்று மாணவர்களால் விளைந்த சாகசம்	57
34.	தங்க மூக்குக் கண்ணாடியால் விளைந்த சாகசம்	81
35.	காணாமல் போன முக்கால்வாசியால் கிடைத்த சாகசம்	112
36.	அபே கிரேஞ்ச்சில் நிகழ்ந்த சாகசம்	142
37.	இரண்டாவது இரத்தக் கறையால் அமைந்த சாகசம்	175

31. சார்லஸ் அகஸ்டஸ் மில்வர்டனால் விளைந்த சாகசம்

நான் பேசும் சம்பவங்கள் நடந்து பல வருடங்கள் ஆகின்றன. அவற்றை நான் சொல்லாமல் இருந்ததற்குச் சில சிரமங்கள் இருந்தன. நீண்ட காலமாக இந்த உண்மையை கிரங்கமகா வெளியே சொல்லச் சாத்தியமில்லாமல் இருந்தது. ஆனால் இப்போது சொல்வதற்கு முக்கியக் காரணம், சம்பந்தப்பட்ட நபரால் யாருக்கும் எந்த ஆபத்தும் நேராது என்பதால்தான். இந்த வழக்கு எனக்கும், ஷெர்லாக் ஹோம்ஸுக்கும் தனித்துவமான அனுபவத்தைக் கொடுத்திருக்கிறது. உண்மையான நிகழ்வு நடந்த தேதி அல்லது வேறு ஏதேனும் உண்மையை நான் மறந்திருந்தால் வாசகர் என்னை மன்னிக்கவும் என்பதை முன்பே கேட்டுக்கொள்கிறேன்.

நானும் ஹோம்ஸும் எங்கள் மாலை நடைப் பயணத்திற்காக ஒன்றாக வெளியே சென்றிருந்தோம். குளிர், உறைபனி நிறைந்த குளிர்கால மாலை என்பதால் ஆறு மணிக்குத் திரும்பிவிட்டோம். ஹோம்ஸ் விளக்கை ஏற்றும்போது மேஜையின் மீது ஒரு அட்டை இருப்பதைப் பார்த்தோம். பின்னர், வெறுப்போடு அதைத் தரையில் வீசினார். நான் அதை எடுத்துப் படித்தேன்:

சார்லஸ் அகஸ்டஸ் மில்வர்டன்,

அப்பில்டோர் டவர்ஸ்

ஹாம்ஸ்டெட். முகவர்

"யார் அவர்?" என்று நான் கேட்டேன்.

"லண்டனிலுள்ள மிக மோசமான மனிதர்." என்று ஹோம்ஸ் பதிலளித்தார். அவர் உட்கார்ந்து நெருப்பின்

முன் கால்களை நீட்டினார். "கார்டின் பின்புறம் ஏதாவது இருக்கிறதா?"

நான் அதைத் திருப்பினேன்.

"6.30க்குச் சந்திக்க வருகிறேன். – CAM." என்று குறிப்பிட்டிருப்பதை வாசித்தேன்.

"வாட்சன்! மிருகக்காட்சி சாலையில் உள்ள பாம்புகளிடமிருக்கும் அனைத்து விஷ குணங்களும் அவனிடம் இருக்கிறது. அந்தப் பாம்புகளைப் பார்க்கும்போது எப்படி அருவருப்பாக முகம் சுளிப்போமோ அப்படித்தான் மில்வர்டன் குணத்தைப் பற்றி கேள்விப்படும்போது தோன்றியது. எனது வாழ்க்கையில் ஐம்பது கொலைகாரர்களுக்கு மேல் நான் சந்தித்திருப்பேன். ஆனால் அவர்கள் மீது வராத மோசமான வெறுப்பு இந்த மனிதனின் மீது வருகிறது. என்ன செய்வது? எனது அழைப்பின் பேரில்தான் அவன் இங்கு வருகிறான்."

"ஆனால் அவன் யார்?"

"நான் சொல்கிறேன், வாட்சன். எல்லா பிளாக்மெயிலர்களுக்கும் அவன்தான் ராஜா. பல பெண்களின் ரகசியத்தைத் தெரிந்துகொண்டு, அதை வெளியிடுவதாக மிரட்டி அவர்களிடத்தில் பணம் பறிப்பதுதான் அவனுடைய வேலை. பார்ப்பதற்குச் சிரிக்கும் தோற்றமுடன் முகம் இருந்தாலும், இதயம் பாறாங்கல்லைப் போன்றது. ஒரு சாதாரண மனிதர் அவனிடத்தில் கிடைத்துவிட்டால்போதும், அவர்களிடத்திலிருக்கும் இரகசியத்தைக் கறந்துவிடுவான். குறிப்பாக, அதிகாரத்தில் இருப்பவர்கள், செல்வந்தர் வீட்டில் வேலை செய்யும் வேலை ஆட்களுடன் நெருங்கிப் பழகிப் பணம் கொடுத்து ரகசியத்தைத் தெரிந்துகொள்வான். அதை எல்லாவற்றையும் தொகுத்து வைத்துகொள்வான். சில சமயம் அவர்களின் அந்தரங்க லெட்டர்ஸ் எல்லாம் அவனுக்குக் கிடைக்கும். அதை வைத்துக் கொண்டு சம்மந்தப்பட்டவர்களை மிரட்டி பணம் பரிப்பான். ஒரு நல்ல கௌரவமான குடும்பத்தில் வேலை செய்த வேலையாளுக்கு எழுநூறு பவுண்டுகள் கொடுத்து அந்தக் குடும்பத்தைப் பற்றிய மொத்த ரகசியத்தையும் இரண்டு வரியில் எழுதி வாங்கிக்கொண்டான். அதைக் கொண்டு அந்தக் குடும்பத்தின்

மொத்த அழிவுக்கும் அவன் காரணமாக இருந்திருக்கிறான். ஊரிலுள்ள பணக்காரர்களின் ரகசியம் எப்படியாவது இவனைச் சென்றடைகிறது. யார், எப்போது அவனது தந்திரத்தில் சிக்குவார்கள் என்று யாருக்கும் தெரியாது. சரியான சந்தர்ப்பத்தில் தன்னிடமிருக்கும் ரகசியத்தைப் பயன்படுத்திப் பணமாக்குவான். அவனிடத்தில் இருக்கும் பணப் பையை இப்படியே நிரப்பிக் கொண்டிருக்கிறான்."

என் நண்பர் இவ்வளவு உணர்வுடன் பேசுவதை நான் அரிதாகவே கேட்டிருக்கிறேன்.

"இப்படிப் பணத்திற்காக மற்றவர்களை மிரட்டுபவன் சட்டத்தின் பிடியில் சிக்கவில்லையா?"

"இல்லை. ஒரு பெண்ணின் வாழ்க்கையை அழிக்க நினைப்பவனுக்குச் சில மாதங்கள் மட்டுமே சிறைத் தண்டனை விதிப்பது என்ன நீதி? மேலும், கொஞ்ச நாள் சிறையில் இருந்துவிட்டு மீண்டும் தங்கள் ரகசியத்தை வெளியே சொல்லிவிடுவான் என்று அஞ்சுகிறார்கள். அதனால் அவனை எதிர்த்து யாரும் காவல்துறையில் புகார் அளிக்கவில்லை."

"ஆனால் அவர் ஏன் இங்கு வருகிறார்?"

"ஏனென்றால், நமது புகழ்பெற்ற வாடிக்கையாளரான லேடி இவா பிராக்வெல் தனது பரிதாபகரமான வழக்கை என் கையில்தான் கொடுத்துள்ளார். அவளுக்கு இன்னும் பதினைந்து நாள்களில் எர்ல் ஆஃப் டோவர்கோர்ட்டுடன் திருமணம் நடைபெற உள்ளது. இந்த மில்வர்டனுக்கு, அந்தப் பெண் ஒரு ஆணுக்கு எழுதிய சில கடிதங்கள் கிடைத்திருக்கிறது. அதில் தவறாக ஒன்றுமில்லை என்றாலும் வெளியே தெரிந்தால், தனது திருமணத்திற்குத் தடங்கல் வந்துவிடுமோ என்று அஞ்சுகிறாள். ஆகவே, அவன் கேட்கும் தொகையைக் கொடுக்காவிட்டால், அந்தக் கடிதங்கள் ஏர்லுக்கு அனுப்புவதாக மிரட்டுகிறார். அவனைச் சந்தித்து இயன்றவரையில் இந்தப் பிரச்சினையைச் சுமுகமாக முடிக்க இவா என்னை நியமித்துள்ளாள்."

அப்போது கீழே தெருவில் சத்தம் கேட்டது. நான் பார்த்தேன். ஒரு கம்பீரமான வண்டி நின்றது. பிரகாசமான

விளக்குகளின் வெளிச்சத்தில், ஒருவன் கதவைத் திறக்க ஒரு சிறிய தடிமனான மனிதன் ஓவர் கோட் அணிந்து கீழே இறங்கினான். ஒரு நிமிடம் கழித்து அவனுடைய அறையில் இருந்தார்.

சார்லஸ் அகஸ்டஸ் மில்வெர்டனுக்கு ஐம்பது வயது இருக்கும். பெரிய தலை, ஒரு வட்டமான முடி இல்லாத முகம், உறைந்த புன்னகை, சாம்பல்நிறக் கண்களோடு இருந்தான். அவரது தங்கக் கண்ணாடி மின்னியது. அவர் தோற்றத்தில் கருணையுள்ளவராகத் தெரிந்தாலும், புன்னகையில் நேர்மையற்றவர் என்பது தெளிவாகத் தெரிந்தது. அவரது குரல் கொஞ்சம் மென்மையாகவே இருந்தது.

மில்வர்டன் புன்னகைத்தபடி தனது மேலங்கியை அகற்றி, ஒரு நாற்காலியின் பின்புறத்தில் வைத்தான். பின்னர் ஓர் இருக்கையில் அமர்ந்தார்.

"நாம் பேசப் போகும் விஷயத்திற்கு இந்த ஜென்டில்மேன் இங்கிருப்பது சரியாக இருக்குமா?" என்று அவன் என் இருப்பைப் பற்றிக் கேட்டான்.

"டாக்டர் வாட்சன் எனது நண்பர்."

"மிக நல்லது, மிஸ்டர் ஹோம்ஸ். உங்கள் வாடிக்கையாளரின் நலன்களுக்காக மட்டுமே நான் எதிர்ப்பு தெரிவித்தேன். விஷயம் மிகவும் ரகசியமானது."

"ஏற்கெனவே டாக்டர் வாட்சனுக்கு நீங்கள் வந்த விஷயத்தைப் பற்றித் தெரியும்."

"அப்படியென்றால் நாம் நேரே என் வியாபாரத்திற்குச் செல்லலாம். லேடி இவாவின் சார்பாக நீங்கள் என்னிடம் பேச விரும்புவதாகக் கூறியிருந்திருந்தீர்கள். என் நிபந்தனைகளை ஏற்க அவள் உங்களுக்கு அதிகாரம் அளித்திருக்கிறாளா?"

"உங்கள் நிபந்தனை என்ன?"

"ஏழாயிரம் பவுண்டுகள்."

"அதற்குப் பதிலாக வேறு ஏதாவது?"

"மதிப்புக்குரியவரே! என் நிபந்தனைத் தொகையில் பேரம் பேச எனக்கு விருப்பமில்லை. **14**ஆம் தேதி எனக்குப்

பணம் வரவில்லை என்றால், 18ஆம் தேதி திருமணம் நடக்காது." என்றான். அவனது புன்னகை முன்பைவிட அதிகமாகத் தெரிந்தது. ஹோம்ஸ் கொஞ்சம் யோசித்தார்.

"இந்த விஷயத்தை நீ மிகைப்படுத்திக் கொண்டிருக்கிறாய். இந்தக் கடிதங்களின் உள்ளடக்கத்தை எனது வாடிக்கையாளர் அவளுடைய வருங்காலக் கணவரிடம் முழுவதையும் கூற அறிவுரை கூறுவேன்."

மில்வர்டன் சிரித்தார்.

"உங்களுக்கு ஏர்லைப் பற்றித் தெரியாது" என்று அவன் கூறினான்.

ஹோம்ஸின் முகத்தில் இருந்த குழப்பமானத் தோற்றத்தை தெளிவாகக் கண்டேன்.

"கடிதங்களில் என்ன தீங்கு இருக்கிறது?" அவர் கேட்டார்.

"மிக நிறையவே இருக்கிறது ஹோம்ஸ்! இதை ஏர்ல் மட்டும் வாசித்தால் அவர் என்னைப் பாராட்டாமல் இருக்கமாட்டார் என்பதை உறுதியளிக்கிறேன். இது முற்றிலும் என் வியாபாரம் சார்ந்த விஷயம். உங்கள் வாடிக்கையாளரின் நலனுக்காக இந்தக் கடிதங்களை ஏர்லின் கைகளில் கொடுக்க வேண்டுமென நீங்கள் நினைத்தால், அதற்கான பெரிய தொகையை அவரிடம் பெற்றுக்கொள்கிறேன்." என்று மில்வர்டன் பதிலளித்துவிட்டு, தனது கோட்டை எடுத்துக்கொண்டு எழுந்தான்.

ஹோம்ஸின் முகம் கோபத்தாலும் வருத்தத்தாலும் சாம்பல் நிறமாக மாறியது.

"கொஞ்சம் பொறுங்கள். ஈவாவுக்கு எந்தப் பிரச்சினையும் வராமல் இருக்க நாங்கள் எல்லா முயற்சிகளையும் மேற்கொள்வோம்." என்று ஹோம்ஸ் கூற, மில்வர்டன் மீண்டும் நாற்காலியில் அமர்ந்தான்.

"ஆனால் நீங்கள் பேரம் பேசுவதால் அந்த ரகசியம் வெளிச்சம் போட்டுக் காட்டும் என்பதை உங்களிடம் சொல்லிக்கொள்கிறேன்." என்று அவன் கூறினான்.

"அதே நேரத்தில், லேடி ஈவா ஒரு பணக்காரப் பெண் இல்லை என்பதை நீங்கள் தெரிந்துகொள்ளுங்கள். இரண்டாயிரம் பவுண்டுகள் கொடுக்க வேண்டுமென்றாலே அவள் தன்னுடைய எல்லா சொத்துக்களையும் விற்றுதான் தர முடியும். அதற்குமேல், நீங்கள் கேட்கும் தொகையும் கூட மிகப் பெரியது. அதனால் நீங்களும் கேட்கும் தொகையை நிதானப்படுத்திக் கேட்டுப் பெற்றுகொண்டு, அந்தக் கடிதங்களைத் திருப்பித் தருமாறு கேட்டுக்கொள்கிறேன்." என்றார்.

மில்வர்டனின் புன்னகை விரிவடைந்தது, அவனது கண்களில் விஷமத்தனம் தெரிந்தது.

"நீங்கள் சொல்வதுபோல் அந்தப் பெண்ணிடம் அதிக சொத்துக்கள் இல்லை என்பதை நான் அறிவேன். அதேசமயம், அவள் தனது திருமணச் சந்தர்ப்பத்தைப் பயன்படுத்தி அவளுடைய நண்பர்கள், உறவினர்களிடம் உதவி கேட்டு முயற்சித்துப் பார்க்கலாம். அவர்களும் ஏற்றுக்கொள்ளக்கூடிய திருமணப் பரிசாக அவர்கள் தரலாம். ஏனென்றால், இந்தத் திருமணத்தை நிறுத்தக் கூடிய சக்தி, இந்தக் கடிதங்களுக்கு இருக்கிறது." என்று அவன் கூறினான்.

"இது சாத்தியமற்றது." ஹோம்ஸ் பதிலளித்தார்.

"இது மிகவும் துரதிர்ஷ்டம் மிஸ்டர் ஹோம்ஸ்!. அந்தப் பெண்ணுக்கு யாரும் சரியான வழிக்காட்டலோ அறிவுரையோ வழங்குவதில்லை. இதோ பாருங்கள்." என்று மில்வர்டன் தன் கோர்ட் பாக்கெட்டிலிருந்து ஒரு குறிப்பை நீட்டினான்.

"இதை யாருக்கு அனுப்பப்போகிறேன் என்ற விவரத்தை நான் சொல்ல விரும்பவில்லை. நாளை காலை நேரத்திற்குள் நான் கேட்கும் தொகை வரவில்லை என்றால் அந்தப் பெண்ணின் கணவர் கையில் இந்தக் கடிதங்கள் இருக்கும். ஏனென்றால், அவள் வைத்திருக்கும் வைரத்திற்கு ஈடாக நான் கேட்கும் தொகை பிச்சையாக இருக்கும். அதேபோல் மிஸ் மைல்ஸ், கர்னல் டோர்கிங் இடையே நடக்கவிருந்த நிச்சயதார்த்தம் நின்றுபோனது நினைவிருக்கிறதா? திருமணத்திற்கு இரண்டு நாள் முன்பு காலையில்

மணமகனுக்கு போஸ்ட்டில் ஒன்று அனுப்பினேன். கேவலம் ஆயிரத்து இருநூறு பவுண்டுகள் கொடுத்திருந்தால் அந்தப் பெண்ணுக்குப் பரிதாபமான நிலை ஏற்பட்டிருக்காது இல்லையா? உங்கள் வாடிக்கையாளரின் எதிர்காலமும், மரியாதையும் ஆபத்தில் இருக்கும்போது, நீங்கள் ஒரு புத்திசாலித்தனமான மனிதராக இருப்பீர்கள் என்று நம்புகிறேன், மிஸ்டர் ஹோம்ஸ்."

"சரி. ஆனால் நீங்கள் எதிர்பார்க்கும் தொகையை அவரால் கொடுக்க முடியாதபோது, அந்தப் பெண்ணின் திருமணத்தை நிறுத்துவதில் உங்களுக்கு எந்த விதத்தில் லாபத்தை அளிக்கும்? அதற்கு, நாங்கள் அளிக்கும் கணிசமான தொகையை வாங்கிக்கொள்வது நல்லதுதானே?"

"இங்குதான் நீங்கள் தவறு செய்துவிட்டீர்கள், மிஸ்டர் ஹோம்ஸ். இந்தத் திருமணத்தை நிறுத்தி உண்மையை வெளிப்படுத்துவதன் மூலம் எனக்கு மறைமுகமாக லாபம் தரும். எனக்கு இதேபோன்ற எட்டு, பத்து வழக்குகள் இருக்கிறது. லேடி ஈவாவைப் பற்றி வெளியிட்டதை உதாரணம் காட்டியே மற்றவர்களிடத்தில் எனக்குத் தேவையான தொகையைப் பெற்றுகொள்ள முடியும். என் கருத்து உங்களுக்குப் புரிகிறதா?"

ஹோம்ஸ் நாற்காலியில் இருந்து எழுந்தார்.

"வாட்சன், அவனுக்குப் பின்னால் வாருங்கள். அவனை வெளியேவிடக் கூடாது. அந்த நோட்டுப் புத்தகத்தில் உள்ளவற்றைப் பார்ப்போம்." என்றார்.

மில்வர்டன் எலியைப் போல வேகமாக அறையின் பக்கமாகச் சென்று, சுவரில் முதுகைச் சாய்த்துக்கொண்டான்.

"மிஸ்டர் ஹோம்ஸ், மிஸ்டர் ஹோம்ஸ்!" என்று கூறிக்கொண்டே தனது கோட்டின் முன்பக்கத்திலிருந்து பெரிய ரிவால்வரை எடுத்துக் காட்டினான். "நீங்கள் இதுபோன்று ஏதாவது செய்வீர்கள் என்று எதிர்பார்த்தேன். எனக்கு இதற்கு முன்னால் இதுபோன்று நடந்தும் உள்ளது. எனது தற்காப்புக்காக நான் உங்களைத் தாக்கினால் கூடச் சட்டம் என்னை ஆதரிக்கும் என்பதை அறிந்து, நான் தயாராகவே வந்திருக்கிறேன். தவிர, அனைத்துக்

கடிதங்களையும் இங்கு கொண்டு வருவேன் என்று நீங்கள் நினைத்திருந்தால் உங்கள் கருத்து முற்றிலும் தவறானது. நான் ஒன்றும் முட்டாள் அல்ல. இன்று மாலை எனக்கு இதுபோன்று இன்னும் ஒன்றிரண்டு நேர்காணல்கள் உள்ளது. அது ஹாம்ப்ஸ்டெட்டுக்கு நீண்ட பயணமாகும்." என்று கூறிவிட்டுச் சென்றான்.

அவன் முன்னோக்கிச் செல்லும்போது, தனது கோட்டில் ரிவால்வரை வைத்தான். ஒரு நாற்காலியை எடுத்துத் தாக்கலாமா என்று நினைத்தேன். ஆனால் ஹோம்ஸ் தலையை அசைத்தார். நான் அமைதியானேன். ஒரு மோசமான புன்னகையோடு மில்வர்டன் அறையைவிட்டு வெளியேறினான். சில நிமிடங்களுக்குப் பிறகு வண்டியின் கதவு சாத்தப்படும் சத்தமும், அவன் ஓட்டும் சக்கரங்களின் சத்தமும் கேட்டது.

நீண்ட நேரம் ஹோம்ஸ் அசையாமல் அமர்ந்திருந்தார். அவரது கைகள் கால்சட்டைப் பைகளில் ஆழமாகப் புதைக்கப்பட்டிருந்தன. அவரது கன்னம் அவரது மார்பில் மூழ்கியது. அவரது கண்கள் ஒளிரும் எரிமலையில் பதிந்தன. அரை மணிநேரம் அமைதியாக இருந்தான். பிறகு, எதோ முடிவு எடுத்ததுபோல் அவர் தனது படுக்கையறைக்குச் சென்றான். சிறிது நேரம் கழித்து, அவர் என்னிடம் "நான் சிறிது நேரத்தில் திரும்பி வருவேன், வாட்சன்." என்று கூறிவிட்டு இருளில் மறைந்தார். சார்லஸ் அகஸ்டஸ் மில்வர்டனுக்கு எதிராக எதோ ஒன்று செய்யப்போகிறார் என்பதைப் புரிந்துகொண்டேன். இந்த வழக்கில் தன் சக்திக்கு மீறி அதிக ஈடுபாட்டை அவர் காட்டினார்.

சில நாள்களுக்கு, ஹோம்ஸ் வீட்டில் அதிக நேரம் தங்கவில்லை. நீண்ட நேரம் ஹாம்ப்ஸ்டெட்டில் செலவழித்தார். அவர் அங்கு செலவழித்த நேரம் வீணாகவில்லை என்பதை நெருப்பின் முன் அமர்ந்து அமைதியாகச் சிரிக்கும்போது நான் புரிந்துகொண்டேன்.

"எனக்குத் திருமணமாகப் போகிறது என்று கூறினால், நீங்கள் நம்புவீர்களா வாட்சன்?"

"நிச்சயமாக இல்லை." என்று சிரித்துக்கொண்டே கூறினேன்.

"எனக்கு நிச்சயதார்த்தமாகிவிட்டது என்று கூறினால் கூடவா?"

"வாழ்த்துகள் ஹோம்ஸ். மணப்பெண் யார்?"

"மில்வர்டனின் வீட்டுப் பணிப்பெண்."

"என்னது?"

"எனக்கு அவளிடத்திலிருந்து தகவல் தேவைப்பட்டது, வாட்சன்."

"அதற்காக நீங்கள் இவ்வளவு தூரம் செல்ல வேண்டுமா?"

"இது மிகவும் அவசியமான நடவடிக்கை, வாட்சன். நான் எஸ்காட் என்ற பெயரில் ஒரு பிளம்பராக அவளுக்கு அறிமுகமானேன். ஒவ்வொரு மாலையிலும் அவளுடன் வெளியே சென்றேன். அவளுடன் பேசினேன். அந்தப் பேச்சுக்கள் மூலம் நான் விரும்பிய அனைத்துத் தகவல்களும் கிடைத்துள்ளன. மில்வர்டனின் வீட்டைப் பற்றி என் உள்ளங்கையைப் போன்று நன்றாகவே நான் அறிவேன்." என்றார்.

"ஆனால் பெண், ஹோம்ஸ்?"

அதைப் பற்றிப் பிறகு பார்த்துக்கொள்ளலாம் என்பது போன்று தனது தோள்களைக் குலுக்கினார்.

"நாம் ஒரு வெறுக்கத்தக்க எதிரியோடு விளையாடுகிறோம். அவனை எப்படியாவது வீழ்த்தினால் மட்டுமே பல பெண்கள் நிம்மதியாக இருப்பார்கள். அதனால் அந்தப் பணிப்பெண்ணின் மனம் உடைவதெல்லாம் கவலைப்பட முடியாது, வாட்சன். என்ன ஒரு அருமையான இரவு இது!" என்று இயற்கையைப் பற்றிப் பேசத் தொடங்கினார்.

"உங்களுக்கு இந்த வானிலை பிடித்திருக்கிறதா?"

"இன்றிரவு நான் செய்யப்போகிற காரியத்திற்கு அது பொருந்தும். மில்வர்டனின் வீட்டைக் கொள்ளையடிக்கப் போகிறேன்." என்றார்.

ஒரு நிமிடம் எனக்கு மூச்சுத் திணறல் ஏற்பட்டது. ஹோம்ஸ் சொல்லும்போது அவர் தனது தீர்மானத்தில்

உறுதியாக இருக்கிறார் என்பதை என்னால் உணர முடிந்தது. இதில் அவர் சிக்கிக்கொண்டால், ஒரு வழக்கிற்காக இவ்வளவு நாள் எடுத்த நற்பெயரைச் சீர்குலைப்பது போன்று ஆகிவிடும். மில்வர்டன் முன்னால் என் நண்பர் அவமானப்பட்டு நிற்க வேண்டியதிருக்கும்.

"ஹோம்ஸ்! நீங்கள் என்ன செய்யப்போகிறீர்கள் என்பதைச் சிந்தித்தீர்களா?" என்று அவர் மீதிருந்த கவலையில் கேட்டேன்.

"வாட்சன்! நான் மிக ஆபத்தான காரியத்தைச் செய்யப்போகிறேன் என்பதை அறிவேன். எனது செயல்களால் யாருக்கும் இதுவரை எந்தத் தீங்கும் வந்ததில்லை. நாம் செய்யும் விஷயத்தில் நியாயம் இருப்பதைப் பார்க்கிறேன். சட்டப்படி நான் செய்யப்போவது குற்றமாக இருந்தாலும், தார்மீகரீதியாக நியாயமானது என்பதை நீங்கள் ஒப்புக் கொள்வீர்கள். அவன் நம் வீட்டில் இருக்கும்போது அவனுடைய பாக்கெட் புத்தகத்தை வலுக்கட்டாயமாக எடுக்க நினைத்தோம். நீங்களும் எனக்கு உதவத் தயாராக இருந்தீர்கள்."

மனதிற்குள் திருப்பிப்போட்டேன்.

"ஆமாம். சட்டவிரோதமாகத் தெரிந்தாலும் தார்மீக ரீதியாக அவனிடத்திலிருந்து, அதைப் பிடுங்குவது நியாயமானது என்று எனக்குப்பட்டது." என்றேன்.

"சரியாக. இது தார்மீகரீதியாக நியாயமானது என்பதால், தனிப்பட்ட ஆபத்தைப் பற்றி நான் கவலைப்படவில்லை. ஒரு பெண்மணிக்கு நமது உதவி தேவைப்படும் போது, ஒரு ஜென்டில்மேனாக நான் அவருக்கு உதவுவதுதான் சரி." என்றார்.

"அப்படியானால் நீங்கள் திருடச் செல்வதில் உறுதியாக இருக்கிறீர்கள்."

"கண்டிப்பாக. இது ஆபத்தாக இருந்தாலும், அந்தக் கடிதங்களைப் பெற வேறு வழி இல்லை. துரதிர்ஷ்டவசமாக அந்தப் பெண்ணிடம் பணம் இல்லை. அவள் நம்பக்கூடிய வேறு நபர்கள் யாருமில்லை. நாளைதான் அவளுக்கு அவன்

கொடுத்திருக்கும் கடைசி நாள். இன்றிரவுக்குள் நான் கடிதங்களைப் பெற முடியாவிட்டால், இந்தப் பாதகன் தனது கடிதத்தை வெளியிட்டு அந்தப் பெண்ணின் வாழ்க்கையை அழித்துவிடுவான். அதனால் எனது வாடிக்கையாளரின் தலைவிதியைக் காக்கக் கடைசி முயற்சியாக இதைச் செய்தாக வேண்டும். எனக்கும், மில்வர்டனுக்கும் இடையே நடந்த முதல் விளையாட்டில் அவன் சிறந்தவனாகக் காட்டிக்கொண்டான். அடுத்த முயற்சியில் அவனைவிட நான் சிறந்தவன் என்பதைக் காட்ட எனது நற்பெயருக்கு ஆபத்து வந்தாலும் பரவாயில்லை என்று செய்யப் போகிறேன்."

"எனக்குப் பிடிக்கவில்லை. ஆனால் அது இருக்க வேண்டுமென்று நினைக்கிறேன். நாம் எப்போது தொடங்குவது?" என்றேன்.

"நீங்கள் வர வேண்டாம்."

"அப்படியென்றால் நீங்களும் போகக் கூடாது. நான் கையாண்ட அனைத்து வழக்குகளிலும் உங்களுடன் இருந்திருக்கிறேன். இந்த வழக்கிலும் அப்படியே உங்களுக்கு உதவுவேன். என்னை நீங்கள் அழைத்துச் செல்லவில்லை என்றால், நான் நேராகக் காவல் நிலையத்திற்குச் சென்று உங்கள் முயற்சியைக் கைவிடும்படி செய்வேன்."

"வாட்சன், உன்னால் எனக்கு உதவ முடியாது."

"அது எப்படி உங்களுக்குத் தெரியும்? என்ன நடக்குமென்று உங்களால் சொல்ல முடியாது. நான் உங்களுடன் வருகிறேன் என்ற தீர்மானத்தில் எந்த மாற்றமும் இல்லை."

ஹோம்ஸ் கொஞ்சம் எரிச்சலாகத்தான் தெரிந்தார். ஆனால் அவரது புருவத்தை உயர்த்தி, என் தோளில் தட்டினார்.

"சரி. நாம் இத்தனை வருடங்களாக ஒரே அறையைப் பகிர்ந்துகொண்டோம். ஒருவேளை நாம் மாட்டிக்கொண்டால் ஒரே சிறை அறையைப் பகிர்ந்துகொள்வோம்." என்று வேடிக்கையாகக் கூறினார். பிறகு அவர், "வாட்சன்,

எனக்குள் ஒரு திறமையான குற்றவாளி ஒழிந்திருக்கிறான் என்ற எண்ணம் தோன்றியதே இல்லை. அந்த வகையில் என் வாழ்நாளின் ஒரு வாய்ப்பாக இதைக் கருதுகிறேன். இதோ பாருங்கள்!" என்று அவர் ஒரு அலமாரியிலிருந்து நேர்த்தியான சிறியதொரு தோல்பெட்டியை எடுத்து, அதில் பல ஒளிரும் கருவிகளைக் காட்டினார். நிக்கல் பூசப்பட்ட ஜெம்மி, வைரத்தாலான கண்ணாடி கட்டர், மாற்றியமைக்கக் கூடிய சாவிகள், மேலும் கொள்ளையடிக் கூடிய தேவையான அனைத்துப் பொருட்களையும் அதில் வைத்திருந்தார்.

"வாட்சன், உங்களிடம் சத்தம் வராத காலணி இருக்கிறதா?"

"என்னிடம் ரப்பர்–சோல்ட் டென்னிஸ் காலணிகள் இருக்கின்றன."

"அருமை. முகமூடி இருக்கிறதா?"

"கருப்புநிறப் பட்டுத் துணியிலிருந்து ஒரு முகமூடியை உருவாக்கிவிடுகிறேன்."

"இந்த மாதிரியான விஷயத்தில் நீங்கள் இயற்கையாகவே வலுவானவராக இருப்பதால் எனக்கு மிகவும் உதவியாக இருக்கிறது. நீங்கள் முகமூடிகளை உருவாக்குங்கள். பிறகு, நாம் இரவு உணவைச் சாப்பிடுவோம். இப்போது மணி ஒன்பதரை. பதினொரு மணிக்கு சர்ச் ரோவரை செல்வோம். அங்கிருந்து ஆப்பிள்டோர் டவர்ஸுக்குக் கால் மணிநேரமாகும். நள்ளிரவுக்கு முன் வேலையில் நாம் மில்வர்டன் வீட்டில் இருப்போம். அவன் நீண்ட நேரம் தூங்குபவன் என்பதால் பத்து முப்பது மணிக்குச் சரியாகத் தூங்கச் சென்றுவிடுவான். நமக்கு அதிர்ஷ்டம் இருந்தால் லேடி ஈவாவின் கடிதங்களோடு இரண்டு மணிக்குத் திரும்பிவிடுவோம்" என்று ஹோம்ஸ் கூறினார்.

ஹோம்ஸும் நானும் எங்கள் உடைகளை அணிந்துகொண்டோம். நாங்கள் இருவரும் ஆக்ஸ்ஃபோர்ட் தெருவிலுள்ள அவனது முகவரிக்குச் சென்றோம். நாங்கள் பெரிய கோட்டுகளுடன் பொத்தான்களைப் போட்டிருந்தாலும், கடுமையான குளிர் காற்றை எங்களால் உணர முடிந்தது.

"வாட்சன், இப்போது நாம் மிக நுட்பமாகச் செயல்பட வேண்டும். நாம் தேடி வந்த ஆவணங்கள் அவனது படுக்கை அறையின் முன் அறையில் பாதுகாப்பாக உள்ளது. நமது எதிரி மிதமிஞ்சித் தூங்குபவன். அகதா, அதாவது என் வருங்கால மனைவி கொடுத்த தகவலில் அவளது எஜமானரைத் தூக்கத்தில் எழுப்புவது என்பது சாத்தியமில்லை என்று வேலைக்காரர்களிடத்தில் நகைச்சுவையாக இருக்கிறது. மேலும், அவனது நலனைப் பார்த்துக்கொள்ள ஒரு காரியத்தரசி இருக்கிறாள். அவள் பகல் முழுவதும் அங்கிருப்பதால், ஆவணங்களை எடுப்பதற்கு இரவைத் தேர்வு செய்தேன். அதுமட்டுமில்லாமல், அவனது தோட்டத்தில் பாதுகாப்பிற்காக ஒரு நாய் இருக்கிறது. இரண்டு நாளுக்கு முன்பு, நான் அகதாவைச் சந்தித்தபோது, அதைக் கட்டி வைக்கும்படி அறிவுறித்தினேன். இதோ நாம் ஆவணங்கள் எடுக்க வேண்டிய வீடு வந்துவிட்டது. இதோ பாருங்கள் நான் கூறியது போலவே எல்லா ஜன்னல்களிலும் விளக்குகள் இல்லை. எல்லாம் அற்புதமாக வேலை செய்கிறது. நாம் நமது முகமூடிகளை அணியலாம்." என்றார்.

நாங்கள் கருப்புப் பட்டாலான முகமூடிகளை அணிந்து லண்டனில் மிகவும் கொடூரமான இரண்டு திருடர்கள் போல் மாறினோம். பல ஜன்னல்கள் இரண்டு கதவுகளால் வரிசையாக நீண்டிருந்தது.

"அதுதான் அவனது படுக்கையறை. இந்தக் கதவுக்கு நேராக ஆவணங்கள் இருக்கும் அறை இருக்கிறது. ஆனால் அது நல்ல பலமாகப் பூட்டப்பட்டிருக்கிறது. மேலும் அதை உடைக்க முற்பட்டால் அதிகச் சத்தம் எழுப்பும். வாருங்கள். ஜன்னல் வழியாகச் செல்ல முற்படுவோம்." என்று ஹோம்ஸ் கிசுகிசுத்தார்.

அந்த ஜன்னலும் பூட்டப்பட்டிருந்தது. ஆனால் ஹோம்ஸ் கண்ணாடி வட்டத்தை அகற்றி உள்ளே இருந்து சாவியைத் திருப்பினார். சிறிது நேரம் கழித்து அவர் கதவைத் திறந்தார். நாங்கள் சட்டத்தின் பார்வையில் குற்றவாளிகளாகிவிட்டோம். நாங்கள் வீட்டுக்குள் நுழைந்ததும் புகையிலை வாசம் எங்களைத் துன்பப்படுத்தியது. இப்போதுதான் யாரோ சிகரெட் புகைத்திருக்கிறார்கள். ஹோம்ஸ் என் கையைப்

பிடித்து இருட்டில் மெதுவாக நடந்தார். ஹோம்ஸுக்குக் குறிப்பிடத்தக்க ஆற்றல்களில் கவனமாகப் பார்க்கும் திறனும் இருந்தது. அவர் ஒரு கதவைத் திறந்தார். நாங்கள் ஒரு பெரிய அறைக்குள் நுழைந்தோம். பிறகு, மற்றொரு கதவைத் திறந்து, நாங்கள் உள்ளே நுழைந்ததும் அதை மூடினார். நான் கையை நீட்டியபோது சுவரில் பல கோட்டுகள் தொங்குவதைப் பார்த்தேன். நாங்கள் அதைக் கடந்து சென்றோம். ஹோம்ஸ் மிகவும் மெதுவாக வலதுபுறத்தில் ஒரு கதவைத் திறந்தார். ஏதோ ஒன்று எங்களை நோக்கி விரைந்தது, என் இதயம் ஒரு நொடி நின்றது. அது கதவில் பாய்ந்து சென்றபோது அது பூனை என்பதை உணர்ந்தபோது சிரித்தேன். இந்த புதிய அறையில் நெருப்பு எரிந்துகொண்டிருந்தது. மீண்டும் புகையிலை புகையால் காற்று அதிகமாக இருந்தது. ஹோம்ஸ் நுழைந்ததும், நான் பின்தொடர்வதற்காகக் காத்திருந்தார். பின்னர் மிகவும் மெதுவாகக் கதவை மூடினார். நாங்கள் மில்வர்டனின் ஆவணங்கள் இருக்கும் அறையில் இருந்தோம். தொலைவில் அவனது படுக்கையறையின் நுழைவாயில் தெரிந்தது.

கதவுக்கு அருகில் மின்சார சுவிட்சின் பளபளப்பைக் கண்டேன். ஆனால் அது எதற்கானது என்பது எனக்கு தெரியவில்லை. குளிருக்கான நெருப்பு ஏற்றி அணைக்கப்பட்டிருந்தது. நெருப்பின் பக்கத்தில் ஒரு கனமான திரை இருந்தது. அதை நாங்கள் வெளியிலிருந்து பார்த்தோம். மறுபுறம் வராண்டாவுடன் தொடர்புகொள்ளும் கதவு இருந்தது. பளபளக்கும் சிவப்பு நிறத்தில் நாற்காலியும், ஒரு பெரிய புத்தக அலமாரியும் இருந்தது. புத்தக அலமாரிக்கும் சுவருக்கும் இடையே ஒரு மூலையில் உயரமான பச்சைநிற பீரோ ஒன்று இருந்தது. ஹோம்ஸ் அதை எப்படித் திறந்து திருடுவது என்று பார்த்தார். பின்னர் அவர் படுக்கையறையின் வாசலில் தவழ்ந்து, சாய்ந்த தலையில் யாராவது வருகிறார்களா என்று கவனமாகப் பார்த்தார். உள்ளிருந்து சத்தமே வரவில்லை. இதற்கிடையில், நாங்கள் தப்பித்துச் செல்ல வெளிப்புறக் கதவு திறந்திருக்கிறதா என்று பார்த்தேன். எனக்கு ஆச்சரியமாக இருந்தது. கதவைப் பூட்டுவதற்கு போல்ட் இல்லாததால் பூட்டப்படாமல் இருந்தது. நான் ஹோம்ஸைக் கையில் தொட, முகமூடி

அணிந்த முகத்தோடு என்னைக் கொஞ்சம் பதட்டமாகப் பார்த்தார்.

"வாட்சன், இது எனக்குப் பிடிக்கவில்லை. என்னால் இதைச் சரியாகச் செய்ய முடியாது என்று அச்சமாக இருக்கிறது. எப்படியிருந்தாலும் இதைப் பற்றி யோசித்து நேரத்தை இழக்க விரும்பவில்லை."

"நான் ஏதாவது உதவி செய்யலாமா?"

"ஆமாம். கதவருகே நில்லுங்கள். யாராவது வருவது உங்களுக்குக் கேட்டால், நாம் வந்த வழியில் தப்பித்துச் செல்வோம். அந்த வழியில் வேறு யாராவது வந்தால், நாம் இந்த ஜன்னல் திரைகளுக்குப் பின்னால் ஒளிந்துகொள்ளலாம்." என்றார்.

தலையசைத்துவிட்டுக் கதவருகே நின்றேன். எனது பயம் கொஞ்சம் குறைந்திருந்தது. ஆரம்பத்தில் சட்டத்தை மீறுவதாகத் தோன்றினாலும், எங்கள் பணியிலுள்ள எண்ணம், தன்னலமற்ற துணிச்சலான உணர்வு, எங்கள் எதிரியின் தவறான குறிக்கோள் இவை அனைத்தும் சாகசத்தைச் செய்ய வைத்தது. குற்ற உணர்வு நீங்கி இந்த ஆபத்தான பணியை மகிழ்ந்தேன். ஹோம்ஸ் ஒரு நுட்பமான அறுவை சிகிச்சை நிபுணர்போல் தனது கருவிகளை ஒவ்வொன்றாகத் தேர்வு செய்து சத்தம் வராமல் அந்தப் பெட்டி திறக்க முயற்சித்தார். அந்தப் பெட்டியைத் திறப்பதால் பல பெண்களின் நற்பெயரைக் காப்பாற்ற முடியும். மேலும் அந்தக் கொடிய அரக்கனின் எண்ணத்தை அழிக்க முடியும் என்பதைப் புரிந்துகொண்டேன். தனது கோட்டைக் கழற்றி ஒரு நாற்காலி மீது வைத்தார். அவர் பெட்டியைத் திறக்கும் முயற்சியைப் பார்த்துக்கொண்டே என் கண்கள் வாசலில் யாராவது வருகிறார்களா என்று பார்த்தது. உண்மையில், நான் என்ன செய்ய வேண்டும் என்ற திட்டம் எனக்கு ஓரளவு தெளிவில்லாமல் இருந்தது. அரை மணிநேர முயற்சிக்குப் பிறகு ஹோம்ஸ் தனது திறமையான ஆற்றலில் நேர்த்தியாகக் கையாள ஒரு கிளிக் சத்தம் கேட்டது. அந்தப் பெட்டியின் கதவு திறந்தது. உள்ளே நான் பல காகித பாக்கெட்டுகளாக அடுக்கி வைத்திருப்பதைப் பார்த்தேன். ஒவ்வொன்றும்

கட்டப்பட்டு, சீல் வைக்கப்பட்டிருந்தது. ஹோம்ஸ் ஒன்றை எடுத்துப் படிக்க முற்பட்டார். ஆனால் போதிய விளக்கு வெளிச்சம் இல்லாததால் படிக்க முடியவில்லை. ஹோம்ஸ் அதைப் படிப்பதற்காக விளக்குகளை வெளியே எடுத்தார். அப்போது ஓர் ஆபத்து வருவதை என்னால் உணர முடிந்தது. அடுத்த அறையிலிருந்த மில்வர்டன் மின்சார விளக்கை இயக்கினார். நான் ஹோம்ஸை எச்சரித்து, ஒரு நொடியில் அவர் பெட்டியிலுள்ள அனைத்துக் கடிதங்களையும் எடுத்து ஒரு பைக்குள் போட்டுக்கொண்டேன். அவர் தனது கோட்டை எடுக்க, நாங்கள் இருவரும் ஜன்னல் திரைக்குப் பின்னால் சென்று ஒளிந்துகொண்டோம்.

நாங்கள் மறைந்திருக்கும் போது வீட்டிற்குள் எங்கோ கதவு திறக்கப்படும் சத்தம் கேட்டது. பின்னர் ஒரு குழப்பமான, மந்தமான காலடிச் சத்தம் கேட்டது. அவன் அறைக்கு வெளியே உள்ள வாசலில் நின்றான். கதவைத் திறந்து மின்விளக்கு போட்டு, அவன் சோதனை செய்தால் மாட்டிக்கொள்வோம் என்று பயந்தேன். ஒரு பயம் கலந்த எச்சில் என் வாயில் ஊறியது. பின்னர், அவனது காலடிகள் பின்னோக்கி முன்னோக்கியும், முன்னோக்கிப் பின்னோக்கியுமாகக் கேட்க முடிந்தது. நாற்காலியில் இருந்து கிரீச் சத்தம் எழுந்தது. கொஞ்ச நேரத்தில் அவனது காலடிச் சத்தமும் நின்றது.

இதுவரை நான் வெளியே பார்க்கத் துணியவில்லை. இப்போது என் முன்னால் இருந்த திரைச்சீலைகளை மெதுவாகப் பிரித்து எட்டிப் பார்த்தேன். என்னுடைய தோள்பட்டைக்கு எதிராக ஹோம்ஸின் தோள்பட்டை அழுத்தத்தில் இருந்தது. அவர் எனது அவதானிப்பிற்காகக் காத்துக்கொண்டிருந்தார். மில்வர்டனின் பரந்த, வட்டமான பின்புறத்தை எங்களால் தூரத்திலிருந்து பார்க்க முடிந்தது. அவனது அசைவுகளை நாங்கள் முற்றிலும் தவறாகக் கணக்கிட்டோம் என்பது தெளிவாகத் தெரிந்தது. அவன் படுக்கையறையில் உறங்கவே இல்லை. வேறொரு அறையில் புகைபிடித்துக் கொண்டு அமர்ந்திருக்கிறார். நாங்கள் அதை ஜன்னல் வழியாக காணவில்லை. அவனது பளபளப்பான வழுக்கைத் தலையைப் பின்புறத்திலிருந்து பார்த்தோம். அவன் சிவப்பு நாற்காலியில் நீண்ட நேரமாகச் சாய்ந்திருந்தான்.

அவன் கால்களை நீட்டியபடி ஒரு நீண்ட கருப்புச் சுருட்டை வாயில் புகைத்துக்கொண்டிருந்தான். அவர் அரை இராணுவ ஜாக்கெட், கருப்பு வெல்வெட் காலர் அணிந்திருந்தான். அவர் கையில் ஆவணத்தையும் வைத்திருந்தான். அதை அவர் அலட்சியமாகப் படித்துக்கொண்டிருந்தான். அவர் உதடுகளிலிருந்து சிகரெட்டைப் புகை வளையங்களாக ஊதிக்கொண்டே எதையோ சிந்தித்தான்.

ஹோம்ஸ் தனது கையை என் கைக்குள் வைத்து நிலைமை நம் கட்டுக்குள் இருப்பது போன்ற சமிக்ஞை செய்தார். நான் பதற்றமடைந்திருப்பதை மிக எளிதாக எனது மனதைப் படித்து உறுதியாக இருக்கும்படி கூறினார். அவனது பீரோ கதவு முழுமையாக மூடப்படாமல் இருந்தது. மில்வர்டன் எந்த நேரத்திலும் அதைக் கவனிக்கக்கூடும். அவனுடைய பார்வையில் அதுபட்டு, நாங்கள் மறைந்திருப்பதைக் கண்டுபிடித்துவிட்டால், என் மேலங்கியால் அவன் தலையை மூடி, அவனைத் தரையில் தள்ளிவிட்டு அங்கிருந்து தப்பித்துவிடலாம் என்று தீர்மானித்தேன். ஆனால் மில்வர்டன் நிமிர்ந்து பார்க்கவே இல்லை. கையில் இருந்த தாள்களை மிக ஆர்வமாகப் படித்தான். ஏதோ வழக்கறிஞரின் வாதத்தைப் படிப்பது போன்று படித்தான். அந்த ஆவணத்தைப் படித்துவிட்டுத் தனது அறைக்குச் சென்று துங்குவான் என்று நினைத்துக்கொண்டிருந்தோம். ஆனால் நாங்கள் நினைத்ததற்கு மாறாக வேறொன்று நடப்பது போன்று இருந்தது.

மில்வர்டன் தனது கைக்கடிகாரத்தைப் பார்ப்பதையும், பொறுமையிழந்து மீண்டும் அமர்ந்ததையும் கவனித்தேன். ஆனால் இந்த விசித்திரமான நேரத்தில் அவனைச் சந்திக்க ஒருவர் வருவார் என்றும், வெளியிலுள்ள வராண்டாவிலிருந்து ஒரு மெல்லிய கதவு தட்டும் சத்தம் வருமென்று நாங்கள் எதிர்ப்பார்க்கவில்லை. மில்வர்டன் தனது காகிதங்களை வைத்துவிட்டு நாற்காலியில் விறைப்பாக அமர்ந்தான். சத்தம் மீண்டும் மீண்டும் பின் வாசலில் கேட்க, மில்வர்டன் எழுந்து அதைத் திறந்தார்.

“நீங்கள் கிட்டத்தட்ட அரை மணிநேரம் தாமதமாகி விட்டீர்கள்” என்று மில்வர்டன் கூறினான்.

மில்வர்டன் இரவு நேரத்தில் விழித்திருந்ததற்குக் காரணம் புரிந்தது. ஒரு பெண் தனது முகத்தை மூடியபடி ஆடை அணிந்து உள்ளே நுழைந்தாள். மில்வர்டன் எங்களைப் பார்த்துவிடுவாரோ என்று திரைச்சீலைகளை மூடிக்கொண்டேன். கொஞ்ச நேரத்தில் கவனமாகத் திறந்து, மீண்டும் பார்க்க முயற்சித்தேன். அவன் மீண்டும் தனது இருக்கையில் அமர்ந்தான். அவன் முன்னால் ஓர் உயரமான, மெலிதான பெண், அவள் முகத்தில் முக்காடு, கன்னத்தில் வரையப்பட்ட மேலங்கி அணிந்து நின்றாள். அவளது மூச்சு விரைவாகவும் வேகமாகவும் வந்தது. அவளின் உடல் ஒவ்வொரு அங்குலமும் வலுவான உணர்ச்சியுடன் நடுங்கியது.

"நீ என்னை இந்த இரவின் ஓய்வை இழக்கச் செய்துவிட்டாய். என்னைச் சந்திக்க இதைவிட வேறெந்த நேரத்திலும் உன்னால் வர முடியாதா என்ன?" என்று மில்வர்டன் கேட்டான்.

அதற்கு, அந்தப் பெண் ஆமாம் என்பதுபோல் தலையை ஆட்டினாள்.

"சரி, உங்களால் முடியவில்லை என்றால் பரவாயில்லை. எதிர்காலத்தில் நீ பெரிய எஜமானியாக மாறும்போது என் நிலை உனக்குப் புரியவரும். சரி! நாம் நம் காரியத்திற்கு வருவோம்." என்று கூறி தனது மேசையின் டிராயரிலிருந்து ஒரு குறிப்பை எடுத்தான். "கவுண்டஸ் டி'ஆல்பர்ட்டைப் பற்றிய கடிதங்கள் உன்னிடம் இருப்பதாக நான் கேள்விப்பட்டேன். அதை நீ விற்க விரும்புவதாகவும் சொன்னார்கள். நான் அவற்றை வாங்க விரும்புகிறேன். இதுவரை யாரும் கொடுக்காத விலையை நான் நிர்ணயம் செய்கிறேன். அதற்குமுன் அந்தக் கடிதங்களை நான் ஆய்வு செய்ய வேண்டும். அடக் கடவுளே, அது நீயா?"

மில்வர்டன் பேசிக்கொண்டிருக்கும்போது அந்தப் பெண் எந்த வார்த்தையும் பேசாமல் தனது மேலங்கியை இறக்கினாள். இதை மில்வர்டன் எதிர்ப்பார்க்கவில்லை. அந்தப் பெண் அழகாக இருந்தாலும், அவளது புன்னகையில் ஆபத்து ஒளிந்திருப்பதை மில்வர்டனால் உணர முடிந்தது.

“நான்தான். உன்னால் வாழ்க்கை அழிக்கப்பட்ட அதே பெண்தான்.” என்று அவள் பதிலளித்தாள்.

மில்வர்டன் சிரித்தார். இருந்தாலும், அவனது குரலில் பயம் கலந்திருந்தது. “நான் யாருக்கும் எந்தத் தீங்கும் செய்யாதவன். என் தொழில் சார்ந்து நடந்துகொண்டேன். அதுவும் உன் சக்திக்கு உட்பட்ட தொகையைத்தானே கேட்டேன். நீதான் மிகவும் பிடிவாதமாக இருந்துவிட்டாய். அதனால் நானும் உன்னைப் பற்றிய கடிதங்களை வெளியிட வேண்டியதாக இருந்துவிட்டது.” என்று அவன் கூறினான்.

“நீ என் கணவருக்கு அனுப்பிய கடிதத்தால், அவர் இதயத்தை உடைத்து நொந்து இறந்துவிட்டார். நேற்றிரவு நான் அந்தக் கதவு வழியாக வந்தபோது, உன் கருணைக்காக எவ்வளவு மன்றாடினேன். ஆனால் நீ ஆணவத்தில் சிரித்தாய். மீண்டும் என்னைப் பார்ப்பாய் என்று எதிர்ப்பாத்திருக்க மாட்டாய். இந்த இரவு தான் உன்னை எப்படிச் சந்திக்க வேண்டும் என்பதைக் கற்றுக் கொடுத்தது. சரி, சார்லஸ் மில்வர்டன், என் வாழ்க்கை அழித்ததற்கு நீ என்ன சொல்லப்போகிறாய்?”

“நீ என்னைக் கொடுமைப்படுத்த முடியுமென்று கற்பனை செய்யாதே! நான் என் குரலை உயர்த்தினால் போதும். என் வேலையாட்கள் உன்னை இழுத்துச் சென்று போலீஸிடம் ஒப்படைத்துவிடுவார்கள். இருந்தாலும், நான் என் இயல்பான கோபத்திலிருந்து இந்த அறையை விட்டுச் செல்ல அனுமதிக்கிறேன். வந்தபடி சென்றுவிடு” என்று கூறினான்.

தனது மெல்லிய உதடுகளால் அதே கொடிய புன்னகையுடன் அந்தப் பெண் நின்றாள்.

“என் வாழ்க்கையை அழித்ததுபோல், இனி நீ யார் வாழ்க்கையையும் அழிக்கவிட மாட்டேன். என் இதயத்தைப் பிடுங்கியதுபோல், இனி நீ யார் இதயங்களையும் காயப்படுத்த முடியாது. உன்னைப் போன்ற நச்சுத்தன்மை கொண்ட மனிதனை இந்த உலகத்திலிருந்து விடுவிடுக்கிறேன்.” என்று அந்தப் பெண் கோபமாகக் கர்ஜித்தாள்.

அவள் மறைத்து வைத்த பளபளக்கும் ரிவால்வரைக் கையில் எடுத்தாள். ரிவால்வரை மில்வர்டனின் உடலை நோக்கிச் சுட்டாள். குண்டடிப்பட்ட மில்வர்டன் சுருங்கி மேஜையில் முன்னோக்கி விழுந்தான். ஆவேசமாக இருமியபடி அவன் கால்கள் தள்ளாடி, எழ முயற்சிக்க அவள் மீண்டும் சுட்டாள். "நீ என்ன செய்துவிட்டாய்?" என்று கூறியபடி இறந்தான். தலைகீழாக விழுந்த அவனது உடலைத் தன் குதிகாலால் உதைத்தாள். அவனது உடலில் சத்தமோ அசைவோ இல்லை. அந்தப் பெண் தனது பழியைத் தீர்த்துக்கொண்டாள்.

நாங்கள் இதில் தலையிட்டிருந்தாலும் அந்தப் பெண்ணிடமிருந்து மில்வர்டனைக் காப்பாற்றியிருக்க முடியாது. மறைந்திருக்கும் இடத்திலிருந்து நான் வெளியே வந்தேன். அப்போது ஹோம்ஸ் என் மணிக்கட்டை வலுவாகப் பிடித்திருந்தார். மில்வர்டனின் கொலை எங்களுக்குத் தேவையற்றது. ஒரு பெண் நீதி வழங்கியதில் ஒரு கொடியவன் அழிக்கப்பட்டிருக்கிறான். மேலும் நாங்கள் இங்கு வந்தது எங்கள் சொந்தக் கடமைகளை முடிப்பதற்காக! அந்தப் பெண் அறையைவிட்டுச் செல்வதை நாங்கள் தடுக்க நினைக்கவில்லை. நாங்கள் வேகமாக, அமைதியாக வரும்போது வீட்டிகுள் பல குரல்களும், அவசரமாக ஓடிவரும் காலடிச் சத்தமும் கேட்டது. ரிவால்வர் சத்தம் அனைவரையும் விழிக்கச் செய்திருக்கிறது. ஹோம்ஸ் பீரோவிலிருக்கும் அனைத்துக் கடிதங்களையும் மூட்டையாகக் கையில் எடுத்து நெருப்பில் போட்டார். யாரோ கைப்பிடியைத் திருப்பிக் கதவு திறக்கும் சத்தம் கேட்டது. ஹோம்ஸ் வேகமாகச் சுற்றிப் பார்த்தார். மில்வர்டனுக்கு மரணத் தூதுவராக இருந்த கடிதம் அனைத்தும் மேசையின் மீது அவனது இரத்தம் கலந்திருந்தது. ஹோம்ஸ் அதையும் எரியும் நெருப்பில் எறிந்தார். பின்னர் அவர் வெளிப்புறக் கதவிலிருந்து சாவியை எடுத்து, வெளியே பூட்டினார். "இந்த வழியில், வாட்சன். இப்படியே நாம் தோட்டச் சுவரை அளவிடலாம்." என்று ஹோம்ஸ் கூறினார்.

ஒரு அலாரம் இவ்வளவு வேகமாகப் பரவும் என்பதை என்னால் நம்ப முடியவில்லை. திரும்பிப் பார்க்கையில்,

அந்தப் பெரிய வீடு வெளிச்சமாக இருந்தது. முன்பக்கக் கதவு திறந்திருந்தது. உருவங்கள் ஓடிக்கொண்டிருந்தன. தோட்டம் முழுவதும் மக்கள் வந்துவிட்டார்கள். நாங்கள் வராண்டாவிலிருந்து வெளியே வரும்போது எங்களைப் பலர் பின்தொடர்ந்தார்கள். ஹோம்ஸ் தோட்டத்தின் நடுவே வேகமாக ஓடினார். நான் அவரைப் பின்தொடர்ந்தேன். எங்களைப் பின்தொடர்பவர்கள் மூச்சிரைத்தனர். அப்போது ஒரு ஆறடி சுவர் எங்கள் பாதையைத் தடுத்தது. ஆனால் ஹோம்ஸ் எளிதாக மேலே ஏறிவிட்டார். நானும் அவ்வாறே செய்தபோது, என்னைத் தொடர்ந்து வந்த ஒருவன் என் கணுக்காலைப் பற்றிக்கொண்டான். ஆனால் நான் அவனை அடித்து என்னை விடுவித்துக்கொண்டேன். அப்போது, நான் புதர்களுக்கு மத்தியில் விழுந்தேன். ஆனால் ஹோம்ஸ் என்னை ஒரு நொடியில் தூக்கி நிறுத்தினார். நாங்கள் இருவரும் ஹாம்ப்ஸ்டெட் ஹீத்தினில் நடந்த பரப்பை கடந்து வந்துவிட்டோம். நாங்கள் இரண்டு மைல்கள் ஓடி யிருப்போம். எங்களுக்குப் பின்னால் யாரும் வரவில்லை என்பதை உறுதி செய்துகொண்ட பின்னரே ஹோம்ஸ் ஓட்டத்தை நிறுத்தினார். நாங்கள் இருவரும் பேக்கர் தெருவுக்கு வந்தோம்.

அடுத்த நாள், நாங்கள் காலை உணவைச் சாப்பிட்டு, புகைத்துக் கொண்டிருந்தோம். ஸ்காட்லாந்து யார்டைச் சேர்ந்த திரு லெஸ்ட்ரேட் எங்கள் அறைக்குள் நுழைந்தார்.

"காலை வணக்கம், மிஸ்டர் ஹோம்ஸ். நீங்கள் இப்போது மிகவும் பிஸியாக இருக்கிறீர்களா?" என்று அவர் கேட்டார்.

"நீங்கள் சொல்லுவதைக் கேட்க முடியாத அளவிற்கு ஒன்றும் பிஸியாக இல்லை."

"அப்படியென்றால், நேற்றிரவு ஹாம்ப்ஸ்டெட்டில் நடந்த ஒரு குறிப்பிடத்தக்க வழக்கில் எங்களுக்கு உதவ நீங்கள் அக்கறை காட்டலாமென்று நினைக்கிறேன்."

"அப்படியா! என்ன வழக்கு அது!" என்று ஹோம்ஸ் கேட்டார்.

"ஒரு கொலை. மிகவும் வியப்பான, அதே சமயத்தில் குறிப்பிடத்தக்கக் கொலை. இந்த விஷயங்களில் நீங்கள்

எவ்வளவு ஆர்வமாக இருப்பீர்கள் என்பது எனக்குத் தெரியும். நீங்கள் உங்கள் ஆலோசனையை எங்களுக்கு வழங்கினால், அது எனக்குப் பெரிய உதவியாக இருக்கும். இறந்த மில்வர்டனைச் சில காலமாக நாங்கள் கண்காணித்து வருகிறோம். அவன் கெட்டவன் என்றும், பலரை பிளாக்மெயில் செய்வதற்காகப் பல ஆவணங்களை வைத்திருக்கிறான். இந்தக் காகிதங்கள் அனைத்தும் கொலையாளிகளால் எரிக்கப்பட்டுள்ளன. இந்த ஆவணங்கள் வெளியே வராமல் இருப்பதற்காகவே இந்தக் கொலையைக் குற்றவாளிகள் செய்திருப்பதால் மதிப்புள்ள எந்தப் பொருட்களும் திருடப்படவில்லை."

"குற்றவாளிகள்! அப்படியென்றால் பல பேர் என்று சொல்கிறீர்களா?" ஹோம்ஸ் கேட்டார்.

"ஆமாம். அவர்கள் இருவர் இருந்தனர். அவர்களை வேலை ஆட்கள் முடிந்தவரை கையும் களவுமாகப் பிடிக்க முயற்சித்திருக்கிறார்கள். ஆனால் அப்படியும் அவர்கள் தப்பித்திருக்கிறார்கள். எங்களிடம் அவனைப் பற்றிய குறிப்புகள் உள்ளது. முதலில் ஓடியவன் மிகவும் சுறுசுறுப்பாக இருந்திருக்கிறான். ஆனால் இரண்டாவது நபர் தோட்டக்காரரால் பிடிக்கப்பட்டான். பெரும் போராட்டத்திற்குப் பிறகுதான் தப்பித்திருக்கிறான். அவனுக்கு எப்படியும் நடுத்தர வயதிருக்கும். அடர்த்தியான கழுத்து, முகமூடி அணிந்திருந்தான்."

"இந்தக் குறிப்புகள் மிகவும் தெளிவற்றது. நீங்கள் சொல்லும் குறிப்புகள் நம் வாட்சனுக்குக் கூடப் பொருந்தும்."

"உண்மைதான். இது வாட்சனைப் பற்றிய குறிப்புகளாகக் கூட இருக்கலாம்." என்று சிரித்தவாறு இன்ஸ்பெக்டர் லெஸ்ட்ரேட் கூறினார்.

"சரி, லெஸ்ட்ரேட்! இந்த வழக்கில் என்னால் உங்களுக்கு உதவ முடியாது என்று நினைக்கிறேன்." என்று ஹோம்ஸ் கூறினார். "உண்மை என்னவென்றால், இந்த மில்வர்டனைப் பற்றி நான் அறிவேன். அவனை லண்டனில் மிகவும் ஆபத்தான மனிதனாகவே கருதுகிறேன். மேலும் சட்டத்தால் தண்டிக்க முடியாத சில குற்றங்களைச் செய்திருப்பதாகவும் நினைக்கிறேன். எனவே, தனிப்பட்ட முறையில் அவனை

யாராவது பழிவாங்கியிருந்தால் அது நியாயமானதுதான். இதில், வாதிடுவதில் பயனில்லை. எனது அனுதாபங்கள் இந்த மில்வர்டனை விடக் குற்றவாளி மீதுதான். அதனால் இந்த வழக்கை நான் கையாளமாட்டேன்." என்று திட்டவட்டமாகக் கூறிவிட்டார்.

நாங்கள் கண்டதை ஹோம்ஸ் ஒரு வார்த்தைகூடச் சொல்லவில்லை. அங்கு நடந்த அனுபவங்களைப் பற்றி என்னிடம் பேசவில்லை. ஆனால் அவர் மனதில் இதைப் பற்றித்தான் சிந்திக்கிறார் என்பதை அறிவேன். எதையோ சிந்தித்துக்கொண்டிருந்த அவர், ஏதோ நினைவு வந்ததுபோல எழுந்தார். "வாட்சன்! உங்கள் தொப்பியை அணிந்துகொண்டு என்னோடு வாருங்கள்." என்றார். நாங்கள் இருவரும் ரீஜண்ட் சர்க்கஸை அடைந்தோம். அங்கு இடது புறத்தில் அன்றைய பிரபலங்கள், அழகிகளின் புகைப்படங்களால் நிரப்பப்பட்ட ஒரு கடை ஜன்னல் இருந்தது. ஹோம்ஸின் கண்கள் ஒரு புகைப்படத்தின் மீது பதிந்தன. அந்தப் படத்தில் மதிக்கத்தக்க அரச குடும்பத்தைச் சேர்ந்த ஒரு பெண்ணின் படத்தைப் பார்த்தார். அவளுடைய உன்னதமான தலையில் உயர் வைர தலைப்பாகை இருந்தது. எங்கள் வாடிக்கையாளராக அந்தப் பெண்மணியின் திருமணம் எந்தப் பிரச்சினையும் இல்லாமல் நடந்து முடிந்திருக்கிறது. பெரிய அரச குடும்பத்தின் நற்பெருமையைக் காப்பாற்றிய சந்தோஷத்தில் நாங்கள் இருவரும் பேக்கர் தெருவுக்குத் திரும்பினோம்.

32. ஆறு நெப்போலியன் சிலைகளால் ஏற்பட்ட சாகசம்

ஸ்காட்லாந்து யார்டைச் சேர்ந்த லெஸ்ட்ரேட், மாலை நேரத்தில் எங்களைச் சந்திக்க வருவதென்பது சாதாரணமான விஷயம் அல்ல. அதேசமயம், அவரது வருகையை ஷெர்லாக் ஹோம்ஸ் எப்போதும் வரவேற்பார். ஏனென்றால் அவர் மூலம்தான் காவல்துறை தலைமையகத்தில் நடக்கும் அனைத்து வழக்குகள் குறித்தும் தெரிந்துகொள்ள முடிந்தது. லெஸ்ட்ரேட் கொண்டுவரும் வழக்குகளுக்கு ஈடாக, ஹோம்ஸுக்கு அனுபவம் வாய்ந்த அறிவு இருந்தது.

ஒரு மாலையில் லெஸ்ட்ரேட் செய்தித்தாளைப் பற்றிப் பேசிக்கொண்டிருக்கும்போது திடீரென்று அமைதியில் ஆழந்து எதோ சிந்தனையுடன் தனது சிகரெட்டைப் புகைத்தார்.

ஹோம்ஸ் அவரைக் கூர்ந்து கவனித்து, "ஏதாவது குறிப்பிட்ட வழக்குக் குறித்த சிந்தனையா?" என்று கேட்டார்.

"குறிப்பிட்டுச் சொல்லும் அளவிற்கு இது பெரிய வழக்கு இல்லை, மிஸ்டர் ஹோம்ஸ்."

"அப்படியானால் எல்லாவற்றையும் சொல்லுங்கள்."

லெஸ்ட்ரேட் சிரித்தார்.

"சரி, மிஸ்டர் ஹோம்ஸ். என் மனதில் வழக்கு குறித்த சிந்தனை என்பதை நான் மறுக்கவில்லை. ஆனால் இது அபத்தமான வழக்கு போன்று தோன்றுவதால் நான் உங்களைத் தொந்தரவு செய்யத் தயங்குகிறேன். ஒரு

பக்கம் இது அற்பமாகத் தெரிந்தாலும், இன்னொரு பக்கம் விந்தையாகவும் இருக்கிறது. இந்த வழக்கில் உங்களுக்கு ஆர்வம் வரும் என்பதை அறிவேன். இருந்தாலும், இதில் உங்களைவிட எனக்கு டாக்டர் வாட்சன்தான் உதவ முடியுமென்று நினைக்கிறேன்." என்றார்.

"ஏன்? ஏதாவது நோய் சம்மந்தப்பட்டதா?" என்றார் என்னிடம்.

"ஒரு விசித்திர பைத்தியக்காரனைப் பற்றியது. ஒருவன் நெப்போலியன்மீது கொண்ட வெறுப்பின் காரணமோ என்னவோ தெரியவில்லை. அவரின் உருவச்சிலையைத் தேடித்தேடி உடைத்துக்கொண்டிருக்கிறான்."

ஹோம்ஸ் மீண்டும் நாற்காலியில் சாய்ந்தார்.

"அப்படியென்றால் இது என்னுடைய வேலை இல்லை." என்று அவர் கூறினார்.

"ஆமாம். தனக்குச் சொந்தமில்லாத சிலையை அவன் திருடி, அவன் உடைத்திருப்பதால் இந்த வழக்கு டாக்டரிடம் செல்லுவதற்குப் பதிலாக போலீஸிடம் வந்திருக்கிறது."

ஹோம்ஸ் மீண்டும் அமர்ந்தான்.

"என்னது திருடிய பிறகா! இது மிகவும் சுவாரஸ்யமானது. விவரம் கூறவும்."

லெஸ்ட்ரேட் தனது நோட்டுப் புத்தகத்தை எடுத்து அதன் பக்கங்களிலிருந்து தனது நினைவைப் புதுப்பித்துக்கொண்டார்.

"முதல் வழக்கு நான்கு நாள்களுக்கு முன்பு பதிவானது." என்று அவர் கூறத் தொடங்கினார். "கென்னிங்டன் சாலையில் படங்களும், சிலைகளும் விற்பனைக்கு வைத்திருக்கும் மோர்ஸ் ஹட்சனின் கடையில் இது இருந்தது. உதவியாளர் ஒருவன் கடைக்குள் சத்தம் கேட்டுப் போகும்போது, நெப்போலியன் உருவச்சிலை உடைக்கப்பட்டிருப்பதைக் கண்டார். உடைத்த மனிதன் கடையிலிருந்து அவசரமாகச் சாலைக்கு விரைந்தார். ஆனால் பல வழிப்போக்கர்கள், கடைக்காரர்கள் அந்த மனிதன் வெளியே ஓடுவதைக் கவனித்திருந்தாலும், அவனை யாராலும் அடையாளம் சொல்ல முடியவில்லை.

இது முட்டாள்தனமான யாரோ ஒருவன் தவறுதலாகச் செய்த செயல்போலத் தோன்றியது. ஏனென்றால், அந்தச் சிலை அவ்வளவு மதிப்பானது இல்லை. இருந்தாலும் இது குறித்து கான்ஸ்டபிளிடம் தெரிவிக்கப்பட்டது. இது குறித்து விசாரிப்பது தேவையற்றது என்றே தோன்றியது."

"இரண்டாவது வழக்கு, மிகவும் தீவிரமானதாகவும் அதில் சில ஒற்றுமைகளும் இருந்தன. அந்தச் சம்பவம் நேற்று இரவுதான் நடந்தது."

கென்னிங்டன் சாலையிலும், மோர்ஸ் ஹட்சன் கடையின் சில நூறு அடி தொலைவிலிருக்கும் தேம்ஸின் தெற்குப் பகுதியில் டாக்டர் பார்னிகாட் என்ற மருத்துவர் வசித்து வருகிறார். அவரது குடியிருப்பும், மருத்துவ ஆலோசனை அறையும் கென்னிங்டன் சாலையில்தான் உள்ளது. ஆனால் அவருக்கு இரண்டு மைல் தொலைவிலுள்ள லோயர் பிரிக்ஸ்டன் சாலையில் ஓர் அறுவைச் சிகிச்சை கிளையும், மருந்தகமும் உள்ளது. இந்த டாக்டர் பார்னிகாட் மாவீரன் நெப்போலியன்மீது ஆர்வமுள்ள மனிதர். அவரது வீடு முழுவதும் பிரெஞ்சுப் பேரரசரின் புத்தகங்கள், படங்கள், நினைவுச்சின்னங்கள் உள்ளன. சிறிது நாள்களுக்கு முன்பு அவர் மோர்ஸ் ஹட்சனிடமிருந்து பிரெஞ்சு சிற்பி டெவைனால் புகழ்பெற்ற நெப்போலியன் தலையின் இரண்டு நகல் பிளாஸ்டர் வார்ப்புச் சிலையை வாங்கினார். இவற்றில் ஒன்றை அவர் கென்னிங்டன் சாலையிலுள்ள அவரது வீட்டிலும், மற்றொன்றை லோயர் பிரிக்ஸ்டனில் அறுவைச் சிகிச்சையின் உறையிலும் வைத்தார். இன்று காலை டாக்டர் பார்னிகோட் வீட்டிற்குத் திரும்புபோது இரவு நேரத்தில் அவரது வீடு திருடப்பட்டிருப்பதைக் கண்டு அதிர்ச்சியடைந்தார். ஆனால் ஹாலிலிருந்து நெப்போலியன் பிளாஸ்டர் சிலையைத் தவிர வேறு எதுவும் எடுக்கப்படவில்லை. அது திருடப்பட்டு தோட்டச் சுவரில் காட்டுமிராண்டித்தனமாக அடித்து நொறுக்கி உடைக்கப்பட்டுள்ளது. அதன் பிளவுபட்ட துண்டுகள் அங்கு கண்டுபிடிக்கப்பட்டன.

ஹோம்ஸ் கைகளைத் தடவிக்கொண்டு, "இது நிச்சயமாக மிகவும் புதுமையாக இருக்கிறது." என்று கூறினார்.

'இந்த வழக்கு உங்களுக்கு சுவாரஸ்யத்தை ஏற்படுத்தும் என்பதை அறிவேன். ஆனால் நான் இன்னும் முடிக்கவில்லை. டாக்டர் பார்னிகோட் தனது அறுவைச் சிகிச்சைக்குப் பன்னிரண்டு மணிக்கு வந்தார். அங்கு வந்தபோது, இரவில் ஜன்னல் திறக்கப்பட்டிருப்பதையும், அவரது இரண்டாவது நெப்போலியன் சிலை உடைந்த துண்டுகள் சிதறிக் கிடப்பதைப் பார்த்து அவர் ஆச்சரியமடைந்தார். இரண்டு சந்தர்ப்பங்களிலும் சிலையை உடைத்த குற்றவாளியோ அல்லது பைத்தியமோ எந்தத் துப்பையும் கொடுக்கவில்லை. மிஸ்டர் ஹோம்ஸ், இது வரைக்கும்தான் தகவல்கள் கிடைத்துள்ளன."

"உண்மையில், டாக்டர் பார்னிகோட்டின் அறைகளில் உடைக்கப்பட்ட இரண்டு நெப்போலியன் சிலையும், மோர்ஸ் ஹட்சனின் கடையில் உடைக்கப்பட்ட சிலையும் ஒரே மாதிரியான நகல்களாக இருந்ததா?"

"ஆமாம். ஒரே அச்சிலிருந்து உருவானவைதான்."

"அப்படியென்றால், அவற்றை உடைக்கும் மனிதன் நெப்போலியன் மீதான வெறுப்பின் காரணமாகவே செய்கிறான் என்று சொல்ல முடியாது. லண்டனில் எத்தனை நூற்றுக்கணக்கான நெப்போலியன் சிலைகள் இருக்கும்போது ஏன் ஒரே மார்பளவு இருக்கும் மூன்று மாதிரிகளை மட்டும் உடைத்திருப்பது தற்செயல் நிகழ்வு போன்றதாகத் தெரியவில்லை."

"நீங்கள் சொல்லுவதைப் போலத்தான் எனக்கும் தோன்றுகிறது. லண்டனில் பல நூற்றுக்கணக்கான சிலைகள் இருந்தாலும், அந்த இடத்திலிருக்கும் இந்த மூன்று சிலைகள் மட்டுமே இருந்திருக்க வாய்ப்புள்ளது. அப்படியென்றால், அந்த பகுதியைச் சேர்ந்த ஒருவன் மட்டுமே செய்திருக்க வேண்டும் என்று நினைக்கிறேன். டாக்டர் வாட்சன், நீங்கள் என்ன நினைக்கிறீர்கள்?" என்று லெஸ்ட்ரேட் கேட்டார்.

“இதை மனநிலை பாதிக்கப்பட்டவர் செய்ததாகத் தோன்றவில்லை.” என்று நான் பதிலளித்தேன். “நவீன பிரெஞ்சு உளவியலாளர்கள் ‘ஐடி ஃபிக்ஸ்’ என்று அழைக்கும் ஒரு மனநிலையைப் பற்றிக் கூறியிருக்கிறார்கள். பார்ப்பதற்கு நன்றாகத் தெரிந்தாலும் இதுபோன்று அற்பமான காரியத்தில் ஈடுபடுவார்கள். நெப்போலியனைப் பற்றி ஆழமாகப் படித்தவரோ அல்லது பெரும் போரினால் பாதிக்கப்பட்ட காயங்களைப் பெற்றிருந்ததாலோ, அத்தகைய ‘ஐடி ஃபிக்ஸ்’ மனநிலை உருவாகி, நெப்போலியன் சிலையை உடைத்து அவர் மீதிருக்கும் அதீதமான கோபத்தைத் தீர்த்துக்கொண்டிருக்கலாம்.”

“அப்படியிருப்பதாகத் தெரியவில்லை. இந்த மார்பளவு நெப்போலியன் உடைக்கப்படுவதற்கும், ஐடி ஃபிக்ஸ் மனநிலைக்கும் எந்த அளவிலும் சம்மந்தமில்லை.” என்று ஹோம்ஸ் தலையை ஆட்டி பதிலளித்தார்.

“அதை எப்படிச் சொல்கிறீர்கள்?”

“இதற்கு என்னால் சரியான விளக்கம் அளிக்கத் தெரியவில்லை. ஆனால் இந்த விசித்திரமான மனிதனின் நடவடிக்கைகளில் ஒரு குறிப்பிட்ட முறை இருப்பதைக் கவனிக்கிறேன். உதாரணத்திற்கு, டாக்டர் பார்னிகோட் ஹாலில், சிறு சத்தம் அனைவரையும் எழுப்பக்கூடும் என்பதால் சிலை வெளியே எடுத்துச்செல்லப்பட்டு உடைக்கப்பட்டிருக்கிறது. அதேசமயம் அறுவைச் சிகிச்சையில் யாரும் இல்லாததால் ஆபத்து குறைவாக இருந்த இடத்தில் உடைக்கப்பட்டிருக்கிறது. இதை மனநிலை பாதிக்கப்பட்டவன் செய்ததாகத் தோன்றவில்லை. ஆனால் என்னுடைய சில உன்னதமான வழக்குகளில் ஒரு விதமான நம்பிக்கைக்குரிய விஷயம் என் மனதில் தோன்றும். அதை அற்பமானவை என்று சொல்ல முடியாது. வாட்சன், அபெர்னெட்டி குடும்பத்தில் நடந்த பயங்கரமான சம்பவத்தின் வழக்கு முதலில் என் கவனத்திற்கு எப்படி வந்தது என்பது உங்களுக்கு நினைவிருக்கும். அதனால் லெஸ்ட்ரேட், உங்கள் உடைந்த மூன்று சிலையைக் குறித்து என்னால் முழுமையாகக் கூற முடியவில்லை. மேலும் இந்த வழக்கில் ஏதேனும் புதிய

முன்னேற்றங்கள் இருந்தால் எனக்குத் தெரியப்படுத்தினால் நான் கடமைப்பட்டவனாக இருப்பேன்" என்றார்.

என் நண்பர் எதிர்ப்பார்த்த வழக்கின் வளர்ச்சி அவர் கற்பனை செய்ததைவிட விரைவாக வந்தது. அடுத்தநாள் காலை என் படுக்கையறையில் ஆடை அணிந்து கொண்டிருந்தேன். ஹோம்ஸ் கதவைத் தட்டி உள்ளே நுழைந்தார். அவரது கையில் ஒரு தந்தி இருந்தது. அவர் அதைச் சத்தமாக வாசித்தார்:

உடனடியாக வாருங்கள், 131, பிட் தெரு, கென்னிங்டன்.

லெஸ்ட்ரேட்.

"எதற்காக அவசரமாக அழைத்திருக்கிறார்?" என்று நான் கேட்டேன்.

"தெரியாது – எது வேண்டுமானாலும் இருக்கலாம். ஆனால் இது நெப்போலியன் சிலையைப் பற்றியது என்று நான் நினைக்கிறேன். அப்படியென்றால், நமது நண்பர் லண்டனில் மற்றொரு வீட்டில் சிலையை உடைத்திருக்க வேண்டும். வாட்சன்! டேபிளில் காபி இருக்கிறது. நான் வாசலிலிருக்கும் வண்டியில் காத்திருக்கிறேன்." என்றார்.

அரை மணிநேரத்தில் நாங்கள் லண்டனில் வேகமான நீரோட்டங்களில் ஒன்றான பிட் ஸ்ட்ரீட்டை அடைந்தோம். எண்.131 வீடு அங்கிருந்த வீட்டு வரிசைகளில் ஒன்றாக இருந்தது. அனைத்தும் தட்டையான குடியிருப்புகளாக இருந்தது. நாங்கள் வீட்டை அடைந்தபோது, வீட்டின் முன் பலர் கூட்டமாக நின்றுகொண்டிருந்தார்கள்.

அதிகாரி, "மிகக் கொடூரமான கொலை நடந்திருக்கிறது. முன்பக்க ஜன்னலில் மிஸ்டர் லெஸ்ட்ரேட் விசாரித்துக்கொண்டிருக்கிறார்." என்றார்.

அந்த அதிகாரி மிகவும் கடுமையான முகத்துடன் எங்களை வரவேற்று உட்காரும் அறைக்குள் காட்டினார். அங்கு மிகவும் கிளர்ச்சியடைந்த ஒரு முதியவர் குறுக்கும் நெடுக்குமாக நடந்துகொண்டிருந்தார். அவர்தான் அந்த வீட்டின் உரிமையாளர் ஹோரேஸ் ஹார்கர். சென்ட்ரல் பிரஸ் சிண்டிகேட் பணிபுரிகிறார்.

தமிழில் : குகன் ● 33

“இது மீண்டும் நெப்போலியன் சிலையை உடைப்பவனின் வேலைதான். நேற்றிரவு இந்த வழக்கு குறித்து நீங்கள் ஆர்வமாக இருந்ததால், உங்களை இங்கு வரவழைத்தேன். நிலைமை மோசமாக மாறியிருக்கிறது.” என்று லெஸ்ட்ரேட் கூறினார்.

“அப்படி என்ன நடந்தது?”

“கொலை. மிஸ்டர் ஹர்கர், என்ன நடந்தது என்பதை இவர்களிடம் கூறுங்கள்.”

அந்த முதியவர் சோகமான முகத்துடன் எங்களை நோக்கித் திரும்பினார்.

“இது ஒரு அசாதாரணமான விஷயம். என் வாழ்நாள் முழுவதும் நான் மற்றவர்களின் செய்திகளைச் சேகரித்து வருகிறேன். இப்போது ஒரு செய்தி என் சொந்த வாழ்க்கையில் நடக்குமென்று எதிர்ப்பார்க்கவில்லை. இதை என்னால் இரண்டு வார்த்தைகளில் சொல்ல முடியாது. இங்கு நான் ஒரு பத்திரிகையாளராக வந்திருந்தால், மாலைப் பத்திரிகையில் இரண்டு பத்திகளை எழுதியிருப்பேன். ஆனால் என் வீட்டில் நடந்த இந்தச் சம்பவத்தைச் சொல்ல வார்த்தைகளற்றுத் தடுமாறுகிறேன். இருப்பினும், உங்கள் பெயரை நான் கேள்விப்பட்டிருக்கிறேன், மிஸ்டர் ஷெர்லாக் ஹோம்ஸ். நடந்ததைக் கூறிய பிறகு, இது எதற்காக நடந்ததென்று நீங்கள்தான் எனக்குச் சொல்ல வேண்டும்.” என்று அவர் கூறினார்.

ஹோம்ஸ் அமர்ந்து அவர் சொல்லுவதைக் கேட்டுக் கொண்டிருந்தார்.

நான்கு மாதங்களுக்கு முன்புதான் நெப்போலியனின் மார்பளவுச் சிலையை வாங்கினேன். ஹை ஸ்ட்ரீட் ஸ்டேஷனிலுள்ள ஹார்டிங் பிரதர்ஸிடமிருந்து மலிவான விலையில் எடுத்தேன். எனது பத்திரிகை வேலைகளில் அடுத்த நாள் அதிகாலை செய்திகள் தர வேண்டுமென்பதால் நான் இரவில் பெரும்பகுதி வேலை செய்ய வேண்டியதாக இருக்கும். அப்படித்தான் இன்றைய இரவும் இருந்தது.

நான் மூன்று மணியளவில் வீட்டின் மேற்புறத்தில் வேலை செய்துகொண்டிருக்கும்போது ஒரு சத்தம் கேட்டது. எதோ வெளியிலிருந்து வருகிறது என்று அலட்சியமாக இருந்துவிட்டேன். ஐந்து நிமிடங்களுக்குப் பிறகு திடீரென்று மிகவும் பயங்கரமான சத்தம் வந்தது. நான் கேட்டதிலேயே மிகவும் பயங்கரமான சத்தம். நான் வாழும்வரை அது என் காதுகளில் ஒலிக்கும். ஓரிரு நிமிடங்கள் திகிலுடன் உறைந்திருந்தேன். பின்னர் நான் கீழே சென்றபோது ஜன்னல் அகலமாகத் திறந்திருப்பதைக் கண்டேன். நெப்போலியன் சிலை காணாமல் போயிருந்தது. ஒரு திருடன் விலை மதிப்பில்லாத சிலையைத் திருட எதற்காக இவ்வளவு தூரம் மெனக்கெட வேண்டும் என்று புரியவில்லை.

"அந்தத் திறந்த ஜன்னல் வழியாக வெளியே சென்று முன் வாசல் வழியாகத் தப்பிக்க நினைக்கிறான் என்பது தெளிவாகத் தெரிந்ததால், நான் அவனைப் பிடிக்க ஓடிக் கதவைத் திறந்தேன். அப்போது இருட்டில் ஒரு மனிதன் படுத்திருப்பதைப் பார்த்தேன். நான் வெளிச்சத்தை அந்த மனிதனின் உடல் பக்கம் திரும்பிப் பார்க்கும்போது, அவன் தொண்டையில் காயம் ஏற்பட்டு இறந்திருந்தான். பயத்தில் நான் போலீஸ்-விசிலை அலாரமாக ஊதுவதற்கு நேரம் கிடைத்தது. பின்னர் நான் மயக்கமடைந்திருக்க வேண்டும். ஏனென்றால் நான் கண் விழிக்கும்போது, என் ஹாலில் போலீஸ்காரர் நிற்பதைக் கண்டேன்." என்று விவரித்து முடித்தார்.

"சரி, கொலை செய்யப்பட்டவர் யார் என்று தெரிந்ததா?" ஹோம்ஸ் கேட்டார்.

"அவர் யார் என்பது தெரியவில்லை." என்று லெஸ்ட்ரேட் கூறினார். "நீங்கள் பிணவறையில் உடலைப் பார்ப்பீர்கள். ஆனால் நாங்கள் இதுவரை அதுபோல எதுவும் செய்யவில்லை. அவர் ஒரு உயரமான மனிதர், மிகவும் பலசாலியாகத் தெரிகிறார், வயது முப்பதுக்கு மேல் இருக்காது. மோசமாக உடையணிந்துள்ளார். கொக்கி போன்ற கத்தி அவரது அருகில் ரத்த வெள்ளத்தில் கிடந்தது. அது அவரைக் கொலை செய்த ஆயுதமா அல்லது

இறந்தவனுடையதா என்று இன்னும் விசாரிக்கவில்லை. அவரது ஆடையில் பெயர் எதுவும் இல்லை. பைகளில் ஆப்பிள், லண்டன் வரைபடம், பிறகு இந்தப் புகைப்படம் இருந்தது."

இது ஒரு சிறிய கேமராவில் எடுக்கப்பட்ட படம். அதில், தடிமனான புருவங்கள்கொண்ட மனிதனின் உருவம் இருந்தது.

"நெப்போலியன் சிலை என்ன ஆனது?" இந்தப் புகைப்படத்தை ஆய்வுசெய்த பிறகு ஹோம்ஸ் கேட்டார்.

"நீங்கள் வருவதற்குச் சற்று நேரத்திற்கு முன்புதான் அது பற்றிய செய்திகள் கிடைத்தது. கேம்ப்டன் ஹவுஸ் வீதி யிலுள்ள காலி வீட்டின் முன் தோட்டத்தில் அது துண்டு துண்டாக உடைக்கப்பட்டது கண்டுபிடிக்கப்பட்டுள்ளது. அதைப் பார்க்கச் செல்கிறேன். நீங்கள் வருகிறீர்களா?"

"நிச்சயமாக வருகிறேன். அதற்குமுன் இந்த இடத்தை ஆராய வேண்டும்." என்று கூறினார். ஜன்னலை ஆராய்ந்த பிறகு, "சிலை உடைக்கும் நபர் நீண்ட கால்கள் கொண்டவன். மிகவும் சுறுசுறுப்பான மனிதன்" என்றார். "ஜன்னலுக்குக் கீழே ஒரு பகுதி இருப்பதால், அதன் விளிம்பை அடைந்து திறப்பது சாதாரண விஷயமல்ல. மிஸ்டர் ஹர்கர், உங்கள் சிலை உடைக்கப்பட்ட இடத்திற்குச் செல்கிறோம். நீங்கள்?"

அமைதியற்ற பத்திரிகையாளர் எழுதும் மேஜையில் அமர்ந்திருந்தார்.

"இல்லை. இந்தச் சம்பவம் குறித்து மாலை பத்திரிகையில் முழு விவரங்களுடன் ஏற்கெனவே வெளிவந்துவிட்டது. இருந்தாலும், என் சார்பில் எங்கள் பத்திரிகைக்குச் செய்திகளை எழுதி அனுப்பியாக வேண்டும். உங்களுக்கு டான்காஸ்டரில் ஸ்டாண்ட் விழுந்தது உங்களுக்கு நினைவிருக்கிறதா? அதை முதல் எழுதி வெளியிட்ட பத்திரிகையாளர் நான்தான். இப்போது நான் என் சொந்த வீட்டு வாசலில் ஒரு கொலையைப் பதிவு செய்ய மிகவும் தாமதமாகிவிட்டது." என்றார்.

நாங்கள் அறையைவிட்டு வெளியேறும்போது, அவர் தனது பேனாவால் நடந்ததை விறுவிறுப்பாக எழுதத் தொடங்கினார்.

நெப்போலியனின் மார்பளவுச் சிலை துண்டுகள் கண்டுபிடிக்கப்பட்ட இடத்தை, சில நூறு அடிகள் தூரத்தை நாங்கள் ஆராய்ந்தோம். பிறகு, உடைந்த தூள்களைப் பார்த்தோம். நெப்போலியன் பேரரசன்மீது மனதிலுள்ள வெறுப்பின் காரணமாக இதைச் செய்கிறார் என்ற கோணத்தில் அந்த இடத்தைப் பார்த்தேன். அந்தச் சிலை பல தூள்களாகச் சிதறிக் கிடந்தது. ஹோம்ஸ் அவற்றில் பலவற்றை எடுத்துக் கவனமாக ஆராய்ந்தார். கடைசியில் அவருக்கு ஏதோ துப்பு கிடைத்துவிட்டது போன்று முகம் மாறியது. நான் அதை உறுதியாக நம்பினேன்.

"ஏதாவது தெரிந்ததா?" என்று லெஸ்ட்ரேட் கேட்டார்.

ஹோம்ஸ் தோள்களைக் குலுக்கினார்.

"இன்னும் நாம் தெரிந்துகொள்ள வேண்டியது நிறைய இருக்கிறது. இப்போதைக்கு நமக்குத் தெரிந்தது, ஒரு மனிதனின் உயிரைவிட, அந்த நபருக்கு நெப்போலியனின் சிலை மிகவும் முக்கியமானதாக இருந்திருக்கிறது. அப்படி உடைக்க வேண்டுமென்றால் அவன் வீட்டிலே உடைத்திருக்கலாம். ஆனால் வீட்டிலிருந்து இவ்வளவு தொலைவில் வந்து உடைத்திருக்கிறான். இதைப் பற்றியும் நாம் யோசிக்க வேண்டும்." என்று ஹோம்ஸ் விளக்கினார்.

"அவன் சிலையைத் திருடி ஓடிவரும் போது கொலை செய்யப்பட்ட நபரைப் பார்த்திருக்கலாம். தான் மாட்டிக்கொள்ளக் கூடாது என்ற முன்னெச்சரிக்கையில் அவன் கொலை செய்திருக்கலாம்."

"அப்படியும் நடந்திருக்கலாம். ஆனால் சிலை உடைக்கப்பட்ட வீட்டைப் பற்றிய நிலையை உங்கள் கவனத்துக்குக் கொண்டுவர விரும்புகிறேன்."

லெஸ்ட்ரேட் அவரைப் பார்த்தார்.

"இது ஒரு காலி வீடு. அதனால் தோட்டத்தில் உடைத்தபோது அவனை யாரும் தொந்தரவு செய்ய மாட்டார்கள் என்று அவனுக்குத் தெரிந்திருக்கிறது."

"ஆமாம். ஆனால் இதே தெருவில் வெகுதொலைவில் வேறொரு காலி வீடும் உள்ளது."

"அவன் இந்த வீட்டிற்கு வருவதற்கு முன்பு அதையும் பார்த்திருக்க வேண்டும். அவன் சிலையை எடுத்துச் செல்லும்போது ஒவ்வொரு வீட்டையும் கடந்து செல்ல வேண்டியதிருக்கும். அது அவனுடைய அபாயத்தை அதிகப்படுத்தும். அதனால் அருகிலிருக்கும் காலி வீட்டை அவன் தேர்வு செய்திருக்கிறான்."

"நானும் அதையேதான் நினைக்கிறேன்." லெஸ்ட்ரேட் கூறினார்.

ஹோம்ஸ் எங்கள் தலைக்கு மேலே இருந்த தெரு விளக்கைச் சுட்டிக்காட்டினார்.

"மேலும் வீட்டின் இந்தப் பகுதியில் வந்து உடைத்த காரணம் விளக்கின் வெளிச்சத்திற்காகத்தான்."

"ஆமாம். அது உண்மைதான். டாக்டர் பார்னிகோட்டின் வீட்டுச் சிலையும் அவரது சிவப்பு விளக்கின் அருகில்தான் உடைக்கப்பட்டது. சரி, மிஸ்டர் ஹோம்ஸ், அந்த உண்மையை வைத்து நாம் என்ன செய்ய முடியும்?"

"இந்த வழக்கு குறித்து வேறு சில விஷயங்கள் தெரிய வரும்போது, இந்த உண்மைகள் நமக்கு உதவியாக இருக்கலாம். லெஸ்ட்ரேட், இப்போது நீங்கள் என்ன நடவடிக்கைகளை எடுக்கப்போகிறீர்கள்?"

"இறந்த மனிதன் குறித்த அடையாளத்தைத் தெரிந்து கொள்ள வேண்டும். அதைத் தெரிந்துகொள்வதின் மூலம் அவன் நேற்றிரவு பிட் தெருவில் அவர் என்ன செய்து கொண்டிருந்தார் என்பதையும், ஹோரேஸ் ஹார்க்கரின் வீட்டு வாசலில் அவனைச் சந்தித்துக் கொலை செய்தவன் யார் என்பதையும் அறிந்துகொள்வதற்கு உதவியாக இருக்கும் என்று நினைக்கிறேன்."

“உங்கள் அணுகுமுறையை நான் வரவேற்கிறேன். ஆனால் நான் இதை வேறுவிதத்தில் அணுக நினைக்கிறேன்.”

“நீங்கள் எப்படி அணுக விரும்புகிறீர்கள்?”

“என்னுடைய பாதை உங்கள் விசாரணையில் எந்த வகையிலும் பாதிப்பை ஏற்படுத்தக் கூடாது. நீங்கள், உங்கள் பாணியில் செல்லுங்கள். நான் என்னுடைய பாணியில் செல்கிறேன். நமக்குக் கிடைக்கும் தகவல்களைக் கொண்டு ஒப்பிடலாம். அதுவே நம்முடைய விசாரணைக்குத் துணையாக இருக்கும்.” என்று ஹோம்ஸ் கூறினார்.

“மிகவும் நல்லது.” லெஸ்ட்ரேட் பதிலளித்தார்.

“நீங்கள் பிட் தெருவுக்குத் திரும்பிச் சென்றால் திரு ஹோரேஸ் ஹார்க்கரைப் பார்க்கலாம். அவரிடம் நீங்கள் பேரரசன் நெப்போலியன்மீது கொண்ட வெறுப்பின் காரணமாக ஒரு பைத்தியக்காரன் நேற்றிரவு அவனது வீட்டில் இப்படி நடந்துகொண்டான் என்று சொல்லுங்கள். அது அவருடைய கட்டுரைக்குப் பயனுள்ளதாக இருக்கும்.”

லெஸ்ட்ரேட் முறைத்துப் பார்த்தார்.

“அப்படியென்றால் நீங்கள் சொல்வது உண்மையில்லையா?”

ஹோம்ஸ் சிரித்தார்.

“நான் நம்பவில்லை. ஆனால் இது ஹோரேஸ் ஹார்கர், சென்ட்ரல் பிரஸ் சிண்டிகேட்டின் பத்திரிகைச் சந்தாதாரர்களுக்கு ஆர்வத்தை ஏற்படுத்தும் என்பதை நான் உறுதியாக நம்புகிறேன். இப்போது, வாட்சன், நமக்கு முன்னால் நீண்ட சிக்கலான ஒரு நாள் வேலை இருக்கிறது. லெஸ்ட்ரேட், நீங்கள் இன்று மாலை ஆறு மணிக்கு பேக்கர் தெருவில் எங்களைச் சந்திக்க வந்தால் நான் மகிழ்ச்சியடைவேன். அதுவரை இறந்தவரின் சட்டைப் பையில் கிடைத்த புகைப்படத்தை வைத்துக்கொள்ள விரும்புகிறேன். எனது அனுபவத்தின் பெயரில் சொல்ல வேண்டுமென்றால், இன்றிரவு நீங்கள் என்னுடன் பயணம் செய்ய வேண்டியதிருக்கும். அதுவரை குட்–பை, குட் லக்!'

நானும் ஷெர்லாக் ஹோம்ஸும் ஒன்றாக ஹை ஸ்ட்ரீட்டிற்கு நடந்தோம். அங்கு அவர் சிலை வாங்கப்பட்ட ஹார்டிங் பிரதர்ஸ் கடையில் நின்றார். அங்கு, ஓர் இளம் உதவியாளர் திரு. ஹார்டிங் நண்பகல்வரை வர மாட்டார் என்றும், தான் புதிய ஊழியன் என்பதால் தனக்கு எந்தத் தகவலும் தெரியாது என்றும் கூறினார். ஹோம்ஸ் முகத்தில் ஏமாற்றம் தெரிந்தது.

"நாம் நினைப்பதெல்லாம் ஒரே சமயத்தில் நடப்பதில்லையே வாட்சன்." என்று கூறி, "மிஸ்டர் ஹார்டிங் மதியத்திற்கு மேல்தான் வருவார் என்றால், நாம் இங்கு காத்திருந்து நேரத்தை வீணாக்க வேண்டாம். கென்னிங்டன் சாலையில் இருக்கும் திரு மோர்ஸ் ஹட்சனின் கடையில் ஏதாவது துப்பு கிடைக்கிறதா என்று பார்ப்போம்." என்று சொல்லி முடித்தார்.

ஒரு மணிநேரத்தில் நாங்கள் அந்தக் கடையை அடைந்தோம். அந்த வியாபாரி சிவந்த முகத்துடனும் சிறிய தடித்த மனிதராகவும் தெரிந்தார்.

"ஆமாம் சார். எங்கள் கடையில்தான் அந்தச் சிலை உடைக்கப்பட்டது. டாக்டர் பார்னிகாட்டினிக்கும் கூட இரண்டு சிலைகளை விற்றது நாங்கள்தான். இந்த அவமானத்தைச் செய்தது கண்டிப்பாகச் சிவப்பு குடியரசுக் கட்சிக்காரர்களாகத்தான் இருக்க வேண்டும். மேலும், இந்தச் சிலைகளை யாரிடமிருந்து வாங்கினேன் என்ற உங்கள் கேள்விக்கும், நடந்த இந்தச் சம்பவத்திற்கும் என்ன தொடர்பென்று எனக்குத் தெரியவில்லை. சரி, நீங்கள் தெரிந்துகொள்ள விரும்புவதால், இதை ஸ்டெப்னியின் சர்ச் ஸ்ட்ரீட்டில் உள்ள Gelder – Co.-வில் வாங்கினேன். பல வருடங்கள் இந்த வர்த்தகத்தில் இருக்கிறார்கள். அவர்களிடமிருந்துதான் மூன்று சிலைகளை வாங்கினேன். இரண்டு சிலையை டாக்டர் பார்னிகாட்டிலும், ஒன்று என் கடையிலும் உடைக்கப்பட்டது." என்று விளக்கிக் கூறினார்.

பிறகு, ஹோம்ஸ் புகைப்படத்தைக் காட்டி அவரைப் பற்றி விசாரித்தார்.

"ம்ம்... தெரியும். இவன் பெயர் பெப்போ! எங்கள் கடையில் சில நாட்கள் வேலைச் செய்தான். கடந்த வாரம் வேலையிலிருந்து நின்றான். அவன் எங்கிருந்து வந்தார், எங்கு சென்றான் என்று எனக்குத் தெரியவில்லை. நானும் அவனிடம் எதுவும் கேட்கவில்லை. அவன் பணியில் இருக்கும்போது எந்தத் தொந்தரவும் கொடுக்கவில்லை. நெப்போலியன் சிலை உடைக்கும் சம்பவத்திற்கு இரண்டு நாள் முன்புதான் அவர் சென்றான்."

"மோர்ஸ் ஹட்சனிடமிருந்து நமக்குத் தேவையான தகவல்கள் கிடைத்திருக்கிறது." என்று ஹோம்ஸ் கடையிலிருந்து வெளியே வரும்போது கூறினார். "கென்னிங்டன், கென்சிங்டன் இந்த இரண்டு இடத்திற்கும் பொதுவான காரணியாக இந்த பெப்போ இருக்கிறான். இதைத் தெரிந்துகொள்ள நமக்குப் பத்து மைல் பயணம் உதவியிருக்கிறது. வாட்சன், இப்போது நாம் ஸ்டெப்னியில் இருக்கும் Gelder – Co., நிறுவனத்திற்குச் செல்வோம். அங்குதான் நெப்போலியன் சிலை உருவாக்கப்பட்டிருக்கிறது. அங்கு நமக்கு மேலும் பல தகவல் கிடைக்குமென்று நினைக்கிறேன்.

வேகமாக லண்டன் நகரத்திற்கு வெளியே இருக்கும் நதிக்கரையைக் கடந்து சிலைகள் செய்யும் தொழிற்சலைக்கு வந்தோம். அங்கு ஏறக்குறைய ஐம்பது தொழிலாளர்கள் பணிபுரிந்து கொண்டிருந்தார்கள். அவர்களின் மேலாளர் ஒரு ஜெர்மானியன். அவர் எங்களை நாகரீகமாக வரவேற்றதுடன், ஹோம்ஸ் கேட்ட அனைத்துக் கேள்விகளுக்கும் தெளிவாகப் பதிலளித்தார். நெப்போலியனின் தலையைப் பளிங்கு நகலில் எடுத்து, பின்பு அதை ஒட்ட வைத்து மற்ற கடைகளுக்கு அனுப்பிய விவரங்களைக் கூறினார். ஒரு வருடத்திற்கு முன்பு செய்யப்பட்ட ஆறு சிலைகளில் மூன்று மோர்ஸ் ஹட்சனுக்கு அனுப்பப்பட்டதாகவும், மற்ற மூன்றும் கென்சிங்டனின் ஹார்டிங் பிரதர்ஸுக்கு அனுப்பப்பட்டதாகவும் நோட்புக்கிலிருக்கும் பதிவுகளைப் பார்த்துக் கூறினார். அந்த ஆறு சிலையை உடைத்ததற்கான காரணத்தை அந்த மேலாளரால் சொல்ல முடியவில்லை.

அதன் விலை ஆறு வெள்ளியாக இருந்தது. அதை விற்கும் சில்லறை விற்பனையாளருக்குப் பன்னிரண்டு வெள்ளிக்கு மேல் கிடைக்கும். இங்கு சிலைகளை ஒட்ட வைக்கும் பணியை இத்தாலியர்கள் செய்து வந்தனர். அதை உலர்த்திக் காய வைத்தப் பிறகு விற்பனைக்கு அனுப்பப்படும் என்பது போன்ற விவரம் வரைதான் அவரால் சொல்ல முடிந்தது.

ஹோம்ஸ் தனது பாக்கெட்டிலிருக்கும் புகைப்படத்தை எடுத்து அந்த மேலாளரிடம் காட்டியப்போது அவரது முகம் கோபத்தால் சிவந்தது. அவரது புருவங்கள் மேலே சென்றது.

"அட, அயோக்கியனா! இவனை எனக்கு நன்றாகத் தெரியும். இது ஒரு மரியாதைக்குரிய ஸ்தாபனமாக இருந்தது. இவனால் ஒரு முறை காவல்துறையினர் வந்து மிகவும் கபளிகரமாக மாறியது. அது நடந்து ஒரு வருடத்திற்கு மேல் இருக்கும் என்று நினைக்கிறேன். சக இத்தாலியப் பணியாளரைக் கத்தியால் குத்தி, பின்பு போலீஸ் அவனை கைது செய்து அழைத்துச்சென்றனர். இவனுடைய பெயர் பெப்போ. தந்தையின் பெயர் நினைவில் இல்லை. அவன் மோசமான மனிதனாக இருந்தாலும், நல்ல தொழிலாளி." என்று அந்த மேலாளர் பெப்போவைக் குறித்துக் கூறினார்.

"அவனுக்கு என்ன தண்டனை கிடைத்தது?"

"ஒரு வருடம் சிறைத்தண்டனை கொடுக்கப்பட்டது. இந்நேரம் சிறையிலிருந்து விடுதலையாகி இருப்பான். கைதான பிறகு அவன் இங்கு வரவில்லை. இப்போது எங்கு இருக்கிறான் என்ற தகவலும் தெரியவில்லை. அவனுடைய உறவினர் ஒருவர் இங்கு வேலை செய்கிறார். வேண்டுமானால் அவரிடம் கேட்டு உங்களுக்குத் தகவல் கொடுக்கச் சொல்கிறேன்."

"வேண்டாம். வேண்டாம். அந்த உறவினரிடம் இது குறித்து ஒரு வார்த்தைகூடப் பேச வேண்டாம். விஷயம் அவ்வளவு முக்கியமானது. உங்கள் விற்பனைப் பதிவேட்டில், இந்தச் சிலைகள் விற்பனையான தேதி கடந்த ஆண்டு ஜூன் 3ஆம் தேதி என்று குறிப்பிடப்பட்டிருப்பதைக் கவனித்தேன். பெப்போ கைது செய்யப்பட்ட தேதியை எனக்குத் தர முடியுமா?"

“சம்பளப் பட்டியலை வைத்து நான் உங்களுக்குச் சொல்ல முடியும்.” என்று மேலாளர் பதிலளித்தார். “இதோ, கடந்த ஆண்டு மே 20 அன்று சம்பளம் வழங்கப்பட்டுள்ளது.” என்று அவர் சில பக்கங்களைப் புரட்டிய பிறகு கூறினார்.

“நன்றி. உங்கள் பொன்னான நேரத்தில் எங்களுக்குத் தேவையான தகவல்களைக் கொடுத்திருக்கிறீர்கள்.” என்று கூறினார். அந்த விசாரணையில் என்ன தகவல் கிடைத்தது என்று அவர் கூறவில்லை.

ஓர் உணவகத்தில் அவசரமாக மதிய உணவை உண்டோம். அப்போது, நுழைவாயிலில் ஒரு செய்தித்தாளில், ”கென்சிங்டன் சீற்றம். ஒரு பைத்தியக்காரனால் நடந்த கொலை.” என்ற தலைப்புச் செய்தி இருந்தது. அதன் உள்ளடக்கத்தை எழுதியது ஹோரேஸ் ஹார்க்கர் என்று அச்சிடப்பட்டிருந்தது. இரண்டு நெடு பத்திகளில் முழுச் சம்பவத்தையும் சுவாரஸ்யமாகச் சொல்லியிருந்தார். அதைப் படித்த ஹோம்ஸ் ஓரிரு முறை சிரித்தார்.

“இதைப் படியுங்கள். இந்த விஷயத்தில் நமக்குக் கருத்து வேறுபாடுகள் இருக்காது. ’அதிகாரப்பூர்வப் படையின் அனுபவம் வாய்ந்த உறுப்பினர்களில் ஒருவரான திரு. லெஸ்ட்ரேட், நன்கு அறியப்பட்ட ஆலோசனை நிபுணர் திரு. ஷெர்லாக் ஹோம்ஸ் ஆகியோர் குற்றவாளி மனநிலை பாதிக்கப்பட்டவர் என்று கூறியிருக்கிறார்கள்.” எனச் சொல்லி முடித்தார். “மனநிலை பாதிக்கப்பட்டவர் என்பதைத் தவிர வேறு எந்த விளக்கமும் இந்த உண்மைகளை மறைக்க முடியாது. வாட்சன்! செய்தித்தாள் மிகவும் மதிப்புமிக்க ஆயுதம் என்று சொல்லலாம். இதை எவ்வாறு பயன்படுத்துவது என்பது தெரிந்தால் மட்டுமே பல உண்மைகளை வெளியே கொண்டுவர முடியும். இப்போது, நாம் கென்சிங்டனுக்குச் செல்வோம். அங்கிருக்கும் ஹார்டிங் பிரதர்ஸின் மேலாளர் சொல்லப் போகும் உண்மைகளில் மேலும் பல விஷயங்கள் கிடைக்கும்.”

ஹார்டிங் பிரதர்ஸ் மிகப் பெரிய நிறுவனமாக இருந்தது. அதன் மேலாளர் பார்ப்பதற்குச் சிறிய மனிதர் போலத்

தெரிந்தாலும், மிக சுறுசுறுப்பாக இருந்தார். எங்கள் கேள்விகளுக்குத் தெளிவான பதிலளித்தார்.

"வணக்கம் சார். நான் ஏற்கெனவே மாலைப் பத்திரிகையைப் படித்துவிட்டேன். ஹோரேஸ் ஹார்கர் எங்களின் வாடிக்கையாளர்தான். சில மாதங்களுக்கு முன்பு நெப்போலியன் சிலையை விற்பனை செய்தோம். ஸ்டெப்னியின் Gelder & Co. நிறுவனத்திடமிருந்து அந்த மூன்று வகையான சிலைகளை ஆர்டர்செய்து, அவை அனைத்தும் விற்கப்பட்டுள்ளது."

"யாருக்கு?"

"ஓ.. எங்களின் விற்பனைப் புத்தகத்தைத் தயாராக வைத்திருக்கிறேன். இதோ இங்கு உள்ளது. ஒன்று ஏற்கெனவே கூறியதுபோல் திரு. ஹர்கருக்கு, மற்றொன்று சிஸ்விக்கின் லேபர்னம் லாட்ஜிலுள்ள திரு. ஜோசியா பிரவுனுக்கு, இறுதியாக ஒன்று லோயர் க்ரோவ் ரோடு ரீடிங்கிலுள்ள மிஸ்டர் சாண்டேஃபோர்ட் என்பவருக்கு." என்றார்.

ஹோம்ஸ் புகைப்படத்தைக் காட்டி, அதிலிருக்கும் நபரைப் பற்றி விசாரித்தபோது தனக்குத் தெரியாது என்று பதிலளித்தார்.

"உங்களிடம் இத்தாலியர்கள் பணிபுரிகிறார்களா?"

"ஆமாம் சார். அக்கௌண்ட்ஸிலும், துப்புரவுப் பணியிலும் இத்தாலியர்கள் பணிபுரிகிறார்கள்."

"சரி. இது மிகவும் விசித்திரமான வழக்கு. மேலும் வேறு தகவல் எதுவும் கிடைத்தால் நீங்கள் எங்களுக்குத் தெரிவிப்பீர்கள் என்று நம்புகிறேன்." என்று ஹோம்ஸ் அங்கிருந்து செல்லலாம் என்பதுபோன்று கண் ஜாடைகாட்டினார்.

திரு ஹார்டிங்கின் சாட்சியத்தின் போது ஹோம்ஸ் பல குறிப்புகளை எடுத்துக்கொண்டார். அவருக்குக் கிடைத்த விவகாரங்களில் முழுத் திருப்தி அடைந்தது போன்று தெரிந்தது. எங்களால் அதைப் பற்றிப் பேச நேரமில்லை. எங்களுக்காக லெஸ்ட்ரேட் காத்திருப்பார் என்பதால் நாங்கள் அவசரமாக பேக்கர் தெருக்குச் சென்றோம்.

எங்களுக்கு முன்பே லெஸ்ட்ரேட் அங்கு இருந்தார். மேலும் அவர் பொறுமையில்லாமல் மேலும் கீழும் நடப்பதைப் பார்க்க முடிந்தது.

"ஹோலோ ஹோம்ஸ்! உங்கள் விசாரணையில் ஏதாவது முன்னேற்றம் கிடைத்ததா?" அவர் கேட்டார்.

"இன்றைய நாள் முழுவதும் பிஸியாக இருந்தோம். எங்கள் விசாரணை எதுவும் வீணாகவில்லை. சிலையை விற்பனை செய்வரையும், உற்பத்திச் செய்பவரையும் விசாரித்து வந்தோம்." என்று என் நண்பர் தனது விசாரணையைப் பற்றிக் கூறினார்.

"நீங்கள் சிலையைப் பற்றித் தேடிப் பின்னால் சென்றி யிருக்கிறீர்கள். நாங்கள் உங்களைவிட விசாரணையில் ஒரு படி முன்னே சென்றிருக்கிறேன். இறந்தவர் யார் என்று அடையாளம் தெரிந்துவிட்டது." என்றார்.

"அப்படியா!!"

"மேலும், குற்றத்திற்கான காரணத்தைக் கண்டுபிடித்தேன்."

"அருமை!"

"எங்களிடம் இருந்த இன்ஸ்பெக்டர் ஹில், இறந்த மனிதனின் கழுத்தில் இருந்த கத்தோலிக்கச் சின்னத்தையும், அவருடைய நிறத்தையும் வைத்துத் தெற்கிலிருந்து வந்தவர் என்று கூறினார். அவருக்கு அவனைத் தெரிந்திருந்தது. அவரது பெயர் பியட்ரோ வெனுச்சி. நேபிள்ஸைச் சேர்ந்தவர் என்றும், அவர் லண்டனிலுள்ள மிகப் பெரிய மாஃபியாவுடன் தொடர்புகொண்டவர் என்று கூறினார். மாஃபியாவைப் பற்றி உங்களுக்குத் தெரிந்திருக்கும். அது ஒரு ரகசியம் சமூகம். தலைமையிலிருந்து வரும் ஆணைகளைக் கொண்டு கொலை, கொள்ளை செயல்படுத்துகிறது. இதன் பிறகு விவரங்கள் தெளிவாக உள்ளது. இவனைக் கொலைச் செய்தவன் இத்தாலியராகவும், அந்த மாஃபியாவின் உறுப்பினராகவும் இருக்கலாம். கொலை செய்தவன் மாஃபியாவின் விதிகளை மீறியிருக்க வேண்டும். அவனைக் கொலைச் செய்வதற்காக பியட்ரோ அனுப்பப்பட்டிருக்கலாம். பியட்ரோவைக்

கொலை செய்தது அவன் சட்டைப் பையில் நமக்குக் கிடைத்த புகைப்படத்திலுள்ள நபராகக்கூட இருக்கலாம். சிலையைத் தேடிய மனிதன் உள்ளே சென்றிருக்க வேண்டும். இந்த பியட்ரோ அவனுக்காகக் காத்திருந்து, அவனை கொலை செய்ய சண்டையிட்டிருக்க வேண்டும். அதில் பியட்ரோ கொலை செய்யப்பட்டிருக்கலாம். இதுதான் நான் கண்டுபிடித்த உண்மை. எப்படி ஷெர்லாக்?"

ஹோம்ஸ் கைதட்டி ஆமோதித்தார்.

"மிகவும் அருமை, லெஸ்ட்ரேட். சிறப்பானது! ஆனால் நெப்போலியன் சிலை உடைக்கப்பட்டதற்கான உங்கள் விளக்கம் எதுவும் இல்லையே!" என்று ஹோம்ஸ் கேட்டார்.

"நெப்போலியன் சிலையா!! அதை விட்டுத்தள்ளுங்கள். எல்லாவற்றிற்கும் மேலாக, அது ஒன்றுமில்லை; சிறிய திருட்டு வழக்கு. அதிகபட்சம் ஆறு மாதம் தண்டனை கொடுக்கப்படும். இந்தக் கொலையைத்தான் நாங்கள் விசாரித்து வருகிறோம். அதற்கான எல்லாத் தகவல்களையும் சேகரித்து வருகிறோம்."

"உங்கள் விசாரணையில் அடுத்து என்ன செய்யப் போகிறீர்கள்?"

"மிகவும் எளிமையான ஒன்று. நான் ஹில்லுடன் இத்தாலியப் பகுதிக்குச் சென்று புகைப்படத்திலிருக்கும் நபரைக் கண்டுபிடித்து, கொலைக் குற்றத்திற்கு அவனைக் கைது செய்யப்போகிறேன். எங்களுடன் நீங்களும் வருவீர்களா?"

"குற்றவாளியைப் பிடிக்க நீங்கள் இவ்வளவு சிரமப்படத் தேவையில்லை. மிக எளிமையான முறையில் அவனை நீங்கள் பிடிக்கலாம். என்னால் உறுதியாகச் சொல்ல முடியவில்லை. ஆனால் எனக்குப் பெரிய நம்பிக்கை உள்ளது. நீங்கள் இன்றிரவு எங்களுடன் வந்தால், குற்றவாளியைப் பிடிக்கலாம்."

"இத்தாலியன் குடியிருப்புப் பகுதிக்கா?"

"இல்லை; சிஸ்விக்கிலிக்கும் ஒரு வீட்டிற்கு இன்றிரவு நீங்கள் என்னுடன் வர வேண்டும். லெஸ்ட்ரேட்! ஒருவேளை

குற்றவாளி கிடைக்கவில்லையென்றால், நாளை உங்களுடன் இத்தாலியன் குடியிருப்புப் பகுதிக்கு வருகிறேன். இப்போது நாம் சில மணிநேரம் தூங்கி ஒய்வெடுப்போம். ஏனென்றால் நமக்குப் பதினொரு மணிவரை எந்தப் பணியும் இல்லை. லெஸ்ட்ரேட், நீங்களும் எங்களுடன் உணவருந்தி, இந்த சோபாவில் ஒய்வெடுங்கள். வாட்சன், நான் ஒரு தந்தி மட்டும் அனுப்ப வேண்டியதிருக்கிறது. உடனடியாகச் செல்ல வேண்டும்." என்றார்.

ஹோம்ஸ் மாடியிலிருக்கும் மர அறையில் பழைய தினசரி பேப்பர்களின் கோப்புகளை ஆராய்ந்து தனது மாலை நேரத்தைக் கழித்தார். கடைசியாக அவர் கீழே இறங்கியபோது அவரது கண்களில் வெற்றியுடன் திரும்புவதுபோன்று இருந்தது. ஆனால் அவர் தனது ஆராய்ச்சியைப் பற்றி எதுவும் எங்களிடம் சொல்லவில்லை. எனது சொந்த அனுபவத்தில் ஹோம்ஸின் இந்த நடவடிக்கையைப் பலமுறை பார்த்திருக்கிறேன். அவரது வழிமுறைகள் எனக்குத் தெரிந்திருந்தாலும், எதைக் கண்டுப்பிடித்தார் என்பதை என்னால் இன்னும் உணர முடியவில்லை. ஆனால் அவர் குற்றவாளியை எதிர்பார்க்கிறார் என்பதை மட்டும் என்னால் தெளிவாகப் புரிந்துகொள்ள முடிந்தது. மீதமுள்ள இரண்டு சிலையைத் தேடி குற்றவாளி வர முயற்சி செய்ய வேண்டும். அதில் ஒன்று, சிஸ்விக்கில் உள்ளது என்பதால் எங்கள் பயணம் அதை நோக்கித்தான் என்பதில் எந்தச் சந்தேகமுமில்லை. மேலும், குற்றவாளியைத் திசைதிருப்புவதற்காக ஹர்கர் மூலம் பத்திரிகையில் தவறான குறிப்பை வெளியிட்டார் என்பதையும் புரிந்துகொள்ள முடிந்தது. எனது ரிவால்வரை எடுத்துச் செல்ல வேண்டும் என்று ஹோம்ஸ் பரிந்துரைத்ததில் நான் ஆச்சரியப்படவில்லை.

பதினொரு மணிக்கு வாசலில் ஒரு நான்கு சக்கர வாகனம் இருந்தது. அதில் நாங்கள் ஹேமர்ஸ்மித் பாலத்தில் கடந்து சென்றோம். அங்கிருந்து சிறு நடைப்பயணம் மேற்கொண்டோம். வீடுகள் நிறைந்த சாலைக்கு நடந்த பிறகு, தெருவிளக்கு வெளிச்சத்தில் கேட் போஸ்ட் ஒன்றில் 'லாபர்னம் வில்லா' என்று இருப்பதை வாசிக்கிறோம். மின்விசிறி தவிர

விளக்குகள் அனைத்தும் அனைக்கப்பட்டிருப்பதால், வீட்டு உரிமையாளார் ஓய்வெடுக்கிறார் என்று புரிந்துகொண்டோம். நாங்கள் சாலையிலிருக்கும் மரவேலி உள்புறத்தில் மறைந்துகொண்டோம்.

"நாம் நீண்ட நேரம் காத்திருக்க வேண்டும் என்று அஞ்சுகிறேன். மழை பெய்யாதது நம்முடைய அதிர்ஷ்டம் என்று சொல்லலாம். இல்லையென்றால் புகை பிடிக்கக்கூட முடிந்திருக்காது. இருப்பினும், என் கணிப்பு சரியாக இருப்பதற்குப் பாதி வாய்ப்புதான் இருக்கிறது" என்று ஹோம்ஸ் கிசுகிசுத்தார்.

எவ்வாறாயினும், நாங்கள் மிகவும் ஜாக்கிரதையாக விழித்துக்கொண்டிருந்தோம். ஆனால் எங்கள் காத்திருப்பு நீண்ட நேரம் எடுக்கவில்லை. ஓர் உருவம் சத்தமில்லாமல் மெதுவாகத் தோட்டக் கதவு திறக்கப்படுவதைக் கண்டோம். அந்த உருவம் குரங்குபோல வேகமாகவும் சுறுசுறுப்பாகவும் தோட்டப் பாதையில் விரைந்தது. கதவின் மேல் வீசப்பட்ட வெளிச்சத்தைத் தாண்டி, வீட்டின் கருப்பு நிழலில் அது மறைவதைக் கண்டோம். ஒரு நீண்ட இடைநிறுத்தம் இருந்தது. நாங்கள் எங்கள் மூச்சைப் பிடித்துக்கொண்டோம். பின்னர் மிகவும் மென்மையான கிரீச் சத்தம் எங்கள் காதுகளுக்கு வந்தது. ஜன்னல் திறந்து கொண்டிருந்தது. சத்தம் நின்று, மீண்டும் நீண்ட அமைதி நிலவியது. அந்த உருவம் வீட்டிற்குள் நுழைந்துகொண்டிருந்தது. இருண்ட அறைக்குள் ஒரு விளக்கு திடீரென்று ஒளிர்வதைக் கண்டோம். அந்த உருவம் அங்கு என்ன செய்கிறது என்பது எங்களுக்குத் தெளிவாகத் தெரியவில்லை.

"அந்த உருவம் ஜன்னலைத் திறந்து வெளியே வரும்போது நாம் அவனைப் பிடிப்போம்." லெஸ்ட்ரேட் கிசுகிசுத்தார்.

ஆனால் நாங்கள் நகரும் முன்பே அந்த உருவம் வெளியே வந்தது. அவன் வெளியே வரும்போது, அவனது கையில் வெள்ளை நிறத்தில் சிலை இருப்பதைக் கண்டோம். திருட்டுத்தனமாகச் சுற்றிலும் பார்த்தான். வெறிச்சோடிய தெரு நிசப்தமாக இருந்தது. அடுத்த கணம் அவன் ஒரு கூர்மையான ஆயுதத்தால் சிலையை உடைக்கும் சத்தம் எங்களுக்குக் கேட்டது. அந்த உருவம் சிலையை உடைப்பதில்

தீவிரமாக இருப்பதை உணர்ந்து, அவனைப் பிடிப்பதற்கு இதுதான் சரியான சந்தர்ப்பமாக இருந்தது. ஹோம்ஸ் அவனது முதுகில் புலிபோல் பாய்ந்தார். சிறிதுநேரம் கழித்து லெஸ்ட்ரேட்டும் நானும் அவனது மணிக்கட்டில் பிடித்தோம். அவனுக்கு கைவிலங்குப் போட்டோம். நாங்கள் அவனைப் புரட்டி முகத்தைப் பார்த்தபோது, பார்ப்பதற்கு அருவருப்பானவும், மெல்லிய முகத்துடன் ஆவேசமாகவும் இருந்தான். நாங்கள் புகைப்படத்தில் பார்த்த அதே மனிதர் முகம்தான் என்பது தெளிவாகத் தெரிந்தது.

ஆனால் நாங்கள் கைது செய்த கைதிமீது ஹோம்ஸ் கவனம் செலுத்தவில்லை. மாறாக உடைக்கப்பட்ட சிலையை அவர் கவனமாகப் பரிசோதிப்பதில் ஈடுபட்டார். அன்று காலை நாங்கள் பார்த்த நெப்போலியன் சிலை போலவே இருந்தது. அதுவும் துண்டுகளாக உடைக்கப்பட்டிருந்தது. ஹோம்ஸ் ஒவ்வொரு துண்டையும் வெளிச்சத்தில் கவனமாகப் பிடித்துப் பார்த்தார். எல்லாத் துண்டுகளும் சிதறிய பிளாஸ்டராக இருந்தது. ஹோம்ஸ் தனது பரிசோதனையை முடிக்கும்போது, அந்த வீட்டின் ஹால் விளக்குகள் ஏற்றப்பட்டு, கதவு திறக்கப்பட்டது. அந்த வீட்டின் உரிமையாளர் எங்களுக்கு முன் தோன்றினார்.

"நீங்கள்தான் மிஸ்டர் ஜோசியா பிரவுன் என்று நினைக்கிறேன்?" ஹோம்ஸ் கூறினார்.

"ஆமாம். நீங்கள்தானே ஷெர்லாக் ஹோம்ஸ்? எனக்குத் தந்தி அனுப்பியது. நீங்கள் சொன்னதைச் சரியாகச் செய்தேன். நான் அனைத்துக் கதவுகளையும் பூட்டிவிட்டு உள்ளே காத்திருந்தேன். சரி, உங்களுக்குக் குற்றவாளி கிடைத்ததில் மகிழ்ச்சி. உள்ளே வாருங்கள்." என்று ஜோசியா பிரவுன் கூறினார்.

இருப்பினும், லெஸ்ட்ரேட் தனது கைதியைப் பாதுகாப்பான இடத்திற்கு அழைத்துச் செல்வதில் ஆர்வமாக இருந்தார். சில நிமிடங்களில் எங்கள் வண்டி வரவழைக்கப்பட்டது. நாங்கள் நான்கு பேரும் லண்டனுக்குச் செல்லும் வழியில் இருந்தோம். எங்கள் கைதி ஒரு வார்த்தை கூடப் பேசவில்லை. எங்கள் பயணத்தின் போது அவன் கோபமாக முறைத்தவாறு இருந்தான். அவனைக் காவல்

நிலையத்திற்கு அழைத்துச்சென்று ஆடைகளைச் சோதனை செய்யும்போது, சில ஷில்லிங்ஸ் மற்றும் ஒரு நீண்ட இரத்தம் படிந்த கத்தியைத் தவிர வேறு எதுவும் இல்லை. நாங்கள் காவல் நிலையத்தில் நீண்ட நேரம் இருந்தோம்.

"இதற்குமேல் இந்த வழக்கை இன்ஸ்பெக்டர் ஹில் பார்த்துக்கொள்வார். மாஃபியா கும்பலைப் பற்றிய எனது கோட்பாடு அவருக்கு உதவியாக இருக்கும் என்று நினைக்கிறேன். மிஸ்டர் ஹோம்ஸ், நீங்கள் தலையிட்டதால் இந்த வழக்கில் குற்றவாளியை மிக எளிதாகப் பிடிக்க முடிந்தது. ஆனால் எப்படிக் கண்டுபிடித்தீர்கள் என்பதுதான் இன்னும் புரியவில்லை." என்று லெஸ்ட்ரேட் கூறினார்.

"உங்களுக்கு விளக்கம் அளிப்பதில் தாமதமாகிவிட்டது என்று நினைக்கிறேன். தவிர, இந்த வழக்கு முடிக்கப்படாத ஒன்று, இரண்டு விவரங்கள் உள்ளன. இது குறித்து நான் முழுமையாகக் கண்டுபிடிக்க வேண்டும். நாளை மாலை ஆறு மணிக்கு என் அறைக்கு வந்தால், அந்த வழக்கைக் குறித்து முழுயாகச் சொல்கிறேன்." என்று ஹோம்ஸ் கூறினார்.

"வாட்சன்! எனது சிறிய கேள்விகளுக்குச் சரியான விடை கிடைத்துவிட்டால், நெப்போலியன் சிலை வழக்கு என் சாகசத்தின் பக்கங்களில் மிக முக்கியமானதாக இருக்குமென்று நான் எதிர்பார்க்கிறேன்." என்று ஹோம்ஸ் கூறினார்

மறுநாள் மாலை லெஸ்ட்ரேட் எங்களைச் சந்தித்தபோது, அந்தக் கைதியைப் பற்றிய பல தகவல்களை அளித்தார். "அவனது பெயர், பெப்போ. இரண்டாவது பெயர் தெரியவில்லை. அவர் இத்தாலிய காலனியைச் சேர்ந்தவன். ஒரு காலத்தில் திறமையான சிற்பியாக இருந்தவன். ஆனால் அவர் தீய வழிகளில் ஈடுபட்டதால் இரண்டு முறை சிறைக்குச் சென்றிருக்கிறான். ஒரு முறை சிறிய திருட்டுக்காகவும், இன்னொரு முறை நாம் ஏற்கெனவே கேள்விப்பட்டபடி, சக இத்தாலியனைக் கத்தியால் குத்தியதற்காகவும் சென்றிருக்கிறான். அவர் நன்றாக ஆங்கிலம் பேசக்கூடியவர். நெப்போலியன் சிலையை எதற்காக உடைக்க நினைத்தான் என்ற காரணம் இன்னும் தெரியவில்லை. இந்த விஷயத்தில்

நாங்கள் கேட்ட எந்தக் கேள்விக்கும் அவன் பதிலளிக்க மறுத்துவிட்டான். ஆனால் இந்த நெப்போலியன் சிலையை அவன் தன் கைகளால் செய்திருக்கலாம் என்று காவல்துறை கண்டுபிடித்தது, ஏனெனில், அந்தச் சிலை உற்பத்திச் செய்யப்பட்ட தேதிகளில் அவன் Gelder – Co நிறுவனத்தில் பணிப்புரிந்திருக்கிறான்." என்று கூறினார். இந்த அனைத்துத் தகவல்களையும் நாங்கள் ஏற்கெனவே அறிந்திருந்திருந்தாலும் நான் மிகவும் கவனமாகக் கேட்டேன். ஆனால் ஹோம்ஸின் எண்ணங்கள் வேறெங்கோ இருப்பதைத் தெளிவாகக் காண முடிந்தது. மேலும் யாருக்காகவோ காத்திருக்கிறார் என்பதை என்னால் உணர முடிந்தது. வீட்டு வாசலில் யாரோ மணி அடித்தபோது, அவரது கண்கள் பிரகாசமடைந்தன. ஒரு வயதான சிவப்பு முகம் முதியவர் படிக்கட்டில் ஏறிவருவதைக் கண்டோம். அவரது வலது கையில் ஒரு பழங்காலக் கம்பளிப் பை இருந்தது. அதை அவர் மேஜையில் வைத்தார்.

"மிஸ்டர் ஷெர்லாக் ஹோம்ஸ் இங்கு இருக்கிறாரா?"

என் நண்பர், "நீங்கள் மிஸ்டர் சான்ட்ஃபோர்ட் என்று நினைக்கிறேன்?" என்றார்.

"ஆமாம். நான் கொஞ்சம் தாமதமாகிவிட்டேன் என்று நினைக்கிறேன். என் கைவசம் இருக்கும் ஒரு சிலையை வாங்க விரும்புவதாக எனக்கு எழுதியிருந்தீர்கள்."

"சரியாக."

"உங்கள் கடிதம் என்னிடம் உள்ளது. அதில், 'அழகான நெப்போலியனின் சிலையை நான் வைத்திருக்க விரும்புகிறேன். உங்கள் கைவசமுள்ள சிலைக்குப் பத்து பவுண்டுகள் கொடுக்கத் தயாராக இருக்கிறேன்' என்று நீங்கள் குறிப்பிட்டிருக்கிறீர்கள். அது உண்மைதானே?"

"நிச்சயமாக."

"உங்கள் கடிதத்தைப் படித்ததும் மிகவும் ஆச்சரியப்பட்டேன். ஏனென்றால் நான் அத்தகைய பொருளை வைத்திருக்கிறேன் என்று உங்களுக்கு எப்படித் தெரியும்?"

"நிச்சயமாக நீங்கள் ஆச்சரியப்பட்டிருப்பீர்கள். ஆனால் விளக்கம் மிகவும் எளிமையானது. ஹார்டிங் பிரதர்ஸ்."

"ஓ, அவர் கூறினாரா? அப்படியென்றால் நான் என்ன தொகையைக் கொடுத்து வாங்கினேன் என்பதையும் சொன்னாரா?"

"இல்லை. அவர் சொல்லவில்லை."

"சரி. நான் ஒரு நேர்மையான மனிதன். பெரிய பணக்காரன் அல்ல. இந்தச் சிலையைப் பதினைந்து வெள்ளிக்கு வாங்கினேன். பத்து பவுண்டு கொடுத்து வாங்கப் போகும் நீங்கள் இதை அறிந்துகொள்ள வேண்டும் என்று நினைக்கிறேன்."

"மிஸ்டர் சான்ட்ஃபோர்ட், உங்கள் நேர்மையைப் பாராட்டுகிறேன். இருந்தாலும், நான் கூறிய விலையைக் கொடுக்கிறேன்." என்றார்.

"மிகவும் நல்லது மிஸ்டர் ஹோம்ஸ். நீங்கள் கேட்ட சிலையை என்னுடன் கொண்டு வந்திருக்கிறேன். இதோ இங்கே!" அவர் கூறி தனது பையைத் திறந்தார். நாங்கள் ஏற்கெனவே துண்டுகளாகப் பார்த்த நெப்போலியன் சிலையின் முழு மாதிரியை எங்கள் மேஜையில் பார்த்தோம்.

ஹோம்ஸ் தனது பாக்கெட்டிலிருந்து ஒரு காகிதத்தையும், பத்து பவுண்டு நோட்டையும் மேஜைமீது வைத்தார்.

"மிஸ்டர் சான்ட்ஃபோர்ட்! இந்த நெப்போலியன் சிலைமீது உங்களுக்கு இருந்த அனைத்து உரிமைகளையும் என்னிடம் மாற்றிக் கொடுப்பதாக எழுதிக் கொடுங்கள். இங்கிருக்கும் சாட்சிகள் முன்னிலையில் காகிதத்தில் கையெழுத்திடுங்கள். நான் எதையும் ஒரு முறையாகச் செய்ய நினைப்பவன். பின்னால் என்ன நடக்கும் என்பது யாருக்கும் தெரியாது இல்லையா! இதோ உங்கள் பணம், நன்றி."

எங்கள் பார்வையாளர் சென்ற பிறகு ஷெர்லாக் ஹோம்ஸின் நடவடிக்கை கொஞ்சம் வித்தியாசமாக இருந்தது. அவர் தனது டிராயரிலிருந்து வெள்ளைத் துணியை எடுத்து மேசையின் மீது வைத்தார். பின்னர் அதன்

மீது புதிதாக வாங்கிய சிலையைத் துணியின் மையப்பகுதில் வைத்து முழுவதுமாக மூடினார். பின்பு, அவர் கடுமையான ஆயுதம் ஒன்றை எடுத்து நெப்போலியனின் தலையின் மேல் அடித்தார். அந்தச் சிலை துண்டுகளாக உடைந்தது. சிதறிய எச்சங்களின் மீது ஹோம்ஸ் ஆர்வத்துடன் ஆராய்ந்தார். அடுத்த நொடியில், பெரிய வெற்றியை அடைந்தது போன்று கூச்சலிட்டார். அதில், ஒரு வட்டமான, கருமையான பொருள் இருந்தது.

“ஜென்டில்மேன்! இதோ போர்கியாஸின் புகழ்பெற்ற கருப்பு முத்துக்களை உங்களுக்கு அறிமுகப்படுத்துகிறேன்.” என்று சந்தோஷத்தில் கூறினார்.

நானும் லெஸ்ட்ரேட்டும் ஒரு கணம் அமைதியாக அமர்ந்திருந்தோம். உண்மையில், எங்கள் இருவருக்கும் ஒன்றும் புரியவில்லை. இருந்தாலும், நாங்கள் இருவரும் கைதட்டினோம். ஹோம்ஸின் வெளிறிய கன்னங்களில் தெரிந்த மலர்ச்சியைப் பார்க்கும் ஹோம்ஸ் எதையோ கண்டுபிடித்திருக்கிறார் என்பது மட்டும் புரிந்தது. எங்கள் முகத்திலிருந்த புதிர்களைப் பார்த்து அவர் விளக்கமளிக்கத் தொடங்கினார்.

“இது உண்மைதான். இது உலகின் மிகவும் பிரபலமான முத்துக்கள். டாக்ரேவிலுள்ள இளவரசர் ஆஃப் கொலோனாவின் படுக்கையறையிலிருந்து திருடப்பட்டிருக்கிறது. இளவரசன் படுக்கையறையில் தொலைந்த முத்துக்கள் எப்படி ஸ்டெப்னியின் கெல்டர் – கோ தயாரித்த நெப்போலியன் சிலையில் வந்தது என்பதை உங்களுக்குச் சொல்கிறேன். லெஸ்ட்ரேட், இந்த மதிப்புமிக்க முத்துக்களைக் காணாமல் வழக்கு லண்டன் காவல்துறை தேடுவதை வீண் முயற்சி என்று கைவிட்டது உங்களுக்கு நினைவிருக்கும். இந்த வழக்கு குறித்த ஆலோசனையில் நான்கூட ஈடுபட்டேன். அப்போது, அந்த வழக்கில் எந்தவிதமான முன்னேற்றமும் அடைய முடியவில்லை. அப்போது இத்தாலியரான இளவரசியின் பணிப்பெண் மீது சந்தேகம் ஏற்பட்டது. லண்டனிலிருக்கும் அவரது சகோதரர் மீது சந்தேகமிருந்தாலும், அதை நிரூபிக்க முடியவில்லை. கொலை செய்யப்பட்ட இந்த பியட்ரோதான் அவரது

சகோதரர் என்பதில் எனக்கு எந்தச் சந்தேகமும் இல்லை. நான் பேப்பரின் பழைய கோப்புகளில் தேதிகளைத் தேடிக்கொண்டிருக்கும் போது, வன்முறைக் குற்றங்களுக்காக பெப்போ கைது செய்யப்படுவதற்கு இரண்டு நாள்களுக்கு முன்பு இந்த முத்துக்கள் காணாமல் போனதைக் கண்டேன். இப்போது Gelder – Co தொழிற்சாலையில் நடந்த ஒரு நிகழ்வுக்கு வருவோம். இதில் கொஞ்சம் வரிசை மாற்றம் இருக்கலாம். எதுவாக இருந்தாலும், இந்தக் குற்றவாளி பெப்போவிடம் முத்துக்கள் இருந்திருக்கிறது. அவன் அதை பியட்ரோவிடமிருந்து திருடியிருக்கலாம். அல்லது அவர் பியட்ரோவின் கூட்டாளியாக இருந்து, பியட்ரோவே அவனிடம் கொடுத்திருக்கலாம். இதில், எது உண்மையென்றாலும் நம்முடைய தீர்வுக்கு இது முக்கியமில்லை."

"முக்கியமான உண்மை என்னவென்றால், அவனது நிறுவனத்தில் இத்தாலியர் ஒருவனைத் தாக்கியதற்காக போலீஸ் அவனை கைது செய்ய வந்திருக்கிறது. அந்த நேரத்தில் அவனது கையில் முத்துக்கள் இருந்திருக்கிறது. இதை மறைக்க அவனிடம் சில நிமிடங்கள் மட்டுமே உள்ளது என்பதை அறிந்த அவன், அங்கு தயாரிக்கப்பட்டிருந்த ஆறு நெப்போலியன் சிலைகள் காய்ந்துகொண்டிருப்பதைக் கண்டான். மிக திறமையான தொழிலாளியான பெப்போ, ஒரு நொடியில் ஈரமான நெப்போலியன் சிலை ஒன்றில் ஒரு சிறிய துளை செய்து, முத்துக்களை அதற்குள் வைத்து, மீண்டும் அந்தத் துளையை மூடினான். அது ஒரு வியக்கத்தக்க மறைவிடமாக இருந்தது. யாராலும் கண்டுபிடிக்க முடியவில்லை. இதற்கிடையில் பெப்போவுக்கு ஒரு வருட சிறைத்தண்டனை விதிக்கப்பட்டது. அதற்குள் அந்த ஆறு சிலைகளும் லண்டனில் ஒவ்வொரு பகுதிக்குச் சென்றது. அவனுடைய பொக்கிஷம் எந்தச் சிலையில் இருக்கிறது என்பதை அவனால் சொல்ல முடியவில்லை. அவற்றை உடைத்தால் மட்டுமே அவனால் பார்க்க முடியும். பெப்போ விரக்தியடையாமல், தனது தேடலைத் தொடர்ந்தான். கெல்டருடன் பணிபுரியும் ஒரு உறவினர் மூலம் நெப்போலியன் சிலையை எந்தெந்த சில்லறை நிறுவனங்கள் வாங்கியது என்று கண்டுபிடித்தான். அவன்

மோர்ஸ் ஹட்சனுடன் வேலை செய்து, அங்கிருக்கும் மூன்று சிலைகளைக் குறித்த தகவலைத் தெரிந்துகொண்டான். அந்த மூன்றிலும் முத்துக்கள் இல்லை. பின்னர் சில இத்தாலிய ஊழியர்களின் உதவியுடன், மற்ற மூன்று சிலைகளும் எங்கு சென்றது என்பதைக் கண்டுபிடிப்பதில் வெற்றி பெற்றான். முதலாவது ஹார்க்கரிடம் இருந்தது. முத்துக்களைத் தேடும்போது அங்கு அவனது கூட்டாளியான பியட்ரோவைச் சந்தித்திருக்க வேண்டும். அவர்களுக்குள் நடந்த சண்டையில் பியட்ரோ பெப்போவால் குத்தப்பட்டு இறந்திருக்கிறான்."

"இறந்தவன் அவனது கூட்டாளியாக இருந்தால், அவன் ஏன் பெப்போவின் புகைப்படத்தை வைத்திருக்க வேண்டும்?" என்று நான் கேட்டேன்.

"அவன் மற்றவர்களிடம் பெப்போவைப் பற்றி விசாரித்து, அவனைக் கண்டுபிடிப்பதற்காக வைத்திருக்கலாம். சரி, கொலைக்குப் பிறகு பெப்போ தனது நடவடிக்கைகளைத் தாமதப்படுத்தாமல் அவசரப்படுவான் என்பதை புரிந்துகொண்டேன். போலீஸ் தனது ரகசியத்தைப் படித்துவிடுவார்களோ என்று அவன் அஞ்சியிருக்க வேண்டும். அதனால் அவசரத்தில் முந்திச் செல்ல யோசித்திருப்பான். அவன் ஹார்க்கர் வீட்டில் சிலையை உடைத்த தூள்களைப் பார்க்கும்போது அவன் முத்துக்களைத் தேடுகிறான் என்று என்னால் சொல்ல முடியவில்லை. அவன் ஏதோ ஒன்றைத் தேடுகிறான் என்பது மட்டும் எனக்குத் தெளிவாகத் தெரிந்தது. ஏனென்றால் அவர் மற்ற வீடுகளைக் கடந்து, தோட்டத்தில் ஒரு விளக்கின் வெளிச்சத்தில் உடைப்பதற்காகச் சிலையை எடுத்துச்சென்றார். ஹார்க்கரின் சிலை மூன்றில் ஒன்று என்ற வாய்ப்புகளில் இருந்தது. அதில் முத்துக்கள் இல்லாததால் வாய்ப்புகள் இரண்டுக்கு ஒன்றாகக் குறைந்தது. அந்த இரண்டு சிலைகளில் ஒன்று லண்டனில் இருப்பதால், அவன் முதலில் அங்குதான் செல்வான் என்று எதிர்ப்பார்த்தேன். நான் எதிர்ப்பார்த்தது போலவே அவன் வந்து நம்மிடத்தில் சிக்கிக்கொண்டான். இறந்தவரின் பெயர் மற்றொரு நிகழ்வு தொடர்பு இருந்ததால், அவன் தேடுவது போர்கியா முத்துக்கள் என்பதை அறிந்துகொண்டேன்.

இப்போது, ஒரே ஒரு சிலை மட்டுமே இருக்கிறது. அதைத் தங்கள் முன் உரிமையாளரிடமிருந்து பத்து பவுண்ட்டில் வாங்கிக்கொண்டேன்." என்று அனைத்தையும் தெளிவாக விளக்கினார்.

சிறிது நேரம் நாங்கள் அமைதியாக அமர்ந்திருந்தோம்.

"மிஸ்டர் ஹோம்ஸ், நீங்கள் பல வழக்குகளைக் திறமையாகக் கையாள்வதைப் பார்த்திருக்கிறேன். ஆனால் இந்த வழக்குப் பல வேலையாட்கள் சேர்ந்து செய்வதை நீங்கள் ஒருவரே செய்திருக்கிறீர்கள். ஸ்காட்லாந்து யார்ட் போலீஸ் உங்களைப் பார்த்துப் பொறாமைப்படும். மூத்த இன்ஸ்பெக்டர் முதல் கான்ஸ்டபிள்வரை உங்களுக்கு ஈடுயிணையில்லை. நான் உங்களை நினைத்துப் பெருமைப்படுகிறேன்." என்று லெஸ்ட்ரேட் பாராட்டினார்.

"நன்றி! நன்றி!!" ஹோம்ஸ் கூறினார். நான் ஹோம்ஸைப் பார்க்கும்போது சந்தோஷத்தில் நிரம்பியிருந்தார். "வாட்சன், இந்த முத்துவைப் பாதுகாப்பாக வைக்கவும். காங்க்–சிங்கிள்டன் போலி வழக்கின் ஆவணங்களைக் கொடுங்கள்" என்று என்னிடம் கூறினார்." ஏதேனும் வழக்கில் பிரச்சினை வந்தால், என்னால் முடிந்த தீர்வை உங்களுக்கு வழங்குவதில் மகிழ்ச்சி அடைவேன். குட்பை, லெஸ்ட்ரேட்." என்று அவரை வழி அனுப்பி வைத்தார்.

33. மூன்று மாணவர்களால் விளைந்த சாகசம்

1895 ஆம் ஆண்டில், ஷெர்லாக் ஹோம்ஸீடன் நானும் சேர்ந்து எங்களுடைய சிறந்த பல்கலைக்கழக நகரங்களில் ஒன்றில் சில வாரங்களைக் கழிக்க நேர்ந்தது. அந்த நேரத்தில்தான் இந்தச் சிறிய சாகசமானது நடந்தது. குற்றவாளியைச் சரியாக அடையாளம் காண வாசகருக்கு உதவும் எந்தவொரு விவரத்தையும் நான் மறைத்திருக்கிறேன். எனது நண்பரின் குறிப்பிடத்தக்கப் பண்புகளில் சிலவற்றை விளக்குவதற்கு இந்தக் குற்றம் உதவுவதால் உரிய விவரங்களோடு விளக்குகிறேன். அதே சமயம், குறிப்பிட்ட இடத்தையும், நிகழ்வுகளில் சம்பந்தப்பட்ட நபர்களின் உண்மையான அடையாளத்தையும் தவிர்க்கிறேன்.

ஷெர்லாக் ஹோம்ஸ் சில கடினமான ஆராய்ச்சிகளை மேற்கொள்ள வேண்டியிருந்ததால் நூலகத்திற்கு அருகாமையிலுள்ள வசதிகளுடன் கூடிய தங்குமிடங்களில் நாங்கள் தங்கியிருந்தோம். ஒரு நாள் மாலையில், செயின்ட் லூக்ஸ் கல்லூரியின் ஆசிரியரும் விரிவுரையாளருமான ஹில்டன் சோம்ஸ் என்பவரை நாங்கள் சந்தித்தோம். சோம்ஸ் ஒரு உயரமான மனிதர். அதிகம் பதட்டமடையக் கூடியவர். அவர் எப்போதும் அமைதியற்றவராக இருப்பதை அறிந்திருந்தேன். ஆனால் இந்தக் குறிப்பிட்ட சம்பவத்தில் அவர் மேலும் பதற்றமாகவே காணப்பட்டார்.

"மிஸ்டர் ஹோம்ஸ், உங்களின் மதிப்புமிக்க நேரத்தை நீங்கள் எனக்காக ஒதுக்குவீர்கள் என்று நம்புகிறேன். செயின்ட் லூக்ஸில் மிகவும் வேதனையான சம்பவத்தைச்

சந்தித்திருக்கிறோம். இந்நேரத்தில் நீங்கள் இங்கிருப்பது எனக்கு ஆறுதலாக இருக்கிறது. நான் என்ன செய்வது என்பது தெரியாமல் தவிக்கிறேன்."

"நான் இப்போது மிகவும் பிஸியாக இருக்கிறேன். நான் கையாளும் வழக்குகளிலிருந்து கவனச் சிதறல்களை விரும்பவில்லை. நீங்கள் காவல்துறையின் உதவிக்கு அழைக்கலாம்." என்று என் நண்பர் பதிலளித்தார்.

"இல்லை, இல்லை. இது முற்றிலும் சாத்தியமற்றது. காவல்துறையினர் உள்ளே வந்துவிட்டால், இந்தத் தவறு வெளியே தெரியத் தொடங்கிவிடும். மேலும் கல்லூரியின் நற்பெயருக்குக் கலங்கமும் ஏற்படும். உங்கள் திறமையால் இந்த வழக்கை எளிமையாகத் தீர்த்துவிடலாம். தற்போது, எனக்கு உதவக்கூடிய ஒரே மனிதர் நீங்கள்தான். மிஸ்டர் ஹோம்ஸ், உங்களால் முடிந்ததைச் செய்யும்படி கெஞ்சுகிறேன்."

பேக்கர் தெருவிலிருக்கும் இணக்கமான சூழல் இங்கில்லை. அவரது ஸ்கிராப்-புத்தகங்கள், அவரது இரசாயனங்கள், அவரது வீட்டில் ஒழுங்கற்ற தன்மை இல்லாமல் ஒரு வழக்கு குறித்துக் கேட்பதற்கு அவருக்குச் சங்கடமாக இருந்தது. ஆனால் அவரது கருணை அவரின் இணக்கமான சூழலைப் பற்றிச் சிந்திக்காமல், எங்களது பார்வையாளரைத் தனது கதையை வெளிப்படுத்த சைகைக்காட்டினார்.

"மிஸ்டர் ஹோம்ஸ், நாளை ஃபோர்டெஸ்க்யூ உதவித்தொகைக்கான தேர்வின் முதல் நாள் என்பதை நான் உங்களுக்கு விளக்க வேண்டும். தேர்வாளர்களில் நானும் ஒருவன். எனது பொருள் கிரேக்கம். தேர்வுத்தாள்களில் அதுதான் முதன்மையானது. தேர்வு எழுதுபவர்கள் இதுவரை அவர்கள் பார்க்காத கிரேக்க மொழிபெயர்ப்பின் பெரிய பத்தியைக் கொண்டுள்ளது. இந்தப் பத்தி தேர்வு வினாத்தாளில் அச்சிடப்பட்டுள்ளது. மேலும் தேர்வு எழுதுபவர்கள் இதைப் பற்றி முன்கூட்டியே தெரிந்தால், அவர்கள் தங்களைத் தேர்வுக்காக எளிதாகத் தயார்படுத்திக் கொள்வதோடு இல்லாமல், அதிக மதிப்பெண்கள் பெறவும்

வாய்ப்புள்ளது. இந்தக் காரணத்திற்காக, வினாத்தாளை ரகசியமாக வைத்திருப்பதில் மிகுந்த கவனம் செலுத்தினேன்.”

“இன்று சுமார் மூன்று மணியளவில் இந்த வினாத்தாள்கள் அச்சகத்திலிருந்து வந்தன. வினாத்தாள்களைச் சரிபார்ப்பதற்காக அச்சடிக்கப்பட்ட அனைத்தையும் படிக்க வேண்டியிருந்தது. நான்கரை மணியாகியும் என் பணி இன்னும் முடியவில்லை. இருப்பினும், ஒரு நண்பரின் அறையில் தேநீருக்கு வருவதாக உறுதியளித்திருந்தேன். அதனால்தான் நான் அதை என் மேசையில் வைத்துவிட்டேன். ஒரு மணிநேரத்திற்கும் மேலாக அறைக்கு நான் வரவில்லை. எங்கள் கல்லூரிக் கதவுகள் இரு மடங்கு சக்தி வாய்ந்தவை. உள்ளே, வெளியே பலமான மரங்களால் செய்யப்பட்ட கதவு. நான் திரும்பும்போது வெளிக் கதவில் ஒரு சாவியைக் கண்டு வியந்தேன். ஒரு கணம் அதிர்ச்சியில் உறைந்துவிட்டேன். என் பாக்கெட்டைப் பார்க்கும்போது சாவி இருப்பதைக் கண்டேன். நான் அறிந்தவரையில் என் சாவிக்கான ஒரே நகல், என்னுடைய வேலைக்காரன் பன்னிஸ்டாரிடம் இருக்கிறது. அவன் பத்து வருடங்களாக என் அறையைக் கவனித்து வருகிறான். அவனுடைய நேர்மையைச் சந்தேகப்படுவதற்கில்லை. சாவி அவனுடையதுதான் என்றும், எனக்கு டீ வேண்டுமா எனத் தெரிந்துகொள்ள அவன் என் அறைக்குள் நுழைந்தான் என்றும், வெளியே வந்ததும் மிகவும் அலட்சியமாக சாவியைக் கதவில் வைத்துவிட்டு வந்தான் என்றும் கண்டேன். நான் வெளியேறிய சில நிமிடங்களில் எனது அறைக்கு அவர் வருகை தந்திருக்க வேண்டும். சாவியை மறதியால் கதவில் வைத்தது மிகப் பெரிய மோசமான விளைவுகளை உருவாக்கியுள்ளது.

“என் டேபிளிலிருக்கும் பேப்பர்கள் கலைக்கப் பட்டிருக்கிறது. முக்கியமான மூன்று பேப்பர் சிதறிக் கிடந்தது. அதில் ஒன்றைத் தரையில் கண்டேன், இன்னொன்று ஜன்னல் அருகே இருக்கும் மேசையில் இருந்தது. மூன்றாவது நான் அதை விட்டுச் சென்ற இடத்தில் இருந்தது.

ஹோம்ஸ் முதல்முறையாகக் குறுக்கிட்டார்.

“தேர்வு வினாத்தாளின் முதல் பக்கம் தரையிலும், இரண்டாவது பக்கம் ஜன்னலிலும், மூன்றாவது பக்கம்

நீங்கள் விட்டுவிட்டுச் சென்ற இடத்திலும். சரிதானே!" என்று அவர் கூறினார்.

"மிகச் சரியாக, ஹோம்ஸ். அது உங்களுக்கு எப்படித் தெரியும்?"

"உங்கள் விளக்கத்தைத் தொடருங்கள்."

பன்னிஸ்டர், என் வினாத்தாள்களைப் பார்த்து மன்னிக்க முடியாத தவறைச் செய்திருக்கிறான் என்று நினைத்தேன். நான் அவனிடம் விசாரித்ததில் அதை அவன் மறுத்தான். மேலும் அவன் உண்மையைப் பேசுகிறான் என்பதை உறுதியாக நம்புகிறேன். அதைத் தவிர்த்து வேறு நடந்திருக்குமென்று யோசித்தால், யாரோ ஒருவர் கதவின் சாவியைக் கவனித்து, நான் வெளியே இருப்பதை அறிந்து, வினாத்தாளைப் பார்க்க உள்ளே நுழைந்திருக்க வேண்டும். ஒரு பெரிய உதவித்தொகைக்கான தேர்வு என்பதால், இதை நேர்மையற்ற முறையில் அனுகி தேர்வுத் தாளைப் பிரதியெடுக்கும் ஆபத்தான முயற்சியைச் செய்திருக்க வேண்டும்.

இந்தச் சம்பவத்தால் பன்னிஸ்டர் மிகவும் வருத்தமடைந்தான். ஆவணங்கள் சந்தேகத்திற்கு இடமின்றிச் சிதைக்கப்பட்டிருப்பதைக் கண்டறிந்தபோது அவர் கிட்டத்தட்ட மயக்கமடைந்துவிட்டான். அவனைத் தேற்றுவதற்காகச் சிறிதளவு பிராந்தியைக் கொடுத்தேன். அவனை நாற்காலியில் அமரச் செய்துவிட்டு, நான் அந்த அறையை மிகவும் கவனமாகப் பரிசோதித்தேன். உள்ளே நுழைந்தவன் கிழிந்த காகிதங்களைத் தவிர மற்ற தடயங்களையும் விட்டுச் சென்றிருப்பதைக் கண்டேன். ஜன்னலின் மேசையில் கூர்மையாக்கப்பட்ட பென்சிலின் பல துண்டுகள் இருந்தன. பென்சிலின் உடைந்த முனையும் அங்கு கிடந்தது. அந்த அயோக்கியன் மிக அவசரமாகக் காகிதத்தை நகலெடுத்து, பென்சிலை உடைத்து, மீண்டும் எழுதுவதற்காகப் பென்சிலைக் கூர்மைப்படுத்த முனைந்திருக்கிறான்.

"அருமை! அதிர்ஷ்டம் உங்கள் நண்பராக இருந்திருக்கிறது." ஹோம்ஸ் கூறினார். அவர் தனது நல்ல நகைச்சுவையை மீட்டெடுத்து இந்த வழக்கில் அதிகளவில் மூழ்கினார்.

"என்னால் உறுதியாகக் கூற முடியும். எனது மேசை நான் செல்வதற்கு முன்பு போல் இல்லை. மேசையின் முனை மூன்று அங்குல நீளத்தில் உடைக்கப்பட்டிருந்தது. அதுவாக உடைந்ததுபோலும் அது இல்லை. மேசையின் அருகில் சில மரத்தூள் போன்ற ஏதோ இருந்தன. வினாத்தாளை நகல் எடுத்தவனால்தான் இது ஏற்பட்டிருக்கும் என்பதை என்னால் உறுதியாகக் கூற முடியும். காலடித் தடங்கள் என்று வேறு எந்தவிதமான ஆதாரங்களும் இல்லை. நீங்கள் ஊரில் இருக்கிறீர்கள் என்ற தகவலைக் கேள்விப்பட்டு, விஷயத்தை உங்களிடம் கூறி உதவிகளைக் கேட்க நேராக வந்துவிட்டேன். எனக்கு உதவுங்கள் ஹோம்ஸ்! என் சங்கடத்தை நீங்கள் பார்க்கிறீர்கள். ஒன்று தேர்வுத்தாளை நகலெடுத்தவனைக் கண்டுபிடிக்க வேண்டும். இல்லையெனில் புதிய வினாத்தாள் தயாரிக்கும்வரை தேர்வை ஒத்திவைக்க வேண்டும். தேர்வை ஒத்தி வைப்பது என்றால் கல்லூரிக்கு அவப்பெயர் மட்டுமல்ல, எங்களின் எதிர்கால முயற்சிகளுக்குப் பல கேள்விகள் எழுப்பப்படும். அதனால் இந்த விஷயத்தை அமைதியாகவும் விவேகமாகவும் தீர்க்க நீங்கள் எங்களுக்கு உதவ வேண்டும்."

"உங்கள் வழக்கைக் கவனித்து, என்னால் முடிந்த அறிவுரைகளை வழங்குகிறேன்." என்று ஹோம்ஸ் கூறிவிட்டு, எழுந்து தனது மேலங்கியை அணிந்துகொண்டார். "இந்த வழக்கு முற்றிலும் ஆர்வமற்றது என்று சொல்ல முடியாது. வினாத்தாள் வந்த பிறகு உங்கள் அறைக்கு வந்து யாராவது உங்களைப் பார்த்தார்களா?"

"ஆமாம். இந்திய மாணவரான தௌலத் ராஸ் என்பவன் தேர்வைப் பற்றிய சில விவரங்களை என்னிடம் கேட்க வந்தான்."

"அப்போது தேர்வுக்கான வினாத்தாள் உங்கள் மேஜையில் இருந்ததா?"

"ஆமாம். அவைச் சுருட்டி வைக்கப்பட்டிருந்தது."

"வினாத்தாள் என்று அவனால் கண்டுபிடித்திருக்க முடியுமா?"

"தெரியவில்லை."

"உங்கள் அறையில் வேறு யாரும் இல்லையா?"

"இல்லை."

"இந்த வினாத்தாள் உங்கள் அறைக்கு வந்துவிட்டது என்ற விவரம் யாருக்காவது தெரியுமா?"

"யாருக்கும் தெரியாது."

"உங்கள் பணியாள் பன்னிஸ்டருக்குக்கூடத் தெரியாதா?"

"இல்லை. நிச்சயமாகத் தெரிந்திருக்க வாய்ப்பில்லை."

" இப்போது பன்னிஸ்டர் எங்கே இருக்கிறார்?"

"அவர் மிகவும் நோய்வாய்ப்பட்டிருந்தார். நான் அவரை நாற்காலியில் அமர வைத்துவிட்டு, உங்களை அவசரமாகச் சந்திக்க வந்துவிட்டேன்."

"தௌலத் ராஸ் கதவைத் திறந்து வந்தானா?"

"இல்லை. அவன் வந்ததும் வினாத்தாளைப் பத்திரமாகப் பூட்டிவிட்டேன்."

"அப்படியானால், மிஸ்டர் சோம்ஸ். திருடியவர் வினாத்தாள் வந்திருப்பது தெரியாமல் தற்செயலாக உங்கள் அறைக்கு வந்து, வினாத்தாளைப் பார்த்ததும் அதைத் திருடியிருக்கிறார் என்று நினைக்கிறேன்."

"அப்படித்தான் எனக்கும் தோன்றுகிறது."

ஹோம்ஸ் ஒரு புதிரான புன்னகையை வழங்கினார்.

"சரி. வாருங்கள் வாட்சன். நாம் சம்பவம் நடந்த இடத்திற்குச் செல்வோம். சோம்ஸ் - உங்கள் அறைக்கு அழைத்துச் செல்லுங்கள்." என்றார்.

எங்கள் பிரச்சினையின் இடத்தை நாங்கள் அடைந்தபோது அந்தி நெருங்கியிருந்தது. எங்கள் வாடிக்கையாளரின் உட்காரும் அறையில் பழங்கால மரத்தால் ஜன்னல் செய்யப்பட்டிருப்பதைப் பார்த்தோம். அவருடைய அறையின் தரைத் தளத்தில் ஆசிரியர் அறையும், மேலே மூன்று மாணவர்களும் தங்கியிருந்தார்கள். ஹோம்ஸ் நிறுத்திவிட்டு ஜன்னலைக் கவனமாகப் பார்த்தார். பின்னர் அவர் அதை

நெருங்கி, கழுத்தை வளைத்து, கால்விரல்களால் தடவிப் பார்த்தார்.

"குற்றவாளி கதவு வழியாக உள்ளே நுழைந்திருக்க வேண்டும்." கொஞ்ச நேரத்தில், "சரி, இங்கு நாம் துப்புகளைத் தேடுவதற்கு எதுவும் இல்லை. நாம் உள்ளே செல்லலாம்." என்றார்.

எங்கள் வாடிக்கையாளர் உள்ளே அழைத்துச் சென்றார். ஹோம்ஸ் நுழைவாயிலில் நின்று ஆராய்ந்தார்.

"இங்கு எந்த அறிகுறியும் இல்லை. இப்படி எந்த ஒரு துப்பும் கிடைக்காமல் போகும் என்று நான் எதிர்பார்க்கவில்லை. உங்கள் வேலைக்காரன் குணமடைந்துவிட்டார் என்று நினைக்கிறேன். நீங்கள் அவரை எந்த நாற்காலியில் அமர வைத்தீர்கள்?"

"அங்குள்ள ஜன்னல் ஓரமாக."

"இப்போது ஜன்னல் அருகே இருக்கும் இந்தச் சிறிய மேஜையை எடுத்துக்கொண்டால், இந்தத் தகவல்கள் தெளிவாக உள்ளது. அந்த நபர் உள்ளே நுழைந்து, மைய மேஜையில் இருக்கும் தாள்களை எடுத்துக்கொண்டார். அவன் மேஜையை ஜன்னல் அருகே கொண்டு சென்று, நீங்கள் வருகிறீர்களா என்று கீழே பார்த்தபடி நகல் எடுத்திருக்கிறான்."

"உண்மையில், அவனால் என்னைக் கவனித்திருக்க முடியாது. நான் வேறு வழியாக வந்துதான் என் அறையின் கதவைத் திறந்தேன்." சோம்ஸ் கூறினார்.

"நல்லது! அதை அவன் எதிர்ப்பார்த்திருக்க மாட்டான். பதற்றத்தில் மூன்று கீற்றுகள் பார்க்கிறேன். ஆனால் விரல் பதிவுகள் இல்லை. அவன் முதல் பக்கத்தை முழுவதுமாக நகலெடுத்திருக்கிறான். அவன் ஒவ்வொன்றையும் முடிந்தளவுக்குச் சுருக்கமாக எழுதி முடிக்க எவ்வளவு நேரம் எடுத்திருக்கும்? கால் மணிநேரம் குறைவிருந்திருக்காது. பின்னர் முதல் பக்கத்தைக் கீழே எறிந்துவிட்டு அடுத்ததை எடுத்திருக்கிறான். நீங்கள் திரும்பி வந்தபோது அவன் அவசரமாகப் பின்வாங்கியிருக்கிறான். காகிதங்களைச்

சரிசெய்ய நேரமில்லாததால் அவசரப்பட்டிருக்கிறான். நீங்கள் வெளி வாசலில் நுழையும்போது படிக்கட்டில் அவசரத்தில் நடக்கும் கால்களின் சத்தம் கேட்டதா?"

"இல்லை, அப்படி எதுவும் கேட்டதாக நினைவில் இல்லை."

"சரி. அவன் மிகவும் ஆவேசமாக பென்சிலில் எழுதியிருக்கிறான். அதன் முனை உடைந்திருக்கிறது. அவன் மீண்டும் அதைக் கூர்மைப்படுத்தியிருக்க வேண்டும். இது ஆர்வமானது, வாட்சன்! பென்சில் சாதாரணமானது அல்ல. இது ஒரு மென்மையான ஈயத்துடன் வழக்கமான அளவை விட அதிகமாக இருந்திருக்கிறது. வெளிப்புறம் அடர் நீல நிறத்தைக் கொண்டது. அதன் தயாரிப்பாளரின் பெயர் வெள்ளி எழுத்துகளில் அச்சிடப்பட்டிருக்க வேண்டும். அவனிடம் மீதம் ஒன்றரை அங்குல நீளம் மட்டுமே மிச்சமிருக்க முடியும். மிஸ்டர் சோம்ஸ்! அப்படியொரு பென்சிலை வைத்திருப்பவன்தான் குற்றவாளி. மேலும், அவனிடம் மழுங்கிய கத்தி இருந்தால், அவனது குற்றத்தை உறுதி செய்யக் கூடுதல் உதவியாக இருக்கும்."

இந்தத் தகவல் வெள்ளத்தால் சோம்ஸ் மூழ்கிவிட்டார். "நான் மற்ற தகவல்களைக் கண்டுபிடித்தை என்னால் புரிந்துகொள்ள முடிந்தது. ஆனால் உண்மையில் பென்சிலின் இந்த நீளம் விஷயத்தில் –"

ஹோம்ஸ் NN எழுத்துகளைக் கொண்ட ஒரு சிறிய பென்சில் மரத்தூளை எடுத்து நீட்டினார்.

"பார்த்தீர்களா?"

"இல்லை. இப்போது எனக்குப் புரியவில்லை."

"வாட்சன், உங்களுக்குப் புரிந்ததா? சரி, இந்த ழிழி என்னவாக இருக்கும்? இது ஒரு வார்த்தையின் முடிவில் உள்ளது. 'ஜோஹன் ஃபேபர்' என்பது பொதுவான பென்சில் தயாரிப்பாளரின் பெயர் என்பதை நீங்கள் அறிவீர்கள். இதோ பென்சிலின் மிச்சத்தை வைத்துத் தெளிவாகச் சொல்ல முடியுமல்லவா?". பிறகு, ஹோம்ஸ் சிறிய மேஜையின் மின் விளக்குக்கு ஓரமாகப் பிடித்தார். "அவர் நகலெடுத்த காகிதம் மெல்லியதாக இருந்ததால், அவசரத்தில் எழுதிய தடயங்கள்

கீழ் காகிதத்தில் பதிந்திருக்கும் என்று நான் எதிர்பார்த்தேன். ஆனால் அப்படி எதுவும் தெரியவில்லை. ஒருவேளை நகலுக்கு அட்டை போன்ற கனமான காகிதத்தைப் பயன்படுத்தியிருக்கலாம். இங்கு அதிகமாக பென்சிலின் மரத்துள் இருப்பதால் அவன் பென்சிலைக் கூர்மையாக்கிக் கூர்மையாக்கி எழுதியிருக்க வேண்டும். நீங்கள் வரும் சத்தம் கேட்டிருக்க வேண்டும், அவசரத்தில் ஓடும்போது இந்த மேஜையின் ஒரு முனைப் பகுதி துண்டிக்கப்பட்டுள்ளது. சரி, மிஸ்டர் சோம்ஸ். அந்தக் கதவு எங்கே போகிறது?"

"என் படுக்கையறைக்கு."

"இந்தச் சம்பவம் நடந்த பிறகு நீங்கள் உள்ளே சென்றீர்களா?"

"இல்லை; நேராக உங்களைப் பார்க்க வந்தேன்."

"நான் ஒரு முறை உங்கள் அறையைச் சுற்றிப் பார்க்க விரும்புகிறேன். பழங்கால அறையாக இருக்கிறது. நான் தரையை ஆய்வு செய்யும்வரை நீங்கள் தயவுசெய்து ஒரு நிமிடம் காத்திருங்கள். யாரேனும் இந்த அறையில் தன்னை மறைத்துக்கொள்ள வந்தால், படுக்கை மிகவும் தாழ்வாகவும், அலமாரி மிகவும் ஆழமற்றதாகவும் இருப்பதால், திரைச்சீலையின் துணிகளுக்குப் பின்னால் ஒளிந்துகொள்வான். அங்கு யாரும் இல்லை என்று நான் நினைக்கிறேன்?"

ஹோம்ஸ் திரையை இழுத்தபோது, அவர் அவசரநிலைக்குத் தன்னை தயார்படுத்திக்கொண்டார். அங்கு யாரும் இல்லை. ஆனால் ஹோம்ஸ் திரும்பி, திடீரென்று தரையில் குனிந்தார்.

"ஹலோ! என்ன இது?" என்றார் அவர்.

அது கறுப்பு அடையாளம் ஒரு சிறிய பிரமிடாக இருந்தது. ஹோம்ஸ் மின்சார ஒளியின் வெளிச்சத்தில் அதைக் காட்டினார்.

"மிஸ்டர் சோம்ஸ்! உங்கள் திருடன் உங்கள் படுக்கையறையிலும், நீங்கள் உட்காரும் அறையிலும் தடயங்களை விட்டுச் சென்றதாகத் தெரிகிறது."

"ஆனால் அவன் இங்கு என்ன தேடியிருக்க முடியும்?"

"தெளிவாகவே புரிகிறது. நீங்கள் எதிர்பாராத விதமாகத் திரும்பி வந்தீர்கள், எனவே நீங்கள் வாசலில் இருக்கும்வரை, என்றாலும் அந்த வழியாகச் செல்ல முடியாது. அவனால் என்ன செய்ய முடியும்? தன்னை உங்களிடத்திலிருந்து காத்துக்கொள்ள, வேண்டி மறைந்துகொள்ள உங்கள் படுக்கையறைக்குள் விரைந்திருக்கிறான்."

"அப்படியென்றால், இந்த அறையில் நானும் பன்னிஸ்டருடன் பேசிக் கொண்டிருக்கும்போது அவன் இங்குதான் இருந்தானோ? எங்களுக்குத் தெரிந்திருந்தால் அந்த ஆளைப் பிடித்திருப்பேனே?"

"எனக்கு அப்படித்தான் தோன்றுகிறது."

"என் படுக்கையறை ஜன்னலை நீங்கள் கவனித்தீர்களா? அவன் ஏன் அந்த வழியில் தப்பித்திருக்கக் கூடாது."

"மூன்று தனித்தனி ஜன்னல்கள். ஒரு மனிதன் செல்லுமளவுக்குப் பெரியது." ஹோம்ஸ் கூறினார்.

"அப்படியென்றால் அந்த மனிதன் ஜன்னல் வழியாகப் படுக்கையறைக்கு வந்து தேர்வுத்தாள்களை நகலெடுத்துவிட்டுச் சென்றிருக்கலாம். கடைசியாக, கதவுகள் திறந்திருப்பதைக் கண்டு, அந்த வழியே தப்பிச் சென்றிருக்கலாம்." என்று கூறினேன்.

ஹோம்ஸ் பொறுமையாகத் தலையை ஆட்டினார்.

"நம் அனுமானங்கள் இருக்கட்டும். இந்தப் படிக்கட்டைப் பயன்படுத்தும் மூன்று மாணவர்கள், உங்கள் கதவைக் கடந்துதான் செல்ல வேண்டுமா?"

"ஆமாம்."

"அவர்கள் அனைவரும் இந்தத் தேர்வில் பங்குபெறுவர்களா?"

"ஆமாம்."

"அவர்களில் நீங்கள் யாரையாவது சந்தேகிக்கக் காரணம் இருக்கிறதா?"

சோம்ஸ் தயங்கினார்.

“இது மிகவும் நுட்பமான கேள்வி. ஆதாரமில்லாமல் ஒருவரைச் சந்தேகிக்க விரும்புவதில்லை.” என்று அவர் கூறினார்.

“அவர்களைப் பற்றி நீங்கள் கூறுங்கள். ஆதாரங்களை நான் பார்த்துக்கொள்கிறேன்” என்றார்.

“அப்படியானால், இந்த அறைகளில் வசிக்கும் மூன்று மாணவர்களின் குணங்களைப் பற்றிச் சொல்கிறேன். மூவரில் வயது குறைந்தவன் கில்கிறிஸ்ட். ஒரு சிறந்த விளையாட்டு வீரன். கல்லூரிக்கான ரக்பி அணியிலும் கிரிக்கெட் அணியிலும் விளையாடுவான். மேலும் நீளம் தாண்டுதல் போட்டிகளில் வெற்றி பெற்றிருக்கிறான். அவன் ஒரு நல்ல, மாணவன். அவனது தந்தையின் பெயர் சர் ஜபேஸ் கில்கிறிஸ்ட். ஏழ்மையான மனிதர். ஆனால் கடின உழைப்பாளி. நன்றாகப் பணி செய்யக்கூடியவர்.”

“இரண்டாவது மாணவர் இந்தியரான தௌலத் ராஸ். பெரும்பாலான இந்தியர்களைப் போலவே அவன் ஒரு அமைதியான, புரிந்துகொள்ள முடியாத மாணவன். அவன் கிரேக்கத்தில் கொஞ்சம் பலவீனமாக இருந்தாலும், நன்றாக முயன்று தேர்ச்சி பெறக் கூடியவன்.”

அதற்கு மேல் தளத்தில் இருப்பவனின் பெயர் மைல்ஸ் மெக்லாரன். மிகவும் புத்திசாலி மாணவனாக இருந்தான். ஆனால் சமீபக் காலமாகப் படிப்பில் கவனம் செலுத்தவில்லை. தேர்வுக்காக அதிகம் உழைத்ததுபோல் தெரியவில்லை. ஆனால் அது குறித்த பயத்துடன் இருந்தான்.”

“அப்படியானால் நீங்கள் சந்தேகப்படுவது அவரைத்தானே?”

“அப்படிச் சொல்ல எனக்குத் தைரியம் இல்லை. ஆனால் இந்தத் தேர்வில் அவன் தேர்ச்சி பெருவதில் வாய்ப்புகள் மிகக் குறைவு.” என்றார்.

“சரியாக. இப்போது, உங்கள் வேலைக்காரன் பன்னிஸ்டரைப் பார்க்க வேண்டும்.”

பார்ப்பதற்கு மிகச் சிறிய, வெள்ளை முகம். ஐம்பது வயதினைக் கடந்தவர். அமைதியான நாளில் இந்த வழக்கு திடீர்க் குழப்பத்தை அவருக்கு ஏற்படுத்தியிருக்கும். அவரது முகம் பதற்றத்தால் துடித்தது. விரல்களையும் அசைக்க அவரால் முடியவில்லை.

"இந்தச் சம்பவத்தை இவர்கள்தான் விசாரிக்கிறார்கள், பன்னிஸ்டர்." என்று சோம்ஸ் எங்களை அறிமுகப்படுத்தினார்.

"சொல்லுங்கள் சார்."

"உங்கள் சாவியைக் கதவில் மறந்து விட்டுவிட்டீர்களா?" என்று ஹோம்ஸ் கேட்டார்.

"ஆமாம்" பயத்தில் கூறினார்.

"தேர்வுத்தாள் வந்திருக்கும் சமயத்தில் இவ்வளவு அஜாக்கிரதையாக இருக்கிறீர்களே?"

"மிகவும் துரதிர்ஷ்டவசமானது சார். ஆனால் நான் எப்போதும் சாவியை என்னுடன்தான் வைத்திருப்பேன்."

"நீங்கள் எப்போது அறைக்குள் நுழைந்தீர்கள்?"

"சுமார் நாலரை மணியிருக்கும். அதுதான் சோம்ஸின் தேநீர் நேரம்."

"நீங்கள் எவ்வளவு நேரம் இங்கு இருந்தீர்கள்?"

"அவர் இல்லாததைக் கண்டு நான் உடனே சென்றுவிட்டேன்."

"மேஜையில் இருக்கும் காகிதங்களைப் பார்த்தீர்களா?"

"இல்லை சார்; நிச்சயமாக இல்லை."

"சாவியைக் கதவில் வைத்துவிட்டு எப்படி வந்தீர்கள்?"

"என் கையில் தேநீர்த் தட்டு இருந்தது. நான் சாவிக்காக மீண்டும் வருவேன் என்று நினைத்தேன். பிறகு மறந்துவிட்டேன்."

"வெளிக் கதவுக்கு ஸ்பிரிங் லாக் உள்ளதா?"

"இல்லை சார்."

"அப்படியானால் எப்பொழுதும் திறந்திருந்ததா?"

"ஆமாம் சார்."

"அறையிலுள்ளவர்கள் யாராவது வெளியே வர முடியுமா?"

"ஆமாம் சார்."

"சோம்ஸ் திரும்பி வந்து நடந்ததைப் பற்றி உங்களிடம் சொல்லும்போது, நீங்கள் உடைந்து மயங்கி விழுந்துவிட்டீர்கள் என்றாரே?"

"ஆமாம் சார். நான் இங்கு வந்த பல வருடங்களில் இப்படி ஒரு சம்பவம் நடந்ததில்லை. நான் மயங்கி விழுந்துவிட்டேன்."

"எனக்குப் புரிகிறது. நீங்கள் மோசமாக உணர ஆரம்பித்தபோது எங்கு அமர்ந்தீர்கள்?"

"ஏன்? இங்கு கதவுக்கு அருகில்."

"ஏனென்றால், இந்த மற்ற நாற்காலிகளைக் கடந்து, ஏன் நீங்கள் மூலைக்கு அருகிலுள்ள நாற்காலியில் அமர்ந்தீர்கள்?"

"அப்போது, நான் எங்கு அமர்ந்தேன் என்று யோசித்தெல்லாம் அமரவில்லை."

"மிஸ்டர் ஹோம்ஸ், அவர் அதைப் பற்றி அதிகம் யோசிக்க வாய்ப்பில்லை என்றே நான் நினைக்கிறேன். அப்போது அவர் மோசமாகத் தோற்றமளித்தார். மோசமானவர்."

"உங்கள் எஜமானர் சென்ற பிறகு நீங்கள் இங்கு இருந்தீர்களா?"

"ஒரு நிமிடத்திற்குமேல் இருந்திருப்பேன். அதன்பிறகு கதவைப் பூட்டிவிட்டு என் அறைக்குச் சென்றேன்."

"உங்களுக்கு யார் மீதாவது சந்தேகம்?"

"சார்! அப்படி யார் மீதும் சந்தேகம் இல்லை. இப்படிப்பட்ட செயலால் ஆதாயம் அடையும் மாணவர்கள் இந்தப் பல்கலைக்கழகத்தில் இருப்பதாகத் தோன்றவில்லை."

"நன்றி. இன்னும் ஒரு கேள்வி. மாடியிலிருக்கும் மூன்று மாணவர்கள் ஏதாவது தவறு செய்திருப்பார்கள் என்று தோன்றுகிறதா?' என்று ஹோம்ஸ் கேட்டார்.

"இல்லை சார்; அப்படித் தோன்றவில்லை."

"நீங்கள் அவர்கள் யாரையும் இங்கு பார்க்கவில்லையா?"

"இல்லை சார்."

"மிகவும் நல்லது. மிஸ்டர் சோம்ஸ், நீங்கள் விரும்பினால் இப்போது நாம் வெளியே சுற்றி ஆய்வு செய்யலாம்."

கடும் இருளில் எங்களுக்கு மேலே மூன்று மஞ்சள் சதுரங்கள் பிரகாசித்தன.

"மேலே இருக்கும் மூன்று மாணவர்களின் அறைகளையும் பார்க்க விரும்புகிறேன்." என்று கூறி ஹோம்ஸ் மேலே பார்த்தார். "என்ன அது? அந்த மாணவர்களில் ஒருவர் அமைதியற்றவனாகத் தெரிகிறான்."

அவர்களது பார்வை இருண்ட நிழலில் தோன்றிய இந்தியர், தன் அறைக்கு மேலும் கீழும் வேகமாக நடந்து கொண்டிருந்தான்.

"அவர்கள் ஒவ்வொரு அறைகளையும் நான் பார்க்க விரும்புகிறேன். அது முடியுமா?" என்றார் ஹோம்ஸ்.

"எந்தச் சிரமமும் இல்லை. வாருங்கள், நானே உங்களை அழைத்துச் செல்கிறேன்" சோம்ஸ் பதிலளித்தார்.

"உங்கள் பெயரைச் சொல்லாமல் கதவைத் தட்டவும்." என்று நாங்கள் கில்கிறிஸ்டின் கதவைத் தட்டும்போது ஹோம்ஸ் சோம்ஸிடம் கூறினார். ஓர் உயரமான, மெலிந்த இளைஞன் கதவைத் திறந்தான். எங்கள் வேலையைப் புரிந்துகொண்ட அவன் எங்களை வரவேற்றான். அறையின் உள்கட்டடக் கலையை ஆர்வமாகப் பார்த்தார். ஹோம்ஸ் தனது நோட்டுக்கில் வரைய வேண்டும் என்று பென்சிலைக் கேட்டார். பென்சிலின் முனையை உடைத்து, அதைக் கூர்மைப்படுத்த கத்தியை வாங்கினார். ஆனால் இந்தியரின் அறையை ஆய்வு செய்யும்போது கொஞ்சம் வினோதமான அனுபவமாக இருந்தது. நாங்கள் அவனது அறையை ஆய்வு

செய்வது முடிவடைந்தில் அவன் மகிழ்ச்சி அடைவது வெளிப்படையாகத் தெரிந்தது. இரண்டு இடத்திலும் ஹோம்ஸ் தேடிக்கொண்டிருந்த துப்பு கிடைத்ததாக எனக்குத் தோன்றவில்லை. மூன்றாவது நபருக்கு எங்கள் வருகை பிடிக்கவில்லை. நாங்கள் கதவைத் தட்டியும் திறக்கப்படாமல் இருந்தது. அதற்குப் பின்னாலிருந்து, "நீங்கள் யாராக இருந்தாலும் எனக்குக் கவலையில்லை. நீங்கள் செல்லலாம். நாளை எனக்குத் தேர்வு இருக்கிறது." என்று கோபமாகக் குரல் கர்ஜித்தது.

"அவன் ஒரு முரட்டுத்தனமான மாணவன்." என்று சோம்ஸ் கூறும்போது கோபத்தில் முகம் சிவந்திருந்தது. நாங்கள் படிக்கட்டிலிருந்து கீழே இறங்கினோம். "நிச்சயமாக, நான்தான் கதவைத் தட்டுகிறேன் என்பதை அவன் உணரவில்லை. ஆனால் அவனது நடத்தை நாகரீகமற்றதாகவும், இந்தச் சூழ்நிலையில், சந்தேகத்திற்குரியதாகவும் இருக்கிறது."

"அவரின் சரியான உயரத்தைச் சொல்ல முடியுமா?" ஹோம்ஸின் இந்தக் கேள்வி எனக்கு ஆர்வத்தை ஏற்படுத்தியது.

"மிஸ்டர் ஹோம்ஸ், என்னால் சரியாகச் சொல்ல முடியாது. அவர் இந்தியரைவிட உயரமானவர். கில்கிறிஸ்ட் அளவுக்கு உயரம் இல்லை. ஐந்தடி ஆறு அங்குலம் இருக்கும் என்று நினைக்கிறேன்."

"அது மிகவும் முக்கியமானது. மிஸ்டர் சோம்ஸ், இப்போது நான் உங்களிடமிருந்து விடைபெறுகிறேன்." என ஹோம்ஸ் கூறினார்.

சோம்ஸ் ஆச்சரியத்திலும் திகைப்பிலும் சத்தமாகப் பேசினார். "மிஸ்டர் ஹோம்ஸ், இந்தச் சூழ்நிலையில் என்னை விட்டுப் போகாதீர்கள். நீங்கள் நிலையை உணர்ந்ததாகத் தெரியவில்லை. நாளைத் தேர்வு. இன்றிரவு நாம் சில முக்கியமான நடவடிக்கையை எடுக்க வேண்டும். தாள்களில் ஏதேனும் முறைகேடு நடந்திருந்தால் தேர்வை நடத்த அனுமதிக்க முடியாது. அதனால் நடக்கவிருக்கும் பிரச்சினையை எதிர்கொள்ள வேண்டியிருக்கும்." என்றார்.

"நீங்கள் எந்த நடவடிக்கையும் எடுக்காமல் அப்படியே விட்டுவிடுங்கள். நான் நாளை அதிகாலையில் உங்களிடம்

வந்து பேசுகிறேன். அப்போது நாம் சில நடவடிக்கைகளை எடுக்கலாம். இதற்கிடையில் நீங்கள் எதையும் செய்ய வேண்டாம்."

"மிக நல்லது, மிஸ்டர் ஹோம்ஸ்."

"உங்கள் மனதிலிருக்கும் குழப்பத்திலிருந்து எளிதாக வெளியே வந்துவிடுவீர்கள். உங்கள் சிரமங்களிலிருந்து வழியைக் கண்டுபிடித்துவிடுவேன். இந்தக் கருப்புக் களிமண்ணையும் பென்சில் தூள்களையும் எடுத்துச் செல்கிறேன். வணக்கம்."

நாங்கள் அந்தக் கட்டடத்திலிருந்து வெளியே வந்ததும், மீண்டும் ஜன்னல்களை ஏறிட்டுப் பார்த்தோம். இந்தியன் அவனது அறைக்குள் வேகமாகச் சுற்றுவது தெரிந்தது. மற்ற இருவர் கண்ணுக்கும் தெரியவில்லை.

"சரி, வாட்சன், இதைப் பற்றி நீங்கள் என்ன நினைக்கிறீர்கள்?" நாங்கள் பிரதான வீதிக்கு வரும்போது ஹோம்ஸ் கேட்டார். "ஒரு சிறிய விளையாட்டு. ஒரு வகையான மூன்று பேர் இருக்கிறார்கள். அதில் ஒருவர்தான் குற்றவாளி. நீங்கள் யார் என்று சொல்லுங்கள் பார்ப்போம்."

"கதவைத் திறக்காமல் வசவுச் சொற்கள் பேசியவன். அவன்தான் செய்திருக்க வேண்டும். அவன் இல்லையென்றால், அந்த இந்தியனாக இருக்கலாம். அவன் ஏன் இந்நேரத்தில் தன் அறையைச் சுற்றிக்கொண்டிருக்க வேண்டும்?"

"அதில் ஒன்றுமில்லை. பலர் படிக்கும்போது மனப்பாடம் செய்யும்போது நடந்துகொண்டே படிப்பது வழக்கம்தான்."

"அப்படியென்றால் அவன் ஏன் நம்மை வினோதமாகப் பார்த்தான்?"

"அடுத்த நாள் நீங்கள் தேர்வுக்குத் தயாராகிக் கொண்டிருக்கும்போது, ஒவ்வொரு நொடியும் மதிப்புமிக்கதாக இருக்கும். அந்தச் சமயத்தில் அந்நியர்கள் யாராவது வந்தால், நீங்கள் விரும்புவீர்களா? கண்டிப்பாக இல்லை. எனக்கு அதில் தவறு இருப்பதாகத் தெரியவில்லை. பென்சில்கள், கத்திகள் இரண்டும் திருப்திகரமாக அவனிடத்தில் இருந்தன. ஆனால் அந்த நபர்தான் என்னைக் குழப்பினான்."

"யார்?"

"வேறு யாருமல்ல வேலைக்காரன் பன்னிஸ்டர். இந்த விஷயத்தில் ஏதோ செய்கிறார்?"

"எனக்கு அவர் ஒரு நேர்மையான மனிதராகவே தெரிகிறார்."

"அதுதான் எனக்கும் மிகவும் குழப்பமான பகுதி. ஏன் ஒரு முழுமையான நேர்மையான மனிதன் – சரி, சரி, நாம் இங்கு பேசுவதைவிடச் செல்லும் வழியில் பேசலாம்."

செல்லும் வழியில் நான்கு விதமான காகிதமும் எழுது பொருட்களும் வாங்கிக்கொண்டார். ஆனால் அது வழக்கமான பென்சில்போல் இல்லை. ஒவ்வொன்றையும் கால நேரத்தைக் குறித்து வைத்து எழுதிப் பார்த்தார். ஹோம்ஸ் தோல்வியால் மனச்சோர்வடையாமல் இதைத் திரும்பத் திரும்பச் செய்தார்.

"மை டியர் வாட்சன். இதுதான் ஒரே இறுதித் துப்பு. இதை வைத்து இந்த வழக்கை நாம் இறுதியான முடிவுக்குக் கொண்டு வர முடியும் என்பதில் எனக்குச் சந்தேகம் இல்லை. நாளை காலை உணவில்லாமல் நாம் அந்த ஆசிரியரைப் பார்க்கச் சென்றால் உங்களுக்கு ஏதாவது பிரச்சினை இருக்கிறதா? பாவம் அவர் மிகவும் பதற்றமாக இருக்கிறார். அந்த மூன்று மாணவர்களில் அது யார் என்பதிலும் ஆர்வமாக இருப்பார்." என்றார்.

எங்கள் தாமதமான இரவு உணவிற்குப் பிறகு நீண்ட நேரம் சிந்தனையில் மூழ்கியிருந்த போதிலும், ஹோம்ஸ் வழக்குபற்றி எதுவும் பேசவில்லை. காலை எட்டு மணிக்கு நான் கழிப்பறைக்குச் சென்று திரும்பியபோது அவர் என் அறைக்கு வந்தார்.

"சரி, வாட்சன், நாங்கள் செயின்ட் லூக்கிற்குச் செல்லும் நேரம் இது. காலை உணவு இல்லாமல் செய்ய முடியுமா?"

"நிச்சயமாக."

"நாம் அவரிடம் ஏதாவது நேர்மறையாகச் சொல்லும் வரை சோம்ஸ் பயங்கரமான பதற்றத்திலேயே இருப்பார்."

“அவனிடம் ஏதாவது நேர்மறையாகச் சொல்ல வாய்ப்பிருக்கிறதா?”

“நான் அப்படிதான் நினைக்கிறேன்.”

“நீங்கள் வழக்கைத் தீர்த்துவிட்டீர்களா?”

“ஆமாம், மை டியர் வாட்சன்; நான் தீர்த்துவிட்டேன்.”

“உங்களுக்குப் புதிய ஆதாரம் கிடைத்ததா?”

“காலை ஆறு மணிக்கு நான் படுக்கையை விட்டு எழுந்தது சும்மா இல்லை. இரண்டு மணிநேரம் கடின உழைப்பைச் செலுத்தி, குறைந்தபட்சம் ஐந்து மைல்களைக் கடந்து வந்திருக்கிறேன்.” என்றார்.

அவர் தனது கையை நீட்டியபோது, உள்ளங்கையில் கருப்பு மாவு போன்ற களிமண்ணின் உருண்டைளும், மூன்று சிறிய பிரமிடுகளும் இருந்தன.

“ஹோம்ஸ்! நேற்று நமக்கு இரண்டு உருண்டை மட்டுமே இருந்தது.”

“இன்று காலை மேலும் ஒன்று கிடைத்தது. மூன்றாவது எங்கிருந்து வந்தது என்பதுதான் நியாயமான வாதமாக இருக்கும். ஒன்றிரண்டு மூலமாகவே மூன்றாவது களிமண் உருண்டை வந்திருக்கிறது. சரி, நண்பர் சோம்ஸைச் சந்திக்கலாம். வாருங்கள்.”

சோம்ஸ் தனது அறையில் எங்களை மீண்டும் பார்க்கும்போது சந்தோஷப்பட்டார். இன்னும் சில மணிநேரங்களில் பரீட்சைகள் தொடங்கவிருக்கிறது. மேலும் உண்மைக் குற்றவாளியை அதற்குமுன் கண்டுபிடித்து, அவனைத் தடுக்க வேண்டிய குழப்பத்தில் இருந்தார். அவரால் நிற்கக்கூட முடியவில்லை. ஆர்வத்துடன் எங்களை வரவேற்றார்.

“நீங்கள் வந்ததற்கு நன்றி! வராமல் இருந்துவிடுவீர்களோ என்று அஞ்சினேன். நான் என்ன செய்ய வேண்டும்? தேர்வைத் தொடரலாமா?”

“எந்தப் பிரச்சினையுமில்லை. தாரளமாகத் தொடரலாம்.”

"அப்படியென்றால் அந்தத் தேர்வுத்தாளை நகலெடுத்தவன்?"

"அவன் போட்டியிட மாட்டான்."

"நீங்கள் அவனைக் கண்டுபிடித்துவிட்டீர்களா?"

"அப்படிதான் நினைக்கிறேன். மேலும், இந்த விஷயத்தை உறுதி செய்துக்கொள்ள இந்த இடத்தைச் சிறிய இராணுவ நீதிமன்றமாக மாற்றி விசாரிக்க விரும்புகிறேன். அது கூட நீங்கள் விரும்பினால், சோம்ஸ்! வாட்சன்! நான் நடுவிலிருக்கும் நாற்காலியில் அமர்ந்துகொள்கிறேன். நீங்களும் அமருங்கள். இப்போது நமது விசாரணையின் மூலம் குற்றவாளி உண்மையைச் சொல்லப்போகிறார். தயவுசெய்து மணியை அடிக்கவும்!"

பன்னிஸ்டர் உள்ளே நுழைந்தார். அந்த நீதித்துறையின் தோற்றத்தில் ஆச்சரியத்திலும் பயத்திலும் பின்வாங்கினார்.

"தயவுசெய்து கதவினை மூடுங்கள்." ஹோம்ஸ் கூறினார். "இப்போது, பன்னிஸ்டர், நேற்றைய சம்பவத்தின் உண்மைகளை எங்களிடம் கூறுங்கள்?"

அவருக்குத் தலைமுடியின் வேர்கள்வரை வெண்மையாக மாறியது.

"எல்லாம் கூறிவிட்டேன் சார்."

"கூடுதலாகச் சேர்க்க ஒன்றுமில்லையா?"

"ஒண்ணுமில்லை சார்."

"அப்படியானால், நான் உங்களின் செயலை விளக்குகிறேன். நேற்று நீங்கள் அந்த நாற்காலியில் அமர்ந்தபோது, இந்த அறையில் யார் மறைந்திருக்கிறார்கள் என்பதை எங்களுக்குக் காட்டிக் கொடுக்கக் கூடாது என்று செய்தீர்களா?"

பன்னிஸ்டரின் முகம் பரிதாபமாக இருந்தது.

"இல்லை சார்; நிச்சயமாக இல்லை."

"இது என் அனுமானம் மட்டுமே. என்னால் உறுதியாக நிரூபிக்க முடியவில்லை. ஆனால் இது போதுமானதாகத்

தெரிகிறது. சோம்ஸின் திரும்பிய தருணத்தில் நீங்கள் அந்தப் படுக்கையறையில் மறைந்திருந்த குற்றவாளியைத் தப்பிக்கவிட்டிருக்கிறீர்கள்." என்று ஹோம்ஸ் தைரியமாகக் கூறினார்.

பன்னிஸ்டரின் உலர்ந்த உதடுகள் நடுங்கின.

"அப்படி எதுவுமில்லை சார்."

"பன்னிஸ்டர்! நீங்கள் மிகவும் பாவம். இதுவரைக்கும் நீங்கள் உண்மையைப் பேசியிருக்கலாம். ஆனால் நீங்கள் பொய் சொல்கிறீர்கள் என்பது எனக்கு நன்கு தெரியும்." அந்த மனிதனின் முகம் அச்சத்தில் இருந்தது.

"அப்படி யாரும் மறைந்திருக்கவில்லை சார்." தனது பதிலில் உறுதியாக இருந்தார்.

"அப்படியென்றால் நீங்கள் எங்களுக்கு வேறு எந்தத் தகவலையும் கொடுக்க முடியாது. தயவுசெய்து நீங்கள் படுக்கையின் கதவுக்கு அருகே நிற்கவும். இப்போது, சோம்ஸ்! கில்கிறிஸ்டியின் அறைக்குச் சென்று, நீங்கள் அவனை இந்த அறைக்கு அழைத்து வர முடியுமா?"

சிறிது நேரத்தில் ஆசிரியர் அந்த மாணவனோடு திரும்பிவந்தார். பார்ப்பதற்கு நல்ல மனித உயரமாகவும், மெல்லிதாகவும் இருந்தான். அவனது நீலக் கண்கள் எங்கள் ஒவ்வொருவரையும் பார்த்தது. கடைசியாக, தொலைவிலுள்ள பன்னிஸ்டர் திகைப்புடன் பார்த்தான்.

"கதவை மூடுங்கள். இப்போது, மிஸ்டர் கில்கிறிஸ்ட். நாங்கள் அனைவரும் இங்கு தனியாகத்தான் இருக்கிறோம். நமக்கு நாமே வெளிப்படைப் பேசிக்கொள்வது நல்லது. நேற்று நீங்கள் இந்தச் செயலை எப்படிச் செய்தீர்கள் என்பதை நாங்கள் அறிய விரும்புகிறோம்?" என்றார் ஹோம்ஸ்.

துரதிர்ஷ்டவசமான அந்த இளைஞன் பின்வாங்கி, பன்னிஸ்டரைத் திகிலுடன் பார்த்தான்.

"இல்லை, இல்லை, மிஸ்டர் கில்கிறிஸ்ட், சார்; நான் ஒரு வார்த்தைகூடச் சொல்லவில்லை. சொல்லவே இல்லை!' என்று பன்னிஸ்டர் அழுதார்.

“அவர் எதுவும் சொல்லவில்லை. ஆனால் அவர் சொல்லும் வார்த்தையில் நீங்கள்தான் குற்றவாளி என்பது புரிகிறது. உங்கள் தவறைத் திருத்திக்கொள்ள ஒரு வாய்ப்பு. நீங்கள் வெளிப்படையாக வாக்குமூலம் கொடுப்பதில்தான் உள்ளது.” ஹோம்ஸ் கூறினார்.

ஒரு கணம் கில்கிறிஸ்ட், குற்றவுணர்வில் தனது கையைக்கொண்டு முகத்தை மூடினார். மேஜைமீது கை வைத்து முழங்காலிட்டு முகத்தைப் புதைத்துக் கொண்டான். உணர்ச்சிவசப்பட்டு அழுத் தொடங்கினான்.

“தவறு செய்வது மனித குணம். குறைந்த பட்சம் நாம் அந்தத் தவறை ஏற்று மன்னிப்பு கேட்பதுதான் உத்தமம். உங்களால் சொல்ல முடியவில்லை என்றால் சோம்ஸிடம் என்ன நடந்தது என்று நான் சொல்கிறேன். நான் எங்கு தவறு செய்கிறேன் என்பதை நீங்கள் சரி செய்யலாம். பதில் சொல்ல சிரமப்பட வேண்டாம். நான் உங்களுக்கு எந்த அநீதியும் செய்யவில்லை என்பதை மட்டும் புரிந்துகொள்ளுங்கள்.” என்று ஹோம்ஸ் கனிவுடன் கூறினார்.

“மிஸ்டர் சோம்ஸ் இல்லை என்பதும், தேர்வுத்தாள் வந்திருப்பதும் அவரது உதவியாளர் பன்னிஸ்டருக்குக்கூடத் தெரியாது. அப்படியென்றால், அந்த அறைக்கு யாராவது தற்செயலாகத்தான் வந்திருக்க வேண்டும் என்பதை உறுதி செய்துகொண்டேன். பயிற்சி முடித்த ஸ்பைக் ஷூவோடு சாவி இருப்பதைப் பார்த்து சோம்ஸ் அறைக் கதவைத் திறந்தீர்கள். கதவருகே இருந்து பார்க்கும்போது மேஜையில் இருக்கும் தேர்வுத்தாள் தெரிகிறது என்றால் உயரமாக இருக்க வேண்டும் என்றே தோன்றியது. உங்கள் மூவரில் ஆறடி உயரத்தில் இருப்பது நீங்கள்தான். உள்ளே நுழைந்ததும் தேர்வுத்தாள் உங்கள் கண்ணில்தான் படுகிறது. யாருமில்லாததால் ஜன்னலுக்கு அருகே காகிதங்களை வைத்து நகலெடுக்கத் தொடங்குகிறீர்கள்.

ஜன்னல் வழியாக அவர் வருகிறாரா என்று பார்த்துக்கொண்டே முதல் பக்கத்தை நகலெடுத்திருக்கிறீர்கள். வழக்கு மாறாக சோம்ஸ் வேறு வாசல் வழியாகத் தனது அறைக்குள் வருகிறார். பதற்றத்தில் உங்கள் ஸ்பைக் ஷூவைக்

கழட்டி, அவரது படுக்கையறைக்குள் நுழைகிறீர்கள். அப்போது, உங்கள் ஷூவில் இருக்கும் களிமண் மேஜையின் மீது விழுந்தது. அவரது படுக்கையில் ஜன்னல் அருகே மறைந்துக்கொண்டீர்கள். ஏனென்றால், அங்குதான் உங்களை முழுமையாக மறைத்துக்கொள்ள முடிந்தது. அங்கும் உங்கள் ஷூவிலிருந்த களிமண் அடையாளம் இருந்தது.

அப்போது டீ கொடுக்க உள்ளே வரும்போது நீங்கள் மறைவதை அவன் கவனித்திருக்கிறார். அந்தச் சமயத்தில் சோம்ஸ் உள்ளே வர, தேர்வுத்தாள் கலைந்திருப்பதைக் கண்டு அதிர்ச்சியடைக்கிறார். நீங்கள் மறைந்திருப்பதை சோம்ஸிடம் சொல்லாமல் உங்களுக்கு உதவியிருக்கிறார்.

சோம்ஸ் என்னைப் பார்க்க வெளியே வந்த பிறகு, அவர் உங்களை வெளியே செல்ல அனுமதித்திருக்கிறார். இதுதான் நடந்தது என்று ஆய்வு செய்திருக்கிறேன். அனைத்தும் சரிதானே!!"

மாணவர் எங்களை நிமிர்ந்து பார்த்தான்.

"உண்மைதான்" என்றான்.

"உன்னிடம் இதைத் தவிர மேலதிகமாகச் சேர்க்க எதாவது இருக்கிறதா?" ஹோம்ஸ் கேட்டார்.

"ஆமாம். நான் செய்த அவமானகரமான காரியத்தால் குற்றவுணர்ச்சிக்கு உள்ளானேன். அதனால் இன்று அதிகாலை ஆசிரியர் சோம்ஸூக்கு ஒரு கடிதம் எழுதினேன். அதுவும் எனது தவறை நீங்கள் கண்டுபிடிப்பதற்கு முன்பே எழுதிவிட்டேன். இதோ அந்தக் கடிதம். 'இந்தத் தேர்வை எழுத எனக்கு விருப்பமில்லை. பரீட்சைக்குச் செல்ல மாட்டேன் என்று தீர்மானித்துள்ளேன். ரோடீசியன் காவல்துறையில் எனக்குப் பணியுள்ளது. நான் உடனடியாகத் தென்னாப்பிரிக்காவுக்குச் செல்கிறேன்' என்று எழுதிய கடிதத்தைக் காட்டினான்.

"உன் நியாயமற்ற நடவடிக்கையால் நீ லாபம் அடைய விரும்பவில்லை என்பதைக் கேட்டு எனக்கு மகிழ்ச்சியாக இருக்கிறது. ஆனால் ஏதனால் உன் மனதை மாற்றிக்கொண்டாய்." என்று சோம்ஸ் கேட்டார்.

கில்கிறிஸ்ட், பன்னிஸ்டரைச் சுட்டிக்காட்டினார்.

"என்னை நேர்வழியில் மாற்றியவர் அவர்தான்" என்றார்.

"இப்போது வாருங்கள், பன்னிஸ்டர். நீங்கள் மட்டும்தான் இந்த இளைஞனை வெளியில் விட்டிருக்க முடியும் என்பதை நான் எப்படிச் சொன்னேன் என்பது உங்களுக்குப் புரிந்திருக்கும். நீங்கள் அறைக்குள்ளே இருந்திருக்கிறீர்கள். வெளியே போகும்போது கதவைப் பூட்டி யிருக்க வேண்டும். அவன் அந்த ஜன்னல் வழியாகத் தப்பிச் சென்றது நம்பமுடியாததாக இருந்தது. அப்படியென்றால், அவனை நீங்கள்தான் வெளியே விட்டிருக்க வேண்டும். இந்த வழக்கில் மர்மமாக இருக்கும் நீங்கள்தான் அவனை வெளியே விட்டிருக்கிறீர்கள்? ஏன் சோம்ஸிடம் அவன் மறைந்திருப்பதைப் பற்றிச் சொல்லவில்லை என்பதை விளக்கிச் சொல்ல முடியுமா?" என்று ஹோம்ஸ் கேட்டார்.

"மன்னிக்கவும் சார். நான் உங்கள் புத்திசாலித்தனத்தைப் பற்றி அறிந்திருக்கவில்லை. நீங்கள் எப்படிக் கண்டுப்பிடித்தீர்கள் என்பதுகூடப் புரியவில்லை. இந்த கில்கிறிஸ்ட்டின் தந்தையான ஜபேஸ் கில்கிறிஸ்டுக்கு பட்லராகப் பணியாற்றி யிருக்கிறேன். பிறகு, இங்கு வேலை கிடைத்ததும் கல்லூரியில் சேர்ந்துவிட்டேன். இருந்தாலும், என் பழைய ஏஜமானரை நான் ஒருபோதும் மறக்கவில்லை. ஏனென்றால் அவரால்தான் நான் நன்றாக வாழ்கிறேன். தற்போது அவர் உயிருடன் இல்லை. அவருடைய உருவத்தில் அவரின் மகனைப் பார்த்தேன். நேற்று இந்த அறைக்குள் நுழைந்தபோது, நான் முதலில் பார்த்தது அந்த நாற்காலியில் கிடந்த திரு கில்கிறிஸ்டின் பழுப்பு நிறக் கையுறைகளைத்தான். அந்தக் கையுறைகளை நன்கு அறிந்திருந்தேன். அவற்றை ஆசிரியர் சோம்ஸை மட்டும் பார்த்தால், அவரது கல்லூரி வாழ்க்கை முடிந்துவிடும். அதனால் மயங்கி விழுவதுபோல் நாற்காலியில் அமர்ந்தேன். ஆசிரியர் சோம்ஸ் உங்களைப் பார்க்க வெளியே செல்லும் வரை நான் அதிலிருந்து எழுந்திருக்கவில்லை. பிறகு, இளம் கில்கிறிஸ்ட் மறைந்திருக்கும் இடத்திலிருந்து வெளியே வந்து தனது தவறை என்னிடம் ஒப்புக்கொண்டார். இவனைக் காப்பாற்றுவது இயல்பல்லவா? இறந்துபோன அவரது தந்தைக்கு நன்றி செலுத்தும் விதமாகக் கண்டித்து

அறிவுரைகள் கூறி அனுப்பினேன்." என்று தவறுக்கான விளக்கத்தை பன்னிஸ்டர் கூறினார்.

பன்னிஸ்டர் சோம்ஸ் காலில் விழுந்து மன்னிப்பு கேட்டார். சோம்ஸ் அவரை மன்னித்தார்.

"சரி, சோம்ஸ்! உங்களின் பிரச்சினையை நாங்கள் தீர்த்துவிட்டோம் என்று நினைக்கிறேன். எங்களின் காலை உணவு எங்களுக்காக வீட்டில் காத்திருக்கிறது. வாருங்கள் வாட்சன்! மிஸ்டர் கில்கிறிஸ்ட், உங்களுக்கு ரோடீசியாவில் ஒரு பிரகாசமான எதிர்காலம் காத்திருக்கிறது என்றே நான் நம்புகிறேன். உங்களால் எவ்வளவு உயர முடியும் என்பதை எதிர்காலம்தான் பதில் சொல்லும்." என்றார்.

34. தங்க மூக்குக் கண்ணாடியால் விளைந்த சாகசம்

1894ஆம் ஆண்டிற்கான எங்கள் படைப்புகளைக் கொண்ட மூன்று பெரிய கையெழுத்துப் பிரதிகளை நான் பார்க்கும்போது, இதில் மிகவும் சுவாரஸ்யமான நிகழ்வுகளைத் தேர்ந்தெடுப்பது மிகவும் கடினம் என்றே தோன்றியது. என் நண்பரின் விசித்திரமான சக்திகளைக் காட்சிப்படுத்தக் கூடியதாகவே இருந்தது. நான் பக்கங்களைப் புரட்டும்போது சிவப்பு லீச்சின் கதை, கிராஸ்பி வங்கியாளரின் கொடூரமான மரணம் போன்ற எனது குறிப்புகளைப் பார்த்தேன். ஆட்லெட்டன் சோகம், பண்டைய பிரிட்டிஷ் பேரோவின் வழக்கின் குறிப்புகளும் அதில் இருந்தது. புகழ்பெற்ற ஸ்மித் – மார்டிமர் வாரிசு வழக்கும் இந்தக் காலகட்டத்தில்தான் நடந்தது. மேலும் ஹுரெட், பவுல்வர்ட் கொலையாளியைக் கண்காணித்துக் கைதுசெய்த வழக்கில் ஹோம்ஸுக்கு பிரெஞ்சு ஜனாதிபதி வாழ்த்து அனுப்பிய கடிதமும் இருந்தது. இவை எல்லாம் ஒவ்வொன்றும் தனிப் பெரிய வழக்குகளாக இருக்கிறது. ஒரு விவரிப்பை அளிக்கும், ஆனால் மொத்தத்தில், யோக்ஸ்லி ஓல்ட் ப்ளேஸின் எபிசோடில், இளம் வில்லோபி ஸ்மித்தின் துக்ககரமான மரணம் மட்டுமின்றி, அவற்றில் எதுவுமே தனித்த ஆர்வமுள்ள பல புள்ளிகளை ஒன்றிணைக்கவில்லை என்று நான் கருதுகிறேன். குற்றத்திற்கான காரணங்களை மிகவும் ஆர்வத்துடன் வெளிச்சம் போட்டுக் காட்டிய அந்த அடுத்தடுத்த முன்னேற்றங்கள்.

அது நவம்பர் மாதத்தின் இறுதி. கொந்தளிப்பான இரவு. ஹோம்ஸும் நானும் மாலை முழுவதும் மௌனமாக

அமர்ந்திருந்தோம். அவர் சக்தி வாய்ந்த லென்ஸ் மூலம் அசல் கல்வெட்டின் எச்சங்களை ஒரு பாலிம்ப்செஸ்ட் மீது புரிந்துகொண்டார். நான் அறுவைச் சிகிச்சை பற்றிய சமீபத்திய கட்டுரையைப் படித்துக்கொண்டிருந்தேன். வெளியே காற்று பேக்கர் தெருவில் ஊளையிட்டது. அதே நேரத்தில் மழை ஜன்னல்களுக்கு எதிராகக் கடுமையாக அடித்தது. அப்போது, ஆக்ஸ்போர்டு தெரு முனையிலிருந்து வண்டி ஒன்று வந்துகொண்டிருந்தது.

"சரி, வாட்சன், இன்றிரவு நாம் வெளியே வரக் கூடாது" என்று ஹோம்ஸ் தனது லென்ஸை வைத்துவிட்டு, மற்ற அனைத்தையும் எடுத்து வைத்துகொண்டிருந்தார். "என் கண்கள் வேலை செய்ய முயற்சிக்கிறது. ஆனால் உடல் ஓய்வெடுக்க வேண்டுமென்று உணர்த்துகிறது. எதோ சத்தம் வாசல் அருகே கேட்கிறது."

காற்றின் சலசலப்புக்கு மத்தியில் குதிரை வண்டி நிறுத்தும் சத்தம் எங்கள் வீட்டு வாசலில் கேட்டது.

"இந்த நேரத்தில் நம்மைப் பார்க்க யார் வரப்போகிறார்கள்" என்று வெளியே சென்று பார்த்தேன்.

"அவருக்கு என்ன தேவை என்று தெரியவில்லை. ஆனால் இந்தக் குளிருக்கு எனக்கு ஒரு ஓவர் கோட் வேண்டும். அதைக் கொடுங்கள்" என்று ஹோம்ஸ் கூறும்போது, குதிரை வண்டி செல்லும் சத்தம் கேட்டது. அந்த மனிதர் இறங்கியதும் வண்டியைத் திருப்பி அனுப்பிவிட்டார். "நம்மைப் பார்க்க வரும் மனிதர் நம்மை அழைத்துச் செல்ல வரவில்லை. அப்படியிருந்தால், வண்டியைத் திருப்பி அனுப்பியிருக்க மாட்டார். சரி வாட்சன்! அவருக்கு எது தேவையென்று பார்ப்போம். கதவைத் திறங்கள்."

நள்ளிரவில் விளக்கின் வெளிச்சத்தில் அவரை அடையாளம் காண்பதில் எனக்கு எந்தச் சிரமமும் இல்லை. இது ஸ்டான்லி ஹாப்கின்ஸ், மிகவும் நம்பிக்கைக்குரிய துப்பறியும் நபர். எங்களுக்கு நன்கு பழகிய நண்பர்தான்.

"அவர் உள்ளே இருக்கிறாரா?" என்று ஆவலுடன் கேட்டார்.

"மேலே வாருங்கள். இதுபோன்ற இரவில் எங்களை விசாரணை செய்ய எதுவுமில்லை என்று நம்புகிறேன்." என நகைச்சுவையாக மாடியிலிருந்து ஹோம்ஸ் கூறினார்.

துப்பறியும் நபர் படிக்கட்டுகளில் ஏறினார். விளக்கு வெளிச்சம் அவர் முகத்தில் பிரகாசமாகப் பட, அதை நான் நீக்க உதவினேன்.

"இதோ சுருட்டு. டாக்டரிடம் வெந்நீரும் எலுமிச்சையும் அடங்கிய மருந்துள்ளது. இதுபோன்ற இரவில் அது நல்ல மருந்து. சூறாவளி போன்ற விஷயம் உங்களை இந்நேரத்தில் இங்கு வரச் செய்திருக்கும் என்று நினைக்கிறேன்."

"நிஜமாகவே ஹோம்ஸ். இன்று நான் விறுவிறுப்பான மதிய நேரத்தைக் கடந்தேன். மாலை செய்தித்தாளை வாசித்தீர்களா?"

"இல்லை."

"இது ஒரு பத்திச் செய்தியாகவே வந்திருக்கிறது. வாசித்திருந்தால் தவற விட்டிருக்க மாட்டீர்கள். இந்தச் சம்பவம் சாத்தாமிலிருந்து ஏழு மைல்கள் தொலைவிலுள்ள கென்ட்டில் உள்ளது. எனக்கு மூன்று-பதினைந்து மணிக்குத் தகவல் கிடைக்க, ஐந்து மணிக்கு யோக்ஸ்லி ஓல்ட் பிளேஸை அடைந்தேன். என் விசாரணையை நடத்தி முடித்து, கடைசி ரயிலைப் பிடித்து நேராக உங்களைச் சந்திக்க வந்தேன்." என்றார்.

"உங்கள் வழக்கைப் பற்றி நீங்கள் தெளிவாக இல்லை என்று நான் நினைக்கிறேன்?"

"இந்த வழக்கில் தலையும் புரியவில்லை. வாலும் புரியவில்லை என்றுதான் சொல்ல வேண்டும். நான் கையாண்ட வழக்குகளில் இது மிகவும் சிக்கலான வழக்காக உள்ளது. முதலில் இது ஒரு எளிமையான வழக்காகத் தோன்றியது. ஆனால் பிறகுதான் இதிலுள்ள சிக்கல்கள் புரிந்தது மிஸ்டர் ஹோம்ஸ். ஒரு மனிதன் இறந்திருக்கிறான். அவன் இதுவரை யாருக்கும் எந்தத் தீங்கும் செய்ததில்லை. அவனுக்கு எதிரிகளும் இல்லை."

ஹோம்ஸ் சுருட்டைப் பற்ற வைத்துவிட்டு நாற்காலியில் சாய்ந்தவாறு கேட்டார்.

ஸ்டான்லி ஹாப்கின்ஸ், "கிடைத்த விவரங்களைக் கொண்டு எதற்காக இந்தக் கொலையானது நடந்தது என்பதைப் புரிந்துகொள்ள முடியவில்லை. நான் சேகரித்த தகவல்களை உங்களுக்குச் சொல்கிறேன். சில ஆண்டுகளுக்கு முன்பு, யோக்ஸ்லி ஓல்ட் பிளேஸ் என்ற இடத்தில் பேராசிரியர் கோரம் என்ற முதியவர் ஒரு பெரிய வீட்டை வாங்கினார். அவர் பாதி நேரத்தைப் படுக்கையிலும், மீதி நேரத்தைத் தனது வாக்கிங் ஸ்டிக்குடனும் வீட்டைச் சுற்றிக் கொண்டு, தோட்ட வேலைகளை மேற்பார்வை செய்வதிலும் நேரத்தைக் கழித்து வந்தார். அண்டை வீட்டாரிடம் அவருக்கு நற்பெயர் உள்ளது. அவரது வீட்டில் வயதான வீட்டுப் பணிப்பெண் மார்க்கரும், பணிப்பெண் சூசன் டார்ல்டனும் இருக்கிறார்கள். இவர்கள் இருவரும் அந்த வீட்டுக்கு வந்த திலிருந்து அவருடன் இருந்துள்ளனர். மேலும் அவர்கள் சிறந்த குணமுள்ள பெண்களாகத் தெரிகிறது. பேராசிரியர் ஒரு புத்தகம் எழுத விரும்பினார். ஒரு வருடத்திற்கு முன்புதான் புத்தகம் எழுதுவதற்கு ஒரு உதவியாளர் வேண்டுமென்று அவர் கருதினார். ஏற்கெனவே இரண்டு பேர் உதவியாளராகச் சேர்ந்து சிறிது நாள்களிலே வேலை யிலிருந்து நின்றுவிட்டனர். மூன்றாவதாக மிஸ்டர் வில்லோபி ஸ்மித் என்ற இளைஞன் உதவியாளராக நியமிக்கப்பட்டார். அவரது பணி காலை முழுவதும் பேராசிரியர் சொல்லுவதை அப்படியே எழுதுவதாக இருந்தது. மேலும் மாலையில் அந்தக் குறிப்புகளையும், பத்திகளையும் சரி செய்யும் பணியில் ஈடுபட்டார். இந்த வில்லோபி ஸ்மித் உப்பிங்ஹாமில் சிறுவனாக இருந்தபோதும், கேம்பிரிட்ஜில் ஒரு மாணவனாக இருந்தபோதும் அவனுக்கு எதிராக எதிரிகளும் இல்லை. நான் அவருடைய சான்றுகளைப் பார்த்தேன். மிகவும் ஒழுக்கமான, அமைதியான, கடின உழைப்பாளியாக இருந்திருக்கிறார். இன்று காலை பேராசிரியரின் வீட்டில் இறந்த இளைஞன் இவர்தான்.

ஜன்னல்களில் காற்று அலறிக் கத்தியது. ஹோம்ஸும் நானும் நெருப்பை நெருங்கினோம். அதே நேரத்தில் இளம்

இன்ஸ்பெக்டர் மெதுவாகவும் புள்ளிக்குப் புள்ளியாகவும் தனது கதையைக் கூறினார்.

அந்த வீட்டின் தோட்டத்தின் கதவுகள் மூடப்பட்டிருந்தது. பல வாரங்களாக அந்தத் தோட்ட வாயிலை யாரும் கடந்து செல்லவில்லை. தோட்டத்தின் வாயிலில் லண்டனின் பிரதானச் சாலை உள்ளது. ஒரு தாழ்ப்பாள் மூலம் திறந்தால், வெளியே செல்ல எந்தத் தடையுமில்லை.

பேராசிரியர் தனது வேலையில் மூழ்கியிருந்ததால் அவரும் அங்கு செல்லவில்லை. இறந்த ஸ்மித்தைப் பற்றி அக்கம்பக்கத்தில் யாரையும் அறிந்திருக்கவில்லை. அவரும் தனது முதலாளியைப் போலவே வாழ்ந்தார். பணிப்பெண்கள் இரண்டு பேருக்கும் நடந்த சம்பவம் குறித்து எதுவும் தெரியவில்லை. மார்டிமர் என்பவர் தோட்டக்காரராக இருக்கிறார். இவர் ஓய்வு பெற்ற இராணுவச் சிப்பாய். அவர் வீட்டில் வசிக்கவில்லை. அவராலும் இந்தச் சம்பவம் குறித்து எந்தத் தகவலையும் சொல்ல முடியவில்லை.

இந்த விஷயத்தில் வழக்குக்குத் தேவையான தகவலைக் கூறிய ஒரே நபர் சூசன் டார்ல்டன் மட்டும்தான். அவர் கூறியதை உங்களிடம் சொல்கிறேன். முற்பகல், பதினொன்றுக்கும் பன்னிரண்டுக்கும் இடைப்பட்ட நேரத்தில், மாடியின் படுக்கையறையில் சில திரைச்சீலைகளைத் தொங்கவிடுவதில் அவள் ஈடுபட்டிருந்தாள். அப்போது பேராசிரியர் கோரம் படுக்கையில் இருந்தார். ஏனெனில் வானிலை மோசமாக இருக்கும்போது அவர் எப்போதாவது மத்தியானத்திற்கு முன் எழுவார். அப்போது அவள் வேலையில் ஈடுபட்டிருக்கும்போது வில்லோபி ஸ்மித் செல்வதைப் பார்த்தாள். கொஞ்ச நேரத்தில் பேராசிரியரின் படிக்கும் அறைக்கதவு மூடப்படும் சத்தம் கேட்டிருக்கிறது. ஆனால் ஒரு நிமிடம் அல்லது அதற்குக் கீழ் கூட இருக்கலாம், அந்த அறையிலிருந்து ஒரு பயங்கரமான அழுகைச் சத்தம் கேட்டிருக்கிறது. அது ஆணா பெணா என்று கண்டுபிடிக்க முடியாதபடியான காட்டு அலறல் சத்தமாக அது இருந்திருக்கிறது. முழு வீட்டையும் அந்தச் சத்தம் உலுக்கியது. பணிப்பெண் ஒரு கணம் பதறிப் போனாள். பிறகு தைரியத்தை மீட்டுக்கொண்டு கீழே

ஓடினாள். படிக்கும் அறைக்கதவு மூடப்பட்டிருந்தது. அவள் அதைத் திறந்தாள். உள்ளே வில்லோபி ஸ்மித் தரையில் கீழே விழுந்திருந்தார். முதலில் அவள் கண்ணுக்குக் காயம் இருப்பது தெரியவில்லை. அவனை எழுப்ப முயன்றபோது கழுத்தின் அடிப்பகுதியிலிருந்து இரத்தம் வழிவதைக் கண்டாள். மிகச் சிறிய, ஆனால் மிக ஆழமான காயத்தால் அது ஏற்பட்டிருக்கிறது. அவரது உடலின் அருகில் சிறிய கத்திக் கம்பளத்தின் மீது கிடந்தது. ஏற்கெனவே அந்தக் கத்தி பழங்கால மேஜையில் இருந்தது. பேராசிரியரின் சொந்த மேஜையின் அலங்காரப் பொருளாகவே அது இருந்தது.

முதலில் வேலைக்காரி ஸ்மித் இறந்துவிட்டதாக நினைத்தார். ஆனால் அவரது நெற்றியில் சிறிது தண்ணீரை ஊற்றியவுடன், அவர் ஒரு கணம் கண்களைத் திறந்தார். "பேராசிரியர்! – அது அவள்தான்" என்று அவர் முணுமுணுத்தார். பிறகு இறந்து விழுந்தார். அந்த இரண்டு வார்த்தைகள்தான் அவர் இறக்கும்போது கடைசியாகச் சொன்னது என்று பணிப்பெண் உறுதியாக கூறினாள்.

சூசன் உடலை விட்டுவிட்டு, பேராசிரியரின் அறைக்கு விரைந்தாள். அவர் படுக்கையில் உட்கார்ந்திருந்தார். அவருக்கு ஏதோ பயங்கரமான சம்பவம் நடந்ததாக அவளின் பயத்தைப் பார்த்ததும் தோன்றியிருக்கிறது. மார்க்கர், பேராசிரியர் ஆகியோர் இன்னும் இரவு உடையில்தான் இருந்தார்கள். செய்தியைக் கேட்டதும் அவசரத்தில் உடையைக்கூட மாற்றவில்லை. பேராசிரியர் தொலைதூர அழுகையைக் கேட்டதாகவும், ஆனால் தனக்கு எதுவும் தெரியாது என்றும் கூறுகிறார். அந்த இளைஞனின் கடைசி வார்த்தைகளான "பேராசிரியர் – அது அவள்தான்" என்பதற்கு அவரால் எந்த விளக்கத்தையும் கொடுக்க முடியவில்லை. இறக்கும் சமயத்தில் மயக்கத்தின் விளைவாக அப்படிக் கூறியிருக்கலாம் என்றார். வில்லோபி ஸ்மித்துக்கு எதிரிகள் இல்லை என்று அவர் நம்புகிறார். மேலும் குற்றத்திற்கு எந்தக் காரணத்தையும் அவரால் சொல்ல முடியவில்லை. அவர் தனது தோட்டக்காரரான மார்டிமரை உள்ளூர் காவல்துறைக்கு அனுப்பித் தகவல் கொடுத்தார்.

சிறிது நேரம் கழித்துத் தலைமைக் காவலர் என்னைக் குற்றம் நடந்த இடத்திற்குச் செல்ல உத்தரவிட்டார். நான் அங்கு செல்வதற்கு முன், குற்றம் நடந்த பாதையில் யாரும் நடக்கக் கூடாது என்று கடுமையான உத்தரவு வழங்கப்பட்டது. மிஸ்டர் ஹோம்ஸ்! உங்கள் கோட்பாடுகளை நடைமுறைப்படுத்த இது ஒரு சிறந்த வாய்ப்பு." என்று கூறி முடித்தார்.

"சரி. நீங்கள் இந்த வழக்குக்காக என்ன விசாரணை செய்தீர்கள் என்று சொல்ல முடியுமா?" என்று என் தோழர் கேட்டார்."

"மிஸ்டர் ஹோம்ஸ்! நான் என் விளக்கத்தை வழங்குவதற்கு முன் அந்த வீட்டின் வரைப்படத்தை நீங்கள் பார்த்தால்தான், என் விளக்கத்தை நீங்கள் பின்பற்ற உதவியாக இருக்கும்."

அவர் தோராயமான விளக்கப் படத்தை வரைத்தார். ஹோம்ஸ் அதைத் தன் முழங்காலில் வைத்தார். நான் எழுந்து, ஹோம்ஸின் பின்னால் நின்று பார்த்தேன்.

"நிச்சயமாக உங்களுக்கு இது புரிவதற்குக் கடினமாக இருக்கும். மேலும் எனக்குப் புரிந்த புள்ளிகளை மட்டுமே உங்களிடம் பகிர்கிறேன். இப்போது, முதலில், கொலையாளி வீட்டிற்குள் நுழைந்ததாகக் கருதி, அவன் அல்லது அவள் எப்படி உள்ளே வந்தார்? சந்தேகத்திற்கு இடமின்றித் தோட்டப்பாதை மற்றும் பின்கதவால், நேரடியாகப் படிக்கும் அறைக்கு வந்திருக்க வேண்டும். வேறெந்த வழியும் மிகவும் சிக்கலானதாக இருந்திருக்கும். அதே வழியில் தப்பிச் சென்றிருக்க வேண்டும். ஏனென்றால் அறையிலிருந்து வெளியேறும் மற்ற இரண்டு வழிகளில் ஒன்றில் சூசன் தடுத்திருக்க முடியும். மற்றொன்று நேராகப் பேராசிரியரின் படுக்கையறைக்குச் செல்கிறது. எனவே, தோட்டப்பாதையில் உடனடியாக எனது கவனத்தைச் செலுத்தினேன். அது சமீபத்திய மழையால் கண்டிப்பாகக் கொலையாளியின் கால் தடத்தைக் காண்பிக்கும் என்று நினைத்தேன்."

"இந்தப் பரிசோதனையில் நான் மிகவும் கைதேர்ந்த குற்றவாளியைக் கையாள்கிறேன் என்பதை எனக்குக் காட்டியது. ஏனென்றால், பாதையில் கால் தடங்கள்

எதுவும் காணப்படவில்லை. எவ்வாறாயினும், பாதையை வரிசைப்படுத்தும் புல்தரை வழியாக யாரோ ஒருவர் கடந்து சென்றிருக்கிறார். புல் மிதிக்கப்பட்டிருப்பதில் இருந்து அதை உறுதியாகக் காண முடிகிறது. அன்று காலை தோட்டக்காரரோ அல்லது வேறு எவருமோ அங்கு இல்லாததாலும், இரவில்தான் மழை பெய்யத் தொடங்கியதாலும், அது கண்டிப்பாகக் கொலையாளியாக மட்டுமே இருக்க முடியும்." என்றார்.

"ஒரு கணம். இந்தப் பாதை எங்கு செல்கிறது?" என்று ஹோம்ஸ் கேட்டார்.

"சாலைக்கு."

"எவ்வளவு தூரம் இருக்கும்?"

"நூறு கெஜம் அல்லது அதற்கு மேல்."

"'பாதை வாயில் வழியாகச் செல்லும் இடத்தில், ஏதாவது கால் தடங்கள் இருந்ததா?"

"துரதிர்ஷ்டவசமாக அந்தப் பாதையில் டைல்ஸ் போடப்பட்டிருந்தது."

"சரி. அப்படியென்றால் சாலையில்?"

"நேற்றைய மழையால் சேற்றில் நிரம்பியிருந்தது."

"ம்ம்.. சரி, புல்மீது இந்தத் தடங்கள், வருவது அல்லது போவதுபோல் இருந்ததா?"

"என்னால் எதையும் உறுதியாகச் சொல்ல முடியவில்லை."

"தடங்கள் பெரிதாக இருந்ததா அல்லது சிறியதாக இருந்ததா?"

"அதையும் என்னால் சொல்ல முடியவில்லை."

ஹோம்ஸ் பொறுமை இழந்தார். "அப்படியென்றால், மழை பெய்திருக்கிறது. சூறாவளி அதிகமாக வீசுகிறது. இந்த நிலையில் உண்மையைக் கண்டறிவது என்பது மிகவும் கடினம். ஹாப்கின்ஸ், நீங்கள் ஒன்றையும் உறுதியாகச் சொல்ல முடியவில்லை என்கிற போது இந்த வழக்கில் வேறு தகவல் ஏதேனும் உங்களிடம் இருக்கிறதா?"

"மிஸ்டர் ஹோம்ஸ், வெளியிலிருந்து யாரோ ஜாக்கிரதையாக வீட்டிற்குள் நுழைந்திருக்கிறார் என்பதால், நான் நடைபாதையை ஆய்வு செய்தேன். அங்கு நடப்பதற்கு மேட் இருந்ததால், அதில் எந்தக் காலடித் தடமும் இல்லை. இது என்னை சம்பவம் நடந்த படிக்கும் அறைக்குக் கொண்டு சென்றது. அது ஒரு சிறிய அலங்கார அறை. முக்கியமான கட்டுரைகள், ஆவணங்கள் அங்குதான் இருந்தன. மேலும், இரண்டு அடுக்கு அலமாரியும் அங்கு இருந்தது. அதில் முக்கியமான ஆவணங்கள் இருந்ததால் அது பூட்டப்பட்டிருந்தது. மதிப்புமிக்க ஆவணத்தை யாரும் திருட முயற்சிக்கவில்லை. ஏனென்றால், அலமாரியில் இருந்த முக்கியமான தாள்கள் சிதைக்கப்பட்டதற்கான எந்த அறிகுறியும் அங்கு இல்லை. மேலும், பேராசிரியர் எதுவும் திருடப்படவில்லை என்பதை உறுதியளித்தார். இதனால், கொள்ளைச் சம்பவம் நடக்கவில்லை என்பது உறுதியாகிறது.

நான் இப்போது அந்த இளைஞனின் உடலுக்கு வருகிறேன். இந்த விளக்கப்படத்தில் குறிக்கப்பட்டுள்ளது போல அவர் பணி செய்யும் இடத்தின் இடதுபுறத்தில் இருக்கிறது. அவர் பின்னால் இருந்து முன்னோக்கிக் குத்தப்பட்டுக் கழுத்தின் வலது பக்கமிருந்து தாக்கப்பட்டிருக்கிறார். அதனால் அது தற்கொலையாக இருக்கவும் சாத்தியமில்லை."

"ஒருவேளை அவராகவே கத்திமீது தவறி விழுந்திருந்தால்?" ஹோம்ஸ் கூறினார்.

"அந்தச் சந்தேகமும் எனக்கு இருந்தது. ஆனால் உடலில் இருந்து சில அடி தூரத்தில் கத்தியைக் கண்டுபிடித்தோம். அதனால் அது விபத்தாக இருப்பதும் சாத்தியமற்றது. மேலும், அவர் இறக்கும்போது கூறிய வார்த்தைகள் கொலையாக இருக்க வேண்டும் என்பதைத்தான் உறுதிப்படுத்துகிறது. இறுதியாக, மிக முக்கியமான ஆதாரம் இறந்தவரின் வலது கையில் சிக்கியது."

ஸ்டான்லி ஹாப்கின்ஸ் தனது பாக்கெட்டிலிருந்து ஒரு சிறிய காகிதப் பொட்டலத்தை எடுத்தார். அவர் அதைப் பிரித்து உடைந்த மூக்குக் கண்ணாடியைக் காட்டினார். "வில்லோபி ஸ்மித்துக்குப் பார்வை சிறப்பாக இருந்தது.

அப்படியென்றால், இது கொலையாளியின் முகத்தில் இருந்தோ அல்லது அவரிடம் பறிக்கப்பட்டதாகவோ இருக்க வேண்டும் என்பதில் சந்தேகமில்லை.”

ஷெர்லாக் ஹோம்ஸ் கண்ணாடியைக் கையில் எடுத்து மிகுந்த கவனத்துடன் ஆராய்ந்தார். அவர் அவற்றை அணிந்து படிக்க முயன்றார். ஜன்னலுக்குச் சென்று தெருவை உற்றுப் பார்த்தார். விளக்கின் முழு வெளிச்சத்தில் மிக நுணுக்கமாகப் பார்த்தார். இறுதியாக, ஒரு புன்னகையுடன் மேஜையில் அமர்ந்து ஒரு தாளில் சில வரிகளை எழுதினார். அதை அவர் ஸ்டான்லி ஹாப்கின்ஸ்க்குக் கொடுத்தார்.

“இந்த வழக்கில் என்னால் செய்யக்கூடிய சிறு விஷயம் இதுதான். இது உங்களுக்குப் பயனுள்ளதாக இருக்கலாம்.”

வியப்படைந்த துப்பறியும் நபர் குறிப்பை உரக்கப் படித்தார். இது பின்வருமாறு குறிப்பிடப்பட்டிருந்தது:

இந்தக் கண்ணாடிக்கு உரிமையாளர் ஒரு பெண். அவள் அடர்த்தியான மூக்கைக் கொண்டவளாக இருக்க வேண்டும். கண்கள் இருபுறமும் நெருக்கமாக அமைப்பு கொண்டவள். அவளுக்குச் சுருக்கமான நெற்றியும், வட்டமான தோளும் இருக்கும். மேலும், அவளுக்குத் தூரப் பார்வை குறைப்பாடு இருக்கிறது. கடந்த சில மாதங்களில் அவள் குறைந்தது இரண்டு முறையாவது கண்ணாடிப் பார்வையாளரை நாடியதற்கான அறிகுறிகள் உள்ளன. அவள் கண்ணாடித் தயாரிப்பாளரைச் சந்திருக்க வேண்டும். இந்தத் தகவல்களைக் கொண்டு அவளைக் கண்டுபிடிப்பதில் சிரமம் இருக்காது.

ஹோம்ஸ் ஹாப்கின்ஸின் ஆச்சரியத்தைப் பார்த்துச் சிரித்தார்.

“இந்தக் கண்ணாடியை வைத்து, எனது குறைப்புக்களை எப்படி எழுதினேன் என்பதை எளிமையாகக் கண்டுபிடிக்கலாம். மென்மையாகவும், எடை குறைவனதாகவும் இருப்பதால் அது கண்டிப்பாக ஒரு பெண்ணுடையதாக இருக்க வேண்டும் என்பதைக் குறிப்பிட்டேன். மேலும், இறந்தவரின் வார்த்தைகளால் அதன் சொந்தக்காரரர் பெண் என்பதை உறுதி செய்ய முடிந்தது. அது திடமான தங்கத்தால் பொருத்தப்பட்டிருக்கிறது. அப்படியென்றால், இதன்

உரிமையாளர் செல்வந்தராக இருக்க வேண்டும். நன்கு உடை அணியும் நபராகவும் இருப்பார். கண்ணாடியின் மூக்குப் பகுதி மிகவும் அகலமாக இருப்பதை நீங்கள் காண்பீர்கள். இது பெண்ணின் மூக்கு அடிவாரத்தில் மிகவும் அகலமாக இருப்பதைக் காட்டுகிறது. இந்த வகையான மூக்கு பொதுவாக ஒரு குறுகிய நெற்றி கொண்டவருக்குத்தான் இருக்கும். ஆனால் நான் கூறிய இந்த விளக்கத்தைத் தவறு என்று சொல்வதற்குச் சில விதிவிலக்குகள் இருக்கலாம். எனது முகம் குறுகியது. ஆனால் இந்தக் கண்ணாடிகளின் மையத்திலோ அல்லது அதன் அருகிலோ என் கண்களால் பார்க்க முடியவில்லை. எனவே, பெண்ணின் கண்கள், மூக்கின் இடைவெளி குறைவாக இருக்கும் என்றேன். வாட்சன், கண்ணாடியைப் பார்க்கும்போது அவள் பல நாள்களாகக் கண்ணாடி அணிந்திருக்கிறாள் என்றேன். அதற்கான அடையாளம் அவள் மூக்கில் இருக்கும். கண்ணாடியிலிருக்கும் லென்ஸ்யைக் கொண்டு அவளுக்கு தூரப்பார்வை குறைப்பாடு என்று சொல்ல முடியும். இப்படி இந்தக் கண்ணாடியைக் கொண்டு அந்தப் பெண்ணின் பண்புகளைக் குறிப்பிட்டேன்" என்றார்.

"உங்களின் ஒவ்வொரு வாதத்தையும் என்னால் பின்பற்ற முடிகிறது. இருந்தாலும், அந்தப் பெண் கண்ணாடி தயாரிப்பவரை இரண்டு முறை சந்தித்திருக்கிறாள் என்று நீங்கள் குறிப்பிட்டதைத்தான் என்னால் புரிந்துகொள்ள முடியவில்லை." என்றேன்.

ஹோம்ஸ் கண்ணாடியை கையில் எடுத்தார்.

"மூக்கின் அழுத்தத்தை மென்மையாக்க, சிறிய கார்க் பட்டைகளால் இருக்கும் கிளிப்புகளைப் பாருங்கள். இவற்றில் ஒன்றின் நிறமாற்றம் ஓரளவு இருக்கிறது. ஆனால் மற்றொன்று புதியது. அப்படியென்றால், ஒன்று கீழே விழுந்து சமீபத்தில் மாறியிருக்க வேண்டும். ஓரளவு நிறமாறியிருக்கும் பட்டை கூடச் சில மாதங்களுக்கு முன்புதான் மாற்றப்பட்டிருக்கிறது. அதை வைத்துதான் அந்தப் பெண் இரண்டு முறையாவது கண்ணாடி தயாரிப்பு நிறுவனத்தை அனுகியிருக்க வேண்டுமென்று நான் கூறினேன்."

"அற்புதம் ஹோம்ஸ்!" பரவசத்தில் ஹாப்கின்ஸ் கூறினார். "இந்த ஆதாரத்தை எல்லாம் என் கையில் வைத்துக்கொண்டு லண்டன் முழுக்கச் சுற்றி வர எண்ணியிருந்தேன்." என்றார்.

"நல்லது. இதற்கிடையில், இந்த வழக்கைப் பற்றி என்னிடம் சொல்ல மறந்தது ஏதாவது இருக்கிறதா?"

"ஒன்றுமில்லை, மிஸ்டர் ஹோம்ஸ். நான் அறிந்தது அனைத்தையும் உங்களிடம் பகிர்ந்துவிட்டேன். சாலைகளிலோ, ரயில் நிலையத்திலோ யாரேனும் அந்நியர் காணப்படுகிறார்களா என விசாரிக்கச் சொல்லியிருந்தேன். அப்படி யாரும் கிடைக்கவில்லை. இன்னும் குற்றத்திற்கான உள்நோக்கம் என்ன என்பதுதான் தெரியவில்லை."

"இப்போதைக்கு நான் உங்களுக்கு உதவக்கூடிய நிலையில் இல்லை. வேண்டுமென்றால், நாளை உங்களுடன் குற்றம் நடந்த இடத்திற்கு வருகிறேன்."

"நீங்கள் வந்தால் எனக்கு உதவியாக இருக்கும் ஹோம்ஸ். நாளை சேரிங் கிராஸிலிருந்து (Charing Cross) காலை ஆறு மணிக்கு ஒரு ரயில் இருக்கிறது. நாம் யோக்ஸ்லி ஓல்ட் பிளேஸில் (Yoxley Old Place) எட்டு மணிக்கு அடைந்துவிடலாம்."

"அப்படியானால் நாங்கள் வருகிறோம். உங்கள் வழக்கு மிகவும் ஆர்வமுள்ள அம்சங்களைக் கொண்டுள்ளது. மேலும் அதைப் பார்ப்பதில் நான் மகிழ்ச்சியடைவேன். சரி, ஏறக்குறைய மணி ஒன்றாகிறது. நாம் சில மணிநேரம் தூங்குவது நல்லது. நெருப்புக்கு முன்னால் உள்ள சோபாவில் உறங்கலாம். நாம் செல்வதற்கு முன் ஆவி பறக்க ஒரு கப் காபி தருகிறேன்."

மறுநாள் அதிகமாகப் புயல் வீசியது. எங்கள் பயணம் தொடங்கியபோது அது ஒரு கசப்பான காலையாக இருந்தது. தேம்ஸ் நதியின் மங்கலான சதுப்பு நிலங்களையும், நதியின் நீண்ட பகுதிகள்மீது குளிர்காலச் சூரியன் உதிப்பதைக் கண்டோம். நீண்ட நெடிய சோர்வான பயணத்திற்குப் பிறகு, நாங்கள் சிறிய நிலையத்தில் இறங்கினோம். உள்ளூர் விடுதியில் ஒரு குதிரையை வலையில் போட்டுக் கொண்டிருந்தபோது, நாங்கள் அவசரமாகக் காலை உணவை உண்டோம். கடைசியாக நாங்கள் யோக்ஸ்லி ஓல்ட் பிளேஸ் வந்தபோது

வியாபாரத்திற்குத் தயாராக இருந்தோம். தோட்ட வாசலில் ஒரு கான்ஸ்டபிள் காத்திருந்தார்.

“வில்சன், ஏதாவது செய்தி கிடைத்ததா?”

“இல்லை சார், ஒன்றுமில்லை.”

“அந்நியர்கள் யாரைப் பற்றியும் தகவல் எதுவும் கிடைக்கவில்லையா?”

“இல்லை சார். நேற்று ஸ்டேஷனில் எந்த அந்நியரும் வரவும், போகவுமில்லை என்பதில் உறுதியாக உள்ளனர்.”

“சத்திரங்களிலும், தங்கும் விடுதிகளிலும் நீங்கள் விசாரணை செய்திருக்கிறீர்களா?”

“யெஸ் சார். நாம் சந்தேகிக்கும்படியானவர்கள் யாரும் இல்லை.”

“சரி. சத்திரமும், ரயில் நிலையமும் பலரும் வந்து செல்லும் இடம். அவையெல்லாம் கவனிக்கப்படாமல்கூட இருக்கலாம்.” கான்ஸ்டேபிளிடம் கூறிவிட்டு, “நான் பேசிய தோட்டப் பாதை இதுதான் மிஸ்டர் ஹோம்ஸ்.” என்றார்.

“புல்லில் எந்தப் பக்கத்தில் அடையாளங்கள் இருந்தன?”

“இந்தப் பக்கம். பாதை, மலர்களிடையே இந்தக் குறுகிய விளிம்பு. இப்போது தடயங்களை என்னால் பார்க்க முடியவில்லை. ஆனால் அப்போது எனக்குத் தெளிவாகத் தெரிந்தது.”

“ஆமாம். யாரோ ஒருவர் கடந்து சென்றிருக்கிறார்.” ஹோம்ஸ் புல்லை நோக்கிக் குனிந்து கூறினார். “நாம் தேடும் பெண்மணி மிகவும் புத்திசாலி. கவனமாகச் செயல்பட்டிருக்கிறாள். அவள் ஒரு பக்கம் பாதையில் சென்றதுபோல் தடம் இருக்கிறது. மறுபுறம் புல்வெளி மீது திரும்பியதற்கான தடங்களைத் தெளிவாக விட்டுச் சென்றிருக்கிறாள்.”

“ஆமாம்.”

ஹோம்ஸின் முகத்தில் ஒரு உள்நோக்கம் கடந்து செல்வதைக் கண்டேன்.

"அவள் இப்படித்தான் திரும்பி வந்திருக்க வேண்டும் என்பதில் உறுதியாக இருக்கிறீர்களா?"

"ஆமாம். வெளியே செல்ல வேறு வழி இல்லை."

"ஹூம்! இது மிகவும் குறிப்பிடத்தக்கச் செயல்திறன். சரி, நாம் இந்தப் பாதையை ஆராய்ந்துவிட்டோம். இன்னும் தூரம் செல்வோம். இந்தத் தோட்டக் கதவு எப்போதும் திறந்திருக்கும் என்று நினைக்கிறேன். பார்வையாளர் மிக எளிதாக உள்ளே வரும்படியாக இருக்கிறது. மேலும், அந்தப் பெண் கொலை செய்யும் எண்ணத்தில் வரவில்லை. ஏனென்றால், மேசையிலிருந்து இந்தக் கத்தியைப் பயன்படுத்திக் கொலை செய்வதற்கு பதிலாக வேறு ஒரு ஆயுதத்துடன் வந்திருப்பாள். இந்த மேட்டில் எந்த தடயமும் இல்லை. இந்த நடைபாதை வழியில் அவள் முன்னேறியிருக்க வேண்டும். ஆனால் அவள் எவ்வளவு நேரம் எங்கிருந்தாள் என்பதற்கு ஒரு அறிகுறியும் இல்லை."

"நாற்பத்தியைந்து நிமிடங்களுக்கு மேல் இருந்திருக்காது. ஏனென்றால், வீட்டுப் பணிப்பெண் திருமதி மார்க்கர் அந்த அறையைச் சுத்தம் செய்வதற்காகச் சென்றுவந்திருக்கிறார். அவர் அங்கிருந்து வந்த பிறகுதான் இந்தச் சம்பவம் நடந்திருக்கிறது."

"மிகவும் நல்லது. நாம் தேடும் பெண் இந்த அறைக்குள் நுழைந்தாள். அவள் என்ன செய்கிறாள்? அவள் எழுதும் மேசைக்கு செல்கிறாள். எதற்காக? இழுப்பறையில் எதற்கும் இல்லை. அவள் எடுத்துக்கொள்வதற்கு மதிப்புள்ள ஏதாவது இருப்பதாக இருந்தால், அது நிச்சயமாகப் பூட்டப்பட்டிருக்கும். அப்படியென்றால், அது அந்த மர பீரோவில் ஏதோ ஒன்றுக்காக இருக்கும். ஹலோ! இங்கு பாருங்கள்? சாவி சொருகும் இடத்தில் என்ன கீறல்? ஹாப்கின்ஸ், இதை ஏன் என்னிடம் சொல்லவில்லை?"

சாவித் துவாரத்தின் வலது புறத்தில் இருந்த பித்தளையை அவர் ஆய்வு செய்தார். மேற்பரப்பில் இருந்து வார்னிஷ் கீறப்பட்டு, சுமார் நான்கு அங்குலங்கள்வரை நீண்டிருந்தது.

"நானும் கவனித்தேன், மிஸ்டர் ஹோம்ஸ். ஆனால் சாவித் துவாரத்தைச் சுற்றி கீறல் இருப்பது சகஜம்தானே!"

"இது மிகச் சமீபத்தியது. வெட்டப்பட்ட இடத்தில் பித்தளை எப்படிப் பிரகாசிக்கிறது என்று பாருங்கள். ஒரு பழைய கீறல் மேற்பரப்பின் அதே நிறத்தில் இருக்கும். என் லென்ஸ் மூலம் பாருங்கள். திருமதி மார்க்கர் இருக்கிறாரா?"

சோகமான முகத்துடன் ஒரு வயதான பெண் அறைக்குள் வந்தாள். "நேற்று காலை இந்த பீரோவில் தூசி தட்டிவிட்டீர்களா?"

"ஆமாம் ஐயா."

"இந்தக் கீறலைக் கவனித்தீர்களா?"

"இல்லை சார். நான் செய்யவில்லை."

"நீங்கள் கவனிக்கவில்லை என்று உறுதியாக நம்புகிறேன். ஏனென்றால் ஒரு தூசி இந்த வார்னிஷ் துண்டுகளைத் துடைத்திருக்கும். இந்த பீரோவின் சாவி யாரிடம் உள்ளது?"

"பேராசிரியர் தனது கைக்கடிகாரச் சங்கிலியில் வைத்திருக்கிறார்."

"மிகவும் நல்லது. திருமதி மார்க்கர், நீங்கள் செல்லலாம். இப்போது இந்த வழக்கில் நாம் கொஞ்சம் முன்னேறி இருக்கிறோம். நாம் தேடும் பெண்மணி அறைக்குள் நுழைந்து, பணியகத்திற்கு முன்னேறி, அதைத் திறக்கிறார் அல்லது அவ்வாறு செய்ய முயற்சிக்கிறார். அவள் அப்படிச் செய்துகொண்டிருக்கும் போது, வில்லோபி ஸ்மித் அறைக்குள் நுழைகிறான். சாவியை எடுக்கும் அவசரத்தில் கதவில் கீறலை ஏற்படுத்தியிருக்கிறாள். அவன் அவளைப் பிடிக்கிறான். அவனது பிடியிலிருந்து அவள் தப்பிப்பதற்காக அருகிலுள்ள கத்தியை எடுத்து அவனைத் தாக்குகிறாள். அந்தத் தாக்குதலில் அவர் இறந்திருக்கிறார். அவள் எடுத்து வந்த பொருளுடன் அல்லது இல்லாமலும் தப்பிக்கிறாள். சூசன்! நீங்கள் சத்தம் கேட்டு இந்த அறைக்கு வருவதற்குள் யாராவது கதவைத் தாண்டி தப்பித்திருக்க முடியுமா?" என்று ஹோம்ஸ் இன்னொரு பணிப்பெண்ணான சூசனிடம் கேள்வி கேட்டார்.

"இல்லை சார்; அது சாத்தியமில்லை. நான் படிக்கட்டில் வரும்போது என்னைக் கடந்துதான் சென்றிருக்க வேண்டும். ஒரு வேளை நான் படியில் வருவதற்குள் சென்றிருந்தாலும் கதவைத் திறக்கும்போது எனக்குக் கேட்டிருக்கும். அப்படி ஏதுவும் கேட்கவில்லை."

"அப்படியென்றால், அந்தப் பெண் எந்த வழியில் வந்தாலோ அதே வழியில்தான் சென்றிருக்க வேண்டும். அது பேராசிரியரின் அறையின் வழியாகச் செல்கிறது. அங்கிருந்து வெளியேற வழியில்லைதானே?"

"இல்லை சார்."

'சரி வாருங்கள். பேராசிரியரை அறிமுகம் செய்து வைத்து, அவரிடம் சில கேள்விகள் கேட்கிறேன். ஹலோ, ஹாப்கின்ஸ்! இது மிகவும் முக்கியமானது, உண்மையில் மிக முக்கியமானது. பேராசிரியரின் நடைபாதையிலும் தேங்காய் எண்ணெய் போடப்பட்டுள்ளது.'

"ஆமாம். அதனால் என்ன?"

"இது இந்த வழக்குக்குத் தொடர்புடையதாக உங்களுக்குத் தோன்றவில்லையா? சரி, என்னாலும் உறுதியாகச் சொல்ல முடியவில்லை. நான் நினைத்ததுத் தவறாக இருக்கலாம். என்னுடன் வந்து அவரை அறிமுகப்படுத்துங்கள்."

தோட்டத்திற்குச் செல்லும் அதே நீளம் கொண்ட பாதையை நாங்கள் கடந்து சென்றோம். இறுதியில் ஒரு கதவில் முடிவடையும் படிகளின் கதவைத் தட்டினோம். பின்னர், பேராசிரியரின் படுக்கையறைக்குள் சென்றோம்.

இது ஒரு மிகப் பெரிய அறை. எண்ணற்ற அலமாரிகள் வரிசையாக இருந்தன. அனைத்தும் புத்தகங்களும், ஆவணங்களும் நிரம்பி வழிந்தன. மூலைகளில் சில குறிப்புகள் குவியலாகக் கிடந்தன. அறையின் மையத்தில் படுக்கை இருந்தது. அதில், தலையணைகள் மீது பேராசிரியர் அமர்ந்திருந்தார். பார்ப்பதற்கு மிகவும் கம்பீரமாக இருந்தார். இருண்ட கண்களுடன் வளைந்த புருவங்கள் தெரிந்தன. அவரின் வயதான தோற்றத்தைக் குறிக்கும் வகையில் தலைமுடியும் தாடியும் வெண்மையாக இருந்தன. அவரின்

வாயில் இடையே ஒரு சிகரெட் பளபளத்தது. அந்த அறை முழுக்க அந்த சிகரெட் புகை வாசமும் இருந்தது. அவர் ஹோம்ஸிடம் கையை நீட்டியபோது, அதுவும் மஞ்சள் நிறத்தில் நிகோடின் படிந்திருப்பதை உணர்ந்தேன்.

"மிஸ்டர் ஹோம்ஸ், நீங்கள் புகைப்பிடிப்பீர்களா?" அவர், நன்கு தேர்ந்தெடுக்கப்பட்ட ஆங்கிலத்தில் நல்ல உச்சரிப்புடன் பேசினார். "ஒரு சிகரெட்டை எடுத்துக்கொள்ளுங்கள். மேலும் நீங்கள், சார்? அலெக்ஸாண்டிரியாவின் அயோனைட்ஸ் மூலம் பிரத்யேகமாகத் தயாரிக்கப்படுகிறது. பதினைந்து நாட்களுக்கு ஒருமுறை ஆயிரம் அனுப்புகிறார்கள். வயதானவர்களின் வாழ்க்கை மிகவும் மோசமானது. இன்பங்கள் குறைவு. எனக்குத் துணையாக இருப்பது புகையிலையும், என் வேலையும்தான்."

ஹோம்ஸ் ஒரு சிகரெட்டைப் பற்ற வைத்துவிட்டு, அறை முழுதும் கொஞ்சம் கொஞ்சமாகப் பார்த்துக்கொண்டிருந்தார்.

"இப்போது என்னிடம் புகையிலை மட்டுமே இருக்கிறது. என் வேலைக்கு உதவியாக இருந்தவன் இல்லை. என்ன ஒரு அபாயகரமான சம்பவம். இப்படி ஒரு பயங்கரமான பேரழிவும் அந்த இளைஞனுக்கு நடக்குமென்று நான் எதிர்ப்பார்க்கவில்லை. சில மாதப் பயிற்சிக்குப் பிறகு அவர் பாராட்டத்தக்க உதவியாளராக இருந்தார். இந்தக் கொலைச் சம்பவம் குறித்து என்ன நினைக்கிறீர்கள்?"

"இன்னும் இந்த வழக்கு குறித்து எந்த முடிவும் வரவில்லை."

"இந்த வழக்கில் என்னால் முடிந்தளவுக்கு உங்களுக்கு உதவக் கடமைப்பட்டிருக்கிறேன். என்னைப் போன்ற ஒரு புத்தகமே வாழ்க்கை என்று இருப்பவர்களுக்குக் கொலையைப் பற்றிச் சிந்திக்க முடியவில்லை. இதுபோன்ற பல இருண்ட வழக்குகளுக்கு நீங்கள் வெளிச்சம் வழங்கி யிருக்கிறீர்கள் என்பதைக் கேள்விப்பட்டிருக்கிறேன். நீங்கள் இதில் ஈடுபட்டிருப்பவது எங்களுடைய அதிர்ஷ்டம்." என்றார்.

பழைய பேராசிரியர் பேசிக்கொண்டிருக்கும் போது ஹோம்ஸ் அறையின் ஒரு பக்கத்தில் மேலும் கீழும்

நடந்துகொண்டிருந்தார். அவர் அசாதாரண வேகத்துடன் புகைப்பிடிப்பதைக் கவனித்தேன். புதிய அலெக்ஸாண்டிரியன் சிகரெட் ஹோம்ஸுக்குப் பிடித்திருந்தது என்று தெரிந்தது. ஹோம்ஸ் பேராசிரியரின் ஆவணங்களைப் பார்த்துகொண்டிருந்தார்.

"அதுதான் என்னுடைய மகத்தான பணி. பக்கத்து மேசையில் காகிதங்கள் குவியலாக இருக்கிறன. இது சிரியா, எகிப்தின் மடாலயங்களில் காணப்படும் ஆவணங்கள் பற்றிய எனது பகுப்பாய்வு ஆகும். இது அந்த மதத்தின் அடித்தளத்தை ஆழமாகப் புரிந்துகொள்ள உதவும். எனது உடல் நலம் குன்றிய நிலையில், எனது உதவியாளர் இறந்த இந்தச் சமயத்தில் இந்தக் குறிப்புகளை என்னால் முடிக்க முடியுமா என்று எனக்குத் தெரியவில்லை. மிஸ்டர் ஹோம்ஸ்! நீங்கள் என்னைவிட வேகமாக சிகரெட்டைப் புகைத்திருக்கிறீர்கள்."

ஹோம்ஸ் சிரித்தார்.

அவர் பெட்டியிலிருந்து மற்றொரு சிகரெட்டை எடுத்துப் பற்றவைத்தார். "பேராசிரியர் கோரம், குற்றம் நடந்த நேரத்தில் நீங்கள் படுக்கையில் இருந்தீர்கள், அதைப் பற்றி எதுவும் தெரியாது என்பதால் நான் உங்களை நீண்ட நேரம் விசாரணை செய்ய விரும்பவில்லை. ஆனால் ஸ்மித் இறக்கும்போது, 'பேராசிரியர்! – அது அவள்தான்' என்று கூறியிருக்கிறார். அந்தக் கடைசி வார்த்தைகளுக்கு என்ன அர்த்தம் என்று உங்களுக்குத் தெரியுமா?"

பேராசிரியர் தலையை ஆட்டினார்.

"சூசன் ஒரு சராசரியான கிராமத்துப் பெண். அவள் சாதாரண நம்ப முடியாத முட்டாள்தனமான விஷயத்தை நம்பக்கூடியவள். இறக்கும்போது அவர் உதிர்த்த வார்த்தைகளை வேறு மாதிரியாகப் புரிந்துகொண்டிருப்பாள் என்று நினைக்கிறேன்."

"நான் அதுப்பற்றி விசாரிக்கிறேன். நடந்த சம்பவம் குறித்து உங்களிடம் ஏதாவது விளக்கம் இருக்கிறதா?"

"எனக்குத் தெரிந்து அது ஒரு விபத்தாக இருக்கலாம். ஒருவேளை தற்கொலையாகக்கூட இருக்கலாம். அந்த

இளைஞனுக்கு நமக்குத் தெரியாத ஏதாவது ஒரு பிரச்சினை இருந்திருக்கலாம். அது அவனைத் தற்கொலைக்குத் தூண்டியிருக்கலாம் என்பது என் அனுமானம்."

"அப்படியென்றால் அந்தக் கண்ணாடி?"

"நான் கனவுகளின் மனிதன். வாழ்க்கையின் நடைமுறை விஷயங்களை என்னால் விளக்க முடியாது. இதுபோன்ற விசித்திரமான விஷயங்களைப் புரிந்துகொள்வது எனக்குச் சிரமமாக இருக்கும். ஹோம்ஸ், மற்றொரு சிகரெட்டை எடுத்துக்கொள்ளுங்கள். இதுபோன்ற விசிறி, கையுறை, கண்ணாடி போன்ற பொருட்களை ஒரு மனிதன் தன்னிடமே வைத்திருந்தால் யாரோ நினைவாகக்கூட அவன் வைத்திருக்கலாம். யாருக்குத் தெரியும்? மேலும், புல்லுக்கு மேல் சில காலடித் தடங்கள் இருப்பதாகக் கூறிக்கொண்டிருந்தனர். அப்படியென்றால், வெகுதொலைவிலிருந்து யாராவது கத்தியை வீசித் தாக்குதல் நடத்தியிருக்கலாம். நான் எதோ சிறுவயது குழந்தைபோல் பேசுகிறேன் என்று நினைக்கிறேன். எதுவாக இருந்தாலும், ஸ்மித் தனது தலைவிதியைத் தன் கையால் தேடிக்கொண்டார் என்றுதான் தோன்றுகிறது."

இவ்வாறு முன்வைக்கப்பட்ட கோட்பாட்டினால் ஹோம்ஸ் கொஞ்சம் குழப்பமடைந்தார் என்று நினைத்தேன். அவர் சிறிது நேரம் மேலும் கீழும் நடந்தார். பிறகு சிகரெட்டைப் பருகினார்.

"ப்ரொஃபசர் கோரம்! இந்த பீரோவில் என்ன இருக்கிறது?"

"திருடனுக்கு உதவக்கூடிய எந்த மதிப்பு மிக்க பொருளும் இல்லை. குடும்ப ஆவணங்கள், என் ஏழை மனைவியின் கடிதங்கள், என்னைக் கௌரவித்த பல்கலைக்கழகங்களின் பாராட்டுச் சான்றிதழ்கள்தான். இதோ சாவி. நீங்களே பார்க்கலாம்."

ஹோம்ஸ் சாவியை எடுத்து ஒரு கணம் பார்த்தார். பின்னர் அவர் அதைத் திரும்ப ஒப்படைத்தார்.

"எனக்கு எதுவுமே உதவுவதாக இல்லை. நான் அமைதியாக உங்கள் தோட்டத்திற்குச் சென்று முழு

விஷயத்தையும் ஆராய விரும்புகிறேன். நீங்கள் முன்வைத்த தற்கொலைக் கோட்பாட்டைப் பற்றியும் யோசிக்கிறேன். பேராசிரியர் கோரம்! உங்களின் நேரத்தை அதிகமாக எடுத்துக்கொண்டதற்கு மன்னிக்கவும். மதிய உணவுக்குப் பிறகு சரியாக இரண்டு மணிக்கு மேல் நாங்கள் என்ன விசாரித்திருக்கிறோம் என்பதை உங்களிடம் தெரிவிக்கிறோம்."

ஹோம்ஸும், நானும் சிறிது நேரம் மௌனமாகத் தோட்டப் பாதையில் ஏறி இறங்கி நடந்தோம்.

"உங்களுக்கு ஏதாவது துப்பு கிடைத்ததா?" என்று நான் கேட்டேன்.

"அது நான் புகைத்த அந்த சிகரெட்டைப் பொறுத்தது. இந்த சிகரெட் எனக்குக் காண்பிக்கும்." என்றார்.

"எப்படிச் சொல்கிறீர்கள்?"

"என்னால் நிச்சயமாகச் சொல்ல முடியவில்லை. கண்டிப்பாக இந்த சிகரெட் புகையில் எதோ ஒரு துப்பு உள்ளது. அதற்கான வழியை எப்படியாவது அடைவேன். திருமதி மார்க்கருடன் ஐந்து நிமிடங்கள் உரையாட வேண்டும்." என்றார்.

மார்க்கர் மற்ற பணிப் பெண்களுடன் மிக சகஜமாகப் பேசிக் கொண்டிருந்தார். அவர் மீது மற்ற பணிப்பெண்களுக்கு நன்மதிப்பு இருக்கிறது என்பதைப் பார்த்ததும் புரிந்துகொள்ள முடிந்தது. அதேபோல் ஹோம்ஸ் கேட்கும் கேள்விக்குப் பதிலளிக்கும்போது, அவள் பல ஆண்டுகள் பழகியது போலவே பதிலளித்தார். ஹோம்ஸ் பேராசிரியரின் புகைப் பிடிக்கும் பழக்கத்தைப் பற்றி விசாரித்தார்.

"ஆமாம், மிஸ்டர் ஹோம்ஸ், நீங்கள் சொல்வது போல் பேராசிரியர் பயங்கரமான ஒன்றைப் புகைப்பிடிக்கக் கூடியவர். பகல் முழுவதும், சில சமயம் இரவு முழுவதும் சார். ஒரு காலையில், அவரது அறைக்குச் சென்றால் லண்டன் மூடுபனி போன்றிருக்கும். இறந்த மிஸ்டர் ஸ்மித்துக்குக்கூடப் புகைப்பிடிக்கும் பழக்கம் இருக்கிறது. ஆனால் பேராசிரியரைப் போல் மோசமாக இல்லை. அவரது உடல்நிலை குறித்து எனக்கு எதுவும் தெரியாது."

"ஆனால் அது பசி எடுக்காமல் செய்யும். இல்லையா?" என்றார் ஹோம்ஸ்.

"அதெல்லாம் எனக்குத் தெரியாது சார்."

"பேராசிரியர் எதையும் சாப்பிடவில்லை என்று நினைக்கிறேன்?"

"இல்லை. அவர் மாறி இருக்கிறார்."

"இன்று காலை அவர் சிகரெட் பிடித்ததால் சாப்பிடவில்லை என நான் பந்தயம் கட்டுவேன். அவர் சிகரெட் குடிப்பதைப் பார்த்தால், மதிய உணவைக்கூட உண்ண மாட்டார் என்று நினைக்கிறேன்."

"அப்படி எதுவுமில்லை சார். அவர் இன்று காலை நீண்ட நேரமாக உணவு சாப்பிட்டார். அப்பொழுதுகூட எனக்குப் பெரிதாகத் தெரியவில்லை. மதிய உணவிற்காக நல்ல கட்லெட்டுகளை ஆர்டர் செய்துள்ளார். அது எனக்கே ஆச்சரியமாக இருந்தது. ஏனென்றால் நான் நேற்று அந்த அறைக்குள் ஸ்மித் தரையில் இறந்து கிடப்பதைப் பார்த்ததிலிருந்து, எங்களால் உணவைச் சாப்பிட முடியவில்லை."

நாங்கள் காலையில் தோட்டத்தில் அலைந்தோம். ஸ்டான்லி ஹாப்கின்ஸ், முந்தைய நாள் காலை சாதம் சாலையில் சிறுவர்கள் சிலர் ஒரு விசித்திரமான பெண்ணைப் பார்த்ததாகத் தகவல் வர அவர் வெளியே சென்றிருந்தார். என் நண்பரைப் பொறுத்தவரை, அவரது வழக்கமான ஆற்றல் இல்லாமல் இருப்பதுபோல் தோன்றியது. அவர் ஒரு வழக்கை இவ்வளவு அரை மனதுடன் கையாள்வதை நான் பார்த்ததே இல்லை. ஹாப்கின்ஸ் சிறுவர்கள் பார்த்ததாகச் சொல்லும் பெண்ணைக் கண்டுபிடித்ததாகவும், அவள் ஹோம்ஸின் விளக்கத்துடன் கண்ணாடிகளை அணிந்த பெண்ணாகவும் இருப்பதாகச் கூறினார். ஆனால் அது ஹோம்ஸுக்கு ஆர்வத்தைத் தூண்டவில்லை. மதிய உணவின் போது எங்களுக்காகக் காத்திருந்த சூசன், திரு ஸ்மித் நேற்று காலை நடைப்பயிற்சிக்குச் சென்றதாகவும், அதன்பிறகு அரை மணிநேரத்தில் இந்தச் சோகம் நடந்ததாகத் தகவலைத் தெரிவித்தார். ஆனால் ஹோம்ஸ் தனது மூளையில் என்ன திட்டத்தை உருவாக்குகிறார் என்பதை என்னால்

உணர முடியவில்லை. திடீரென்று நாற்காலியிலிருந்து எழுந்து கைக்கடிகாரத்தைப் பார்த்தான். "இரண்டு மணி, ஜென்டில்மென். நாம் மேலே சென்று அதை நமது நண்பர் பேராசிரியருடன் இதுவரை கண்டுபிடித்ததைப் பகிர்வோம்." என்றார்.

பேராசிரியர் தனது மதிய உணவை முடித்திருந்தார். அவரது காலியான உணவுத் தட்டைப் பார்க்கும்போது, வீட்டுப் பணிப்பெண் சொன்னதுபோல் அவருக்கு நன்றாகப் பசி எடுத்திருக்கும் என்று நினைத்தேன். அவரது ஒளிரும் கண்கள் எங்களை நோக்கித் திருப்பியது. வாயில் சிகரெட் புகைத்துக் கொண்டு, நெருப்பின் அருகில் நாற்காலியில் அமர்ந்திருந்தார்.

"மிஸ்டர் ஹோம்ஸ், இந்த வழக்கின் மர்மத்தை நீங்கள் தீர்க்கவில்லையா?" பக்கத்து மேசையில் இருந்த பெரிய சிகரெட் டின்னின் மீது சிகரெட் புகைத்துகள்களைத் தட்டினார். அவர் ஹோம்ஸிடம் சிகரெட் பாக்கெட்டை நீட்ட, ஹோம்ஸ் அந்த சிகரெட் பெட்டியை வீசினார். ஓரிரு நிமிடங்களில் நாங்கள் சிதறிய சிகரெட்டுகளை மீட்டுக்கொண்டிருந்தோம். அப்போது, ஹோம்ஸின் கண்கள் ஜொலிப்பதைப் பார்த்தேன். அவ்வளவு நேரம் நெருக்கடியில் இருந்ததுபோல் இருந்தவர், இப்போது பிரகாசமாகத் தெரிந்தார்.

"ஆமாம். நான் தீர்த்துவிட்டேன்." என்றார்.

ஸ்டான்லி ஹாப்கின்ஸும், நானும் ஆச்சரியத்துடன் பார்த்தோம். பேராசிரியரின் முகத்தில் கசப்பான அம்சங்கள் தெரிந்தன.

"தோட்டத்தில் கண்டுபிடித்தீர்களா?"

"இல்லை. இங்குதான்"

"எப்பொழுது?"

"இதோ! இப்போதுதான் கண்டுபிடித்தேன்."

"நிச்சயமாக நீங்கள் கேலி செய்கிறீர்கள், மிஸ்டர் ஷெர்லாக் ஹோம்ஸ். இது மிகவும் தீவிரமான விஷயம் என்பதை நீங்கள் நம்ப வைக்க முயற்சிக்கிறீர்கள்."

"பேராசிரியர் கோரம்! எனக்குக் கிடைத்த சங்கிலிகளை வைத்து ஒரு இணைப்பை உருவாக்கி இதுதான் நடந்திருக்க வேண்டும் என்பதை உறுதியாக நம்புகிறேன். ஆனால் இது எதற்காக நடந்தது? உங்கள் நோக்கங்கள் என்ன? என்பதை என்னால் இன்னும் சொல்ல முடியவில்லை. இன்னும் சில நிமிடங்களில் நீங்களாகவே சொல்லி கேட்கப் போகிறேன். நான் சொல்லும் தகவல்களைக்கொண்டு எந்த அளவில் கண்டுபிடித்திருக்கிறேன் என்பதை நீங்கள் அறிந்துகொள்ளலாம்.

"நேற்று ஒரு பெண் உங்கள் அறைக்குள் நுழைந்தாள். அவள் உங்கள் பீரோவில் எதோ சில ஆவணங்களைத் திருடும் உள்நோக்கத்துடன் வந்தாள். அவளிடம் ஒரு சாவி இருந்தது. உங்களுடைய சாவியைப் பரிசோதித்த போது, அதில் வார்னிஷ்மீது கீறல் உண்டாக்கும் நிறமாற்றம் இல்லை. அப்படியென்றால், அவளிடம் உங்கள் சாவியின் போலியும், எதோ திருடுவதற்கான உள்நோக்கம் இருப்பதும் உறுதியாகத் தெரிகிறது." என்றார்.

பேராசிரியர் சிரித்துக்கொண்டு, "நீங்கள் கூறுவது மிகவும் சுவாரஸ்யமாக இருக்கிறது. அப்படியென்றால், அந்தப் பெண் எதைக் கண்டுபிடிக்க வந்தாள்? அவளுக்கு என்னவானது என்பதையும் நீங்கள் சொல்லலாம்."

"அதைத் தெரிந்துகொள்ளத்தான் முயற்சி செய்கிறேன். முதலில், அவள் உங்கள் செயலாளரால் பிடிக்கப்பட்டாள். அவரிடமிருந்து தப்பிக்க அவரைக் குத்தினாள். அதனால் அவர் இறந்துவிட்டார். உண்மையில் அந்தப் பெண்ணுக்குக் கொலை செய்யும் எண்ணம் இல்லை என்று நான் உறுதியாக நம்புகிறேன். ஒரு கொலை நோக்கத்துடன் வருபவள் கையில் ஆயுதம் இல்லாமல் வந்திருக்க மாட்டாள். அவள் செய்த காரியத்தை நினைத்துத் திகிலடைந்து அந்த இடத்தை விட்டு வேகமாக ஓடினாள். துரதிர்ஷ்டவசமாக, அந்தச் சம்பவத்தில் அவளது கண்ணாடியை இழக்கிறாள். குறுகிய பார்வையான அவளுக்குக் கண்ணாடியில்லாமல் உதவியற்றவளாக இருந்தாள். தான் நடந்து வந்த பாதையில் இரண்டு தேங்காய்த் துருவல்கள் வரிசையாக இருந்தன.

அவள் தவறானப் பாதையைத் தேர்ந்தெடுத்துத் தப்பிக்க முயற்சிக்கிறாள். அது தவறானப் பாதை என்பதை மிகவும் தாமதமாகப் புரிந்துகொண்டாள். அதன் பிறகு அவள் என்ன செய்ய வேண்டும்? அவள் திரும்பிச் சென்றால் மாட்டிக்கொள்வாள். எப்படியாவது தப்பிக்க வேண்டும் என்று நினைப்பவள் என்ன செய்வாள்? அவள் படிக்கட்டில் ஏறி, கதவைத் திறந்து உங்கள் அறைக்கு வந்திருப்பாள்.

பேராசிரியர் ஹோம்ஸின் முகத்தை வெறித்துப் பார்த்தார். அவரது வெளிப்படையான விளக்கம் அவருக்கு பயத்தை வரவழைத்தது. இருந்தாலும், அவர் தனது தோள்களைக் குலுக்கிச் சிரிப்பில் வெடித்தார்.

"மிஸ்டர் ஹோம்ஸ்! உங்கள் விளக்கம் எல்லாம் நன்றாக இருக்கிறது. ஆனால் உங்கள் கோட்பாட்டில் ஒரு சிறிய குறைபாடு உள்ளது. நான் என் அறையில் இருந்தேன். என் அறையைவிட்டு வெளியேறவில்லை." என்று அவர் கூறினார்.

"அது எனக்குத் தெரியும், பேராசிரியர் கோரம்."

"எனது அறைக்குள் ஒரு பெண் நுழைவதை அறியாமல் படுத்துக்கொண்டிருந்தேன் என்று நீங்கள் சொல்கிறீர்களா?"

"நான் அப்படிச் சொல்லவே இல்லை. நீங்கள் அதை அறிந்திருந்திருக்கிறீர்கள். அவளிடம் பேசியுள்ளீர்கள். அவளுடைய அடையாளம் உங்களுக்குத் தெரியும். அதனால் அவள் தப்பிக்க நீங்கள் உதவி செய்திருக்கிறீர்கள்." என்றார்.

மீண்டும் பேராசிரியர் சிரிப்பில் வெடித்தார். ஆனால் அவரது கண்கள் எரிமலைபோல் சிவந்தது.

"உங்களுக்கு என்ன பைத்தியமா! நான் தப்பிக்க அவளுக்கு உதவி செய்தேனா? அவள் இப்போது எங்கே இருக்கிறாள்?"

"அவள் இங்குதான் இருக்கிறாள்" என்று ஹோம்ஸ் கூறிவிட்டு, அறையின் மூலையில் இருந்த உயரமான புத்தக அலமாரியைக் காட்டினார்.

பேராசிரியர் தனது கைகளைத் தூக்கி எறிந்ததை நான் பார்த்தேன். ஒரு பயங்கரமான வலிப்பு வந்ததுபோன்ற

உணர்வை அவரது கடுமையான முகத்தில் கண்டேன். அதே நேரத்தில், ஹோம்ஸ் சுட்டிக்காட்டிய புத்தக அலமாரி யிலிருந்து ஒரு பெண் வெளியே வந்தாள்.

"நீங்கள் சொல்வது சரிதான். நான் இங்குதான் இருக்கிறேன்." என்று அந்தப் பெண் கூறினாள்.

அவள் தூசியால் பழுப்பு நிறமாக மாறியிருந்தாள். அவளது முகமும் கறை படிந்திருந்தது. ஹோம்ஸ் கணித்த சரியான உடல் குணாதிசயங்களை அவள் கொண்டிருந்தாள். குறிப்பாக அவர் கூறிய கண் குறைப்பாடு சரியாகப் பொருந்தியது. இருட்டிலிருந்து வெளிச்சத்திற்கு மாறியதால் அவள் எங்களைப் பார்க்கக் கண் சிமிட்டியபடி நின்றாள். அவளிடம் குறைபாடுகள் இருந்தபோதிலும், அந்தப் பெண்ணுக்கு எதையும் எதிர்க்கும் துணிச்சலும், மரியாதை வழங்குபவர்களுக்கு மரியாதை கொடுப்பவருமாகத் தெரிந்தார். ஸ்டான்லி ஹாப்கின்ஸ் அவளைக் கைது செய்து, தனது கைதியாக ஸ்டேஷனுக்கு அழைத்துச் செல்ல வந்தார். ஆனால் அவள் அவரிடம் மெதுவாகச் செல்லலாம் என்பதுபோல் சைகை செய்தாள். இன்னொரு பக்கம் பேராசிரியர் தனது நாற்காலியில் குற்றவுணர்வில் எழுந்தார். குழம்பிய கண்களுடன் அவர் அவளைப் பார்த்தார்.

"ஆமாம் சார், நான்தான் நீங்கள் தேடும் கைதி" என்றாள். "நான் நின்ற இடத்திலிருந்து எல்லாவற்றையும் கேட்க முடிந்தது. நீங்கள் உண்மையைக் கண்டுபிடித்துவிட்டீர்கள் என்பது எனக்குத் தெரியும். நான் அனைத்தையும் ஒப்புக்கொள்கிறேன். அந்த இளைஞனைக் கொன்றது நான்தான். ஆனால் அது ஒரு விபத்து. என் கையில் வைத்திருந்த கத்தி என்றுகூட அது எனக்குத் தெரியவில்லை. ஏனென்றால் நான் அவரது பிடியிலிருந்து விடுவித்துக்கொள்வதற்காக மேசையிலிருந்து எதையாவது எடுத்துத் தள்ளுவதற்காகத் தாக்கினேன். அவரைக் கொல்ல வேண்டும் என்ற எண்ணம் இல்லை." என்று அவள் பேசும்போது இரும்பிக்கொண்டிருந்தாள்.

"மேடம், நீங்கள் சொல்வது உண்மையென்று நம்புகிறேன். நீங்கள் நலமில்லாமல் இருக்கிறீர்கள் என்று நான் அஞ்சுகிறேன்." என்று ஹோம்ஸ் கூறினார்.

அவளுடைய முகம் பயங்கரமான நிறமாக மாறி யிருந்தது. முகத்தில் இருண்ட தூசிக் கோடுகளின் கீழ் மிகவும் கொடூரமாக இருந்தது. அவள் படுக்கையின் ஓரத்தில் அமர்ந்தாள்; பிறகு அவள் தொடர்ந்து பேசினாள்.

"எனக்கு இங்கு சிறிது நேரம் மட்டுமே உள்ளது. ஆனால் முழு உண்மையையும் நான் சொல்ல விரும்புகிறேன். நான் இந்த மனிதனின் மனைவி. அவர் ஆங்கிலேயர் அல்ல. அவர் ரஷ்யர். அவர் பெயரை நான் சொல்ல மாட்டேன்." முதன்முறையாக பேராசிரியர் கண் கலக்கினார். "கடவுள் உன்னை ஆசீர்வதிப்பாராக, அன்னா!" என்று அவர் அழுதார்.

அவள் அவனது திசையில் ஆழ்ந்த அவமதிப்பைப் பார்த்தாள். "உன்னுடைய இந்தக் கேவலமான வாழ்க்கைக்குக் கடவுள் பெயரை ஏன் சொல்கிறாய். உன்னால் பலருக்குத் தீமை நடந்துவிட்டது, யாருக்கும் நீ நன்மை செய்யவில்லை. இவ்வளவு ஏன்? நீ உனக்குமே கூட நல்லது செய்யவில்லை. நான் இந்தச் சபிக்கப்பட்ட வீட்டின் வாசலுக்கு வந்த திலிருந்து என் ஆன்மா போதுமான அளவுக்குத் துன்பம் கிடைத்துவிட்டது. நான் தாமதிக்காமல் பேச விரும்புகிறேன்.

"நான் இந்த மனிதனின் மனைவி என்று சொன்னேன் இல்லையா! எங்களுக்குத் திருமணமானபோது அவருக்கு வயது ஐம்பது, எனக்கு இருபது. எங்கள் திருமணம் ரஷ்யாவின் ஒரு நகரத்தில் நடந்தது. அது ஒரு பல்கலைக்கழகம். ஆனால் அந்த இடத்தின் பெயரைக் கூற மாட்டேன்.

"கடவுள் உன்னை ஆசீர்வதிப்பாராக, அன்னா!" என்று பேராசிரியர் மீண்டும் முணுமுணுத்தார்.

"சீர்திருத்தவாதிகள், புரட்சியாளர்கள், நீலிஸ்டுகள் என எப்படி வேண்டுமானாலும் நீங்கள் எங்களை அழைக்கலாம். அவரும் நானும் இன்னும் பலரும் அந்த இயக்கத்தில் இருந்தோம். பின்னர் ரஷ்யாவில் ஒரு பிரச்சினை வெடித்தபோது, ஒரு போலீஸ் அதிகாரி கொல்லப்பட்டார். அதில், பலர் கைது செய்யப்பட்டனர். நாங்கள் நிரபராதி என்று நிரூபிப்பதற்கு ஆதாரங்கள் தேவைப்பட்டன. ஆனால் என் கணவர் தன் உயிரைக்

காப்பாற்றிக்கொள்வதற்காகவும், ஒரு பெரிய வெகுமதியைப் பெறுவதற்காகவும் தனது சொந்த மனைவியையும், அவரது தோழர்களையும் காட்டிக்கொடுத்தார். ஆமாம்; அவரது வாக்குமூலத்தின் பேரில் நாங்கள் அனைவரும் கைது செய்யப்பட்டோம். எங்களில் சிலர் தூக்கு மேடைக்கும், சிலர் சைபீரியாவுக்கும் நாடு கடத்தப்பட்டோம். நானும் அவர்களோடு நாடு கடத்தப்பட்டேன். என் கணவர் தனது முறைகேடான நடவடிக்கை மூலம் கிடைத்த ஆதாயங்களுடன் இங்கிலாந்துக்கு வந்தார்."

பேராசிரியர் கை நடுங்க சிகரெட் பிடித்தார். "அன்னா! நான் எப்போதும் உன்னுடையவனாகவே இருந்திருக்கிறேன். நீ நல்லவள்." என்றார்.

"நான் இன்னும் உன்னுடைய மோசமான நடவடிக்கையைச் சொல்லி முடிக்கவில்லை. எங்கள் தோழர்களில் என் மனதுக்குப் பிடித்த நண்பன் அலெக்சிஸ் இருக்கிறார். அவர் உன்னதமானவர், தன்னலமற்றவர், அன்பானவர். அவர் வன்முறையை வெறுத்தார். வன்முறைக்கு எதிராகப் பல முறை குரல் கொடுத்திருக்கிறார். நாங்கள் அனைவரும் குற்றவாளிகள். ஆனால் அவர் குற்றவாளி இல்லை. அப்படிப்பட்ட போக்கில் இருந்து என்னை விலகியிருக்கும்படி பலமுறை அவர் கடிதங்கள் எழுதினார். அந்தக் கடிதங்கள் ஆதாரமாக இருந்தால் அவரைக் காப்பாற்றியிருக்கும். அந்தக் கடிதங்கள் என் டைரிக் குறிப்பில், எங்களின் ஒவ்வொரு நாள் நடவடிக்கைகளையும், உணர்வுகளையும், பார்வைகளையும் எழுதி வைத்திருந்தேன். அதை அறிந்த என் கணவர் என் நண்பரைப் பழிவாங்க வேண்டும் என்ற எண்ணத்தில் டைரியையும், எனது கடிதங்களையும் எடுத்துக்கொண்டு இங்கிலாந்து வந்துவிட்டார். அவருக்குத் தூக்குத்தண்டனைக் கிடைக்கும் என்று எதிர்ப்பார்த்து என் கணவர் செய்தார். ஆனால் அலெக்சிஸ் சைபீரியாவுக்கு ஒரு குற்றவாளி அனுப்பப்பட்டார். இப்போது, இந்த நேரத்தில், அவர் ஒரு உப்புச் சுரங்கத்தில் வேலை செய்கிறார். நீயே நினைத்துப் பார்! நீ எவ்வளவு மோசமானவன். ஆனால் அலெக்சிஸ், எந்த குற்றமும் செய்யாமல் ஒரு அடிமையைப் போல வேலை செய்கிறார். உன் உயிர் என் கையில் இருந்தும் நான்

தமிழில் : குகன் ◆ 107

கொலை செய்ய நினைக்கவில்லை. உனக்கு உயிர் பிச்சை அளிக்கிறேன்."

"நீங்கள் எப்போதும் ஒரு உன்னதமான பெண்தான், அன்னா." என்று பேராசிரியர் தனது சிகரெட்டை உறிஞ்சினார்.

அவள் எழுந்தாள். ஆனால் வலியால் சிறு அழுகையுடன் மீண்டும் அமர்ந்தாள்.

"நான் இன்னும் சொல்லி முடிக்கவில்லை. எனது தண்டனைக்காலம் முடிந்ததும், ரஷ்ய அரசாங்கத்திற்கு அனுப்பப்பட்டேன். எனது நண்பரின் விடுதலையைப் பெறுவதற்காக எனது டைரியையும், கடிதங்களையும் பெற வேண்டும் என்று தீர்மானித்தேன். என் கணவர் இங்கிலாந்தில் இருக்கிறார் என்பது எனக்குத் தெரியும். பல மாதங்கள் தேடுதலுக்குப் பிறகு அவர் எங்கிருக்கிறார் என்று கண்டுபிடித்தேன். நான் சைபீரியாவில் இருந்தபோது, ஒருமுறை என்னைக் கண்டித்தும், நான் எழுதிய சில பகுதிகளை மேற்கோள்காட்டியும் ஒரு கடிதம் அவரிடம் இருந்து வந்தது. இதனால், கடிதங்கள் அனைத்தும் அவரிடம் இருக்கிறது என்பதை உறுதியாக நம்பினேன். அவருடைய பழிவாங்கும் சுபாவத்தை அறிந்த நான், அந்தக் கடிதங்களை ஒருபோதும் தர மாட்டார் என்று நன்றாகத் தெரியும். அதை எப்படியாவது பெற வேண்டும் என்பதற்காக ஒரு தனியார் துப்பறியும் நிறுவனத்தின் நிபுணரை நாடினேன். அவர் என் கணவரின் வீட்டிற்குள் செயலாளராக நுழைந்தார். உங்கள் இரண்டாவது செயலாளரான சேர்ந்த சௌ்ஜியஸ் நான் அனுப்பியவர்தான். அவர்தான் அலமாரியில் காகிதங்கள் வைக்கப்பட்டிருப்பதைக் கண்டுபிடித்தார். மேலும் அவர் அலமாரி சாவியைப் போன்று இன்னொரு நகலையும் தயாரித்துக்கொடுத்தார். அவர் இந்த வீட்டின் வரைப்படத்தை எனக்கு அளித்தார். மேலும் முற்பகலில் படிக்கும் அறையில் யாரும் இருக்க மாட்டார்கள் என்ற தகவலையும் அவர் என்னிடம் கூறினார். கடைசியாக தைரியத்தை வரவழைத்துக்கொண்டு கடிதங்களையும், டைரியையும் கைப்பற்றினேன். ஆனால் அதற்கு, வேறு விலை கொடுக்க வேண்டியதாக இருந்தது.

நான் கடிதங்களை எடுத்துக்கொண்டு அலமாரியைப் பூட்டிக்கொண்டிருந்தபோது அந்த இளைஞன் என்னைப் பிடித்துவிட்டான். அன்று காலையில் நான் அவரை ஏற்கெனவே சாலையில் சந்தித்திருந்தேன். அவன் பேராசிரியர் கோரமிடம் வேலை செய்கிறார் என்று தெரியாமல் அவரிடமே விசாரித்தேன்."

"மிகச் சரியாக! செக்ரட்டரி திரும்பி வந்து, தான் சந்தித்த பெண்ணைப் பற்றி பேராசிரியரிடம் கூறியிருக்கிறார். பிறகு, அவர் இறக்கும் கடைசி தருவாயில் உங்களைப் பற்றிச் சொல்ல முயற்சித்திருக்கிறார்." என்று ஹோம்ஸ் விளக்கினார்.

"நான் சொல்ல வந்ததை முழுமையாகப் பேச அனுமதிக்க வேண்டும்." என்று பெண், கட்டாயமான குரலில் சொன்னாள். அவளது முகம் வலியால் சுருங்கியது. "அவர் விழுந்ததும் நான் அறையிலிருந்து வெளியேறினேன். தவறான வழியைத் தேர்ந்தெடுத்தேன். என் கணவரை அவரது அறையில் கண்டேன். என்னை போலீஸிடம் பிடித்துக்கொடுப்பதாக அவர் கூறினார். அவர் என்னை போலீஸிடம் ஒப்படைத்தால், நான் எனது தோழரிடம் அவர் இருக்கும் விவரத்தைத் தெரிவிப்பேன் என்று மிரட்டினேன். தன் சொந்த நலனுக்காக என்னை அவர் போலீஸிடம் காட்டிக்கொடுக்கவில்லை. அவரின் அச்சத்தைப் பயன்படுத்தி எனது நோக்கத்தை நிறைவேற்றிக்கொள்ள விரும்பினேன். நான் சொல்லுவதைச் செய்வேன் என்று அவருக்குத் தெரியும். அவருடைய விதி என்னிடம் இருந்ததால், அவர் என்னைக் காப்பாற்றினார். அவர் என்னை அந்த இருண்ட மறைவிடத்திற்குள் மறைந்திருக்கக் கூறினார். தனது சொந்த அறைக்கு உணவு எடுத்து வந்து கொடுத்தார். போலீஸ் விசாரணை முடிந்து வீட்டைவிட்டு வெளியேறியதும் இரவோடு இரவாகச் சென்றுவிட வேண்டும் என்றும், இனி திரும்பி வரக் கூடாது என்றும் கூறியிருந்தேன். ஆனால் ஏதோ ஒரு வகையில் நீங்கள் எங்கள் திட்டங்களைப் கண்டுபிடித்துவிட்டீர்கள்."

அவள் ஆடையின் மார்பில் இருந்து ஒரு சிறிய பொட்டலத்தைக் கிழித்தார். "இவை அனைத்தும் என் கடைசி வார்த்தைகள்" என்றாள்; "அலெக்சிஸைக் காப்பாற்றும்

கடிதங்கள் இதோ. உங்கள் மீதான மரியாதையும், நீதியின் மீதான நம்பிக்கையும் இதை உங்களிடம் ஒப்படைக்கிறேன். இதை நீங்கள் ரஷ்ய தூதரகத்தில் கொடுங்கள். இப்போது என் கடமையை நான் செய்துவிட்டேன். மேலும்–"

"அவளைத் தாங்கி பிடியுங்கள்!" என்று ஹோம்ஸ் கத்தினார். அவள் தலைச்சுற்றி மயங்கி கீழே விழ இருந்தாள்.

"ரொம்பவும் தாமதம்!" அவள் மீண்டும் படுக்கையில் மூழ்கியவாறு சொன்னாள். "ரொம்பத் தாமதம்! நான் என் மறைவிடத்தை விட்டு வெளியேறும் முன்பே விஷத்தை உட்கொண்டேன். எனக்கு மயக்கம் வருகிறது. நான் போகிறேன்! கடிதங்களைப் பத்திரமாகச் சேர்க்கவும்." என்று கூறிக்கொண்டே இறந்தாள்.

நாங்கள் ஊருக்குத் திரும்பிச் செல்லும்போது "இது ஒரு எளிய வழக்கு போன்று இருந்தாலும், நமக்குச் சில வழிகளில் கற்றுத்தரும் பாடமாக இருந்திருக்கிறது" என்று ஹோம்ஸ் குறிப்பிட்டார். "இறக்கும் மனிதன் அதிர்ஷ்டவசமாகக் கண்ணாடியைக் கைப்பற்றினார். இல்லையென்றால், இந்த வழக்கில் நம்மால் தீர்வைக் கண்டுபிடித்திருபோமா என்பது சந்தேகம்தான். கண்ணாடியை அணிந்தவர் மிகவும் பார்வைக் குறைப்பாடு கொண்டவராக இருக்க வேண்டும் என்றும், இதன் உதவியில்லாமல் பார்ப்பதற்குச் சிரமமாக இருந்திருக்க வேண்டும் என்பதும் கண்ணாடியின் வலிமையிலிருந்து எனக்குத் தெளிவாகத் தெரிந்தது. இப்படி ஒரு பார்வைக் குறைப்பாடு இருப்பவர், புல்வெளியில் தடம் தெரியாமல் நடந்தார் என்பதை என்னால் நம்ப முடியவில்லை. அப்படிச் சாத்தியமில்லாத சந்தர்ப்பத்தில் அவளிடம் இரண்டாவது கண்ணாடி இருந்திருக்கலாம் என்ற சந்தேகம் இருந்தது. வெளியே சென்றதற்கான கால் தடங்கள் இல்லாததால் அவள் வீட்டிற்குள் மறைந்திருக்கலாம் என்ற கோட்பாட்டைப் பரிசீலனை செய்தேன். இரண்டு தாழ்வாரங்களும் ஒன்றுபோல் இருப்பதால், அவள் தவறான பாதையில் சென்றிருக்கலாம் என்பது தெளிவாகத் தெரிந்தது. அப்படியென்றால், அவள் பேராசிரியரின் அறைக்குள் நுழைந்திருக்க வேண்டும் என்பது தெளிவாகத் தெரிந்தது. அப்படியென்றால், அவள் பேராசிரியருக்குத் தெரிந்த

பெண்ணாக இருக்க வேண்டும். இறக்கும்போது ஸ்மித் உதிர்த்த வார்த்தைகளும் அதை உறுதி செய்கிறது. என் அனுமானப்படி அவர் தனது அறையில் ஒரு மறைவிடத்தில் மறைந்திருக்க வேண்டும் என்பதை ஆராய்ந்தேன். சிகரெட் பிடிப்பது போன்று கம்பளம், கதவு, அலமாரி என்று அனைத்தையும் சோதனை செய்தேன். அலமாரியில் இருந்த புத்தகங்கள் தரையில் குவிக்கப்பட்டிருப்பதைக் கவனித்தேன். பழைய நூலக அலமாரியில் புத்தகங்கள் பின்னால் இருப்பதைக் கவனித்திருக்கிறேன். அந்த அலமாரி பின்னால் ஒரு மனிதன் செல்லக்கூடச் சிறு இடம் இருக்கலாம் என்று அனுமானித்தேன். அதை உறுதி செய்துகொள்வதற்காக சிகரெட்டை அதிகமாகப் புகைத்தேன். சந்தேகத்திற்குரிய புத்தக அலமாரிக்கு முன்னால் உள்ள அனைத்து இடங்களிலும் சாம்பலை வீசினேன். இது ஒரு எளிய தந்திரம், மிகவும் பயனுள்ளதாக இருந்தது. நான் கீழே இறங்கியதும், பேராசிரியர் கோரம் மதிய உணவு உண்ண இருந்தார். இரண்டாவது நபரும் உணவை உண்பதற்காக வெளியே வரும்போது அந்தச் சாம்பல்மீது காலடித் தடம் பதிந்தது. நாம் மீண்டும் அறைக்குத் திரும்பியபோது, சாம்பலில் இருந்த தடயங்களிலிருந்து, நாம் தேடும் பெண் உள்ளே இருப்பதைத் தெளிவாக முடிவுசெய்ய முடிந்தது. சரி, ஹாப்கின்ஸ், நாம் பேசிக்கொண்டே சார்ரிங் கிராஸிக்கு வந்துவிட்டோம். உங்கள் வழக்கு வெற்றிகரமாக முடிந்ததற்கு என் வாழ்த்துகள். நீங்கள் தலைமையகத்திற்குச் செல்வீர்கள் என்பதில் சந்தேகமில்லை. நானும் வாட்சனும் ரஷ்ய தூதரகத்திற்குச் செல்கிறோம்."

35. காணாமல் போன முக்கால்வாசியால் கிடைத்த சாகசம்

பேக்கர் தெருவில் வித்தியாசமான தந்திகள் வருவது வழக்கம்தான். ஆனால் ஏழு அல்லது எட்டு ஆண்டுகளுக்கு முன்பு ஓர் இருண்ட பிப்ரவரி காலையில் வந்த ஒரு தந்தியானது ஷெர்லாக் ஹோம்ஸைக் கால் மணிநேரத்திற்குக் குழப்பமாக்கியது. அதில் இவ்வாறு குறிப்பிடப்பட்டிருந்தது.

நாளைக்குத் தயவுசெய்து எனக்காகக் காத்திருங்கள். பயங்கரத் துரதிர்ஷ்ட நிகழ்வு. எங்களின் காட்ஃபரே காணவில்லை. – ஓவர்டன்

“ஸ்ட்ராண்ட் போஸ்ட்மார்க், இந்தத் தந்தி பத்து முப்பத்தியாருக்கு அனுப்பப்பட்டிருக்கிறது” என்று ஹோம்ஸ் அதைத் திரும்பத் திரும்பப் படித்தார். “திரு. ஓவர்டன் இதை அனுப்பியபோது கணிசமான அளவில் பதற்றத்தில் இருந்திருக்கிறார். மிகவும் குழப்பமான மனநிலையில்தான் அவர் இருந்திருக்கிறார். அவருக்கு ஏதோ பெரிய அளவில் பிரச்சினை இருப்பதுபோன்று தெரிகிறது. என் கணிப்பு சரியாக இருந்தால், இன்னும் சற்று நேரத்தில் அவர் வரக்கூடும். நாம் இருக்கும் இந்தத் தேக்கநிலையில் மிகச்சிறிய வழக்குகூட வரவேற்கத்தக்கது ” என்றார்.

எங்களின் விஷயங்கள் மிகவும் பொதுவான ஒன்றாக இருந்தது. மேலும் இதுபோன்ற வழக்குகள் இல்லாமல் செயலற்ற காலங்களை நான் பயப்படவும் கற்றுக்கொண்டேன். ஏனென்றால் என் தோழரின் மூளை மிகவும் அசாதாரணமாகவே சுறுசுறுப்பானது. அவர் வேலை செய்ய வழக்குகள் இல்லாமல் இருந்தால், அதன்

விளைவுகள் ஆபத்தாக மாறும். பல வருடங்களாக, அவரது குறிப்பிடத்தக்கத் தொழிலைச் சரிபார்க்க வேண்டி போதைப்பொருளுக்கு அடிமையாக இருந்தார். இது போன்ற துப்பறியும் வழக்குகளில் பணி செய்வதால், அவரது கவனத்தைத் திசை திருப்பி அந்தப் பழக்கத்தைவிட வைத்தேன். இருந்தாலும் அவருக்குள் இருக்கும் அந்த அசுரன் சாகவில்லை. தூங்கிக்கொண்டிருக்கிறான் என்பது எனக்குத் தெரியும். என் தோழர் இந்த வழக்கு எப்படிப்பட்டதாக இருக்குமென்று யோசித்துக் கொண்டிருந்ததில் அந்தச் சிந்தனையை அதில் முழ்கடித்தார். ஹோம்ஸ் மூளைக்கு வேலை கொடுத்த அந்தத் தந்திக்கும், திரு ஓவர்டனுக்கும்தான் நன்றி சொல்ல வேண்டும். அவர் யாராக இருந்தாலும், எனது நண்பரின் கொந்தளிப்பான சிந்தனைக்கு அமைதியைக் கொடுத்திருக்கிறார்.

நாங்கள் எதிர்பார்த்தது போலவே, தந்தியை அனுப்பிய கேம்பிரிட்ஜிலுள்ள டிரினிட்டி கல்லூரியின் திரு. சிரில் ஓவர்டன் எங்களைப் பார்க்க வந்தார். பார்ப்பதற்குப் பலசாலியகாவும், பரந்த தோள்கள் கொண்டவராகவும் தெரிந்தார். அவரின் அழகான முகத்துடன் பெரிய கவலை இருப்பதும் எங்களுக்குத் தெரிந்தது.

"மிஸ்டர் ஷெர்லாக் ஹோம்ஸ்?"

என் தோழன் வணங்கினார்.

"நான் ஸ்காட்லாந்து யார்டுக்குச் சென்றிருக்கிறேன், மிஸ்டர் ஹோம்ஸ். இன்ஸ்பெக்டர் ஸ்டான்லி ஹாப்கின்ஸ் உங்களைப் பார்க்குமாறு என்னை அறிவுறுத்தினார். இந்த வழக்கை உங்களால்தான் தீர்க்க முடியுமென்றும் அவர் கூறினார்."

"பதற்றப்படாமல் அமைதியாக உட்கார்ந்து என்ன வழக்கு என்பதைச் சொல்லுங்கள்."

"இது மிகப் பெரிய பரிதாபச் சம்பவம், மிஸ்டர் ஹோம்ஸ், வெறுமனே பரிதாபம்! மனஅழுத்தத்தில் என் தலைமுடி நரைக்கவில்லை என்பது எனக்கு ஆச்சரியமாக இருக்கிறது. காட்ஃப்ரே ஸ்டாண்டன் பற்றி நீங்கள் கேள்விப்பட்டிருப்பீர்கள். என் அணியின் முக்கியமான ரக்பி

விளையாட்டு வீரர். அவர் இரண்டு, மூன்று விளையாட்டு வீரருக்குச் சமமானவன். ஆட்டத்தில் முக்கால்வாசி வரிசைவரை காட்ஃப்ரே முன்னேறிச் சென்றால், அவனை யாராலும் கடக்கவோ சமாளிக்கவோ முடியாது. எங்கள் அணியில் முக்கியமான வீரன் என்று அவனைச் சொல்லலாம். அவனைக் காணவில்லை. நான் என்ன செய்ய வேண்டுமென்று தெரியாமல் விழிக்கிறேன், மிஸ்டர் ஹோம்ஸ். அவனுக்குப் பதிலாக மூர்ஹவுஸ் என்பவனை நிறுத்தி வைத்திருக்கிறேன். அவனுக்குப் பயிற்சி குறைவாகவே வழங்கப்பட்டிருக்கிறது. மேலும் அவர் எப்போதும் டச்–லைனில் வெளியே வைத்திருப்பதற்குப் பதிலாக ஸ்க்ரமிற்குச் செல்வான். அவனுக்கு கிக் நன்றாக வரும். ஆனால் ஆட்டத்தைச் சரியாகத் தீர்மானிக்க தெரியாதவன். என்றாலும் கடைசி லைன் வரை முடியாது. ஏன், மோர்டன் அல்லது ஜான்சன், ஆக்ஸ்போர்டு வீரர்களை அவர்களால் சுற்றி வளைக்க முடியும். ஸ்டீவன்சன் போதுமான அளவுக்கு வேகமானவன். ஆனால் அவனை இருபத்தைந்தாவது லைனிலிருந்து மாற்றுவது கடினம். மேலும் பன்ட் அல்லது ட்ராப் போன்ற முக்கால்வாசி வீரர்கள் அவன் வேகத்திற்குத் தகுதியானவர் இல்லை. அதனால்தான், நாங்கள் அவனை 'முக்கால்வாசி' என்று அழைப்போம். மிஸ்டர் ஹோம்ஸ், காட்ஃப்ரே ஸ்டாண்டனைக் கண்டுபிடிக்க முடியாவிட்டால் நாளைய ஆட்டத்தின் நிலைமையை நாங்கள் நினைத்துக்கூடப் பார்க்க முடியாது. அவனைக் கண்டுபிடிக்க நீங்கள்தான் உதவ வேண்டும்."

இந்த நீண்ட உரையை என் நண்பர் ஆச்சரியத்துடன் கேட்டார். அவரின் பிரச்சினையை ஊற்று நோக்கிய ஹோம்ஸ் தனது பாக்கெட்டில் இருக்கும் ஒரு நோட்டை எடுத்து 'ஷ' எழுத்தை எடுத்துக்கொண்டார். அதிலிருக்கும் பலதரப்பட்ட தகவல்களைத் தேடினார்.

"ஆர்தர் ஹெச். ஸ்டாண்டன், வளர்ந்து வரும் இளம் மோசடியாளர். மேலும் ஹென்றி ஸ்டாண்டன் அவரிடம் இருந்தார், அவரைத் தூக்கிலிட நான் உதவினேன். ஆனால் காட்ஃப்ரே ஸ்டாண்டன் என்பது எனக்கு ஒரு புதிய பெயராக இருக்கிறது."

ஹோம்ஸை மிக ஆச்சரியமாக எங்கள் பார்வையாளர் பார்த்தார்.

"மிஸ்டர் ஹோம்ஸ்! உங்களுக்கு காட்ஃப்ரே ஸ்டாண்டனைப் பற்றி நன்றாகத் தெரிந்திருக்கும் என்று நினைத்தேன். அப்படியென்றால், உங்களுக்கு சிரில் ஓவர்டனான என்னையும் தெரியாது?"

ஹோம்ஸ் நல்ல நகைச்சுவையுடன் தலையை ஆட்டினார்.

"ஏன், நான் முதலில் இங்கிலாந்துக்காக வேல்ஸுக்கு எதிராக விளையாடியிருக்கிறேன். சென்ற ஆண்டிலிருந்து விளையாடுவதையும் தவிர்த்துவிட்டேன். ஆனால் காட்ஃப்ரே ஸ்டாண்டன் போன்ற கேம்பிரிட்ஜ் விளையாட்டு வீரர், அதுவும் கிரண்ட்டில் முக்கால்வாசிவரை ஓடக்கூடியவர், பிளாக்ஹீத் போன்ற ஐந்து சர்வதேச வீரர்களை இங்கிலாந்துக்காக ஆட பயிற்சி அளித்திருக்கிறேன். இவையெல்லாம் தெரியாத மனிதன் ஒருவர் இருக்கிறாரா என்பதை என்னால் நினைத்துக்கூடப் பார்க்க முடியவில்லை. மிஸ்டர் ஹோம்ஸ், நீங்கள் இந்த உலகத்தில்தான் வாழ்கிறீர்களா?"

அப்பாவியான திகைப்பைக் கண்டு ஹோம்ஸ் சிரித்தார்.

"நீங்கள் வித்தியாசமான உலகில் வாழ்கிறீர்கள், மிஸ்டர் ஓவர்டன். உடல் ஆரோக்கியத்திற்கும், வேகத்திற்கு முக்கியத்துவம் கொடுப்பவர். எனது ஆர்வங்கள் வேறு விஷயங்களில் நீண்டுள்ளது. மேலும், இதுபோன்ற விளையாட்டுகளில் எனக்கு அதிக ஆர்வமும் இருப்பதில்லை. உங்களின் வருகைக்குப் பிறகு, நான் விளையாட்டுத்துறையைப் பற்றித் தெரிந்துகொள்ள வேண்டும் என்பதை அது காட்டுகிறது. நல்லது. நீங்கள் அமைதியாக என்ன நடந்தது என்பதையும், நான் உங்களுக்கு எப்படி உதவ முடியும் என்பதையும் சொல்லுங்கள்."

இளம் ஓவர்டனின் முகம் அவரது புத்திசாலித்தனத்தை விட உடல் தசைகளை அதிகமாகப் பயன்படுத்தும் மனிதன் என்பது நன்றாகவே தெரிந்தது. ஓவர்டன் தனது வழக்கு குறித்துச் சொல்ல ஆரம்பித்தார்.

"மிஸ்டர் ஹோம்ஸ். நான் கூறியதுபோல், கேம்பிரிட்ஜ் வர்சிட்டியின் ரக்பி அணியின் கேப்டன்,

காட்ஃப்ரே ஸ்டாண்டன் எனது அணியின் சிறந்த வீரன். நாளை ஆக்ஸ்போர்டில் விளையாட இருக்கிறோம். நேற்று நாங்கள் அனைவரும் வந்து பென்ட்லியின் தனியார் ஹோட்டலில் குடியேறினோம். பத்து மணிக்கு நான் சுற்றிப் பார்த்தேன். எல்லா வீரர்களும் உறங்கிவிட்டார்களோ என்பதை உறுதி செய்யச் சென்றிருந்தேன். ஏனென்றால் ஒரு அணி நன்றாக விளையாடுவதற்குக் கடுமையான பயிற்சி எவ்வளவு முக்கியமோ அந்த அளவிற்கு நல்ல தூக்கமும் அவர்களுக்கு வேண்டும். காட்ஃப்ரேவிடம் ஓரிரு வார்த்தைகள் பேசினேன். அவனுக்குத் தலைவலி இருப்பதாகக் கூறினான். நான் அவருக்கு குட் நைட் சொல்லிவிட்டுச் சென்றுவிட்டேன். அரை மணிநேரம் கழித்து, ஒரு கரடுமுரடான தாடியுடன் ஒரு நபர் காட்ஃப்ரேக்கு ஒரு குறிப்பைக் கொடுக்க வந்ததாக ஒரு ஹோட்டல் போர்ட்டர் என்னிடம் கூறுகிறான். அந்தக் குறிப்பை போர்ட்டர் காட்ஃப்ரேவிடம் கொடுக்க, அதைப் படித்துவிட்டு நாற்காலி யிலிருந்து விழுந்தார். போர்ட்டர் மிகவும் பயந்தான். அவர் என்னை அழைப்பதாகச் சொன்னான். ஆனால் காட்ஃப்ரே அவனைத் தடுத்து, தண்ணீர் குடித்தான். பிறகு கீழே இறங்கி, ஹாலில் காத்திருந்தவரிடம் சில வார்த்தைகள் பேசிவிட்டு, அவருடன் சேர்ந்து வெளியேறிவிட்டான். போர்ட்டர் அவர்களைக் கடைசியாகப் பார்த்தது, ஸ்ட்ராண்ட் தெரு திசை செல்லும்வரை நோட்டம் விட்டிருக்கிறான்.

இன்று காலை காட்ஃப்ரேயின் அறை காலியாக இருந்தது. அவன் படுக்கையிலும் உறங்கவில்லை. அவனுடைய பொருட்கள் அனைத்தும் முந்தைய நாள் இரவு நான் பார்த்தது போலவே இருந்தது. அவன் அந்த அந்நியருடன் சென்றதிலிருந்து அவனைப் பற்றிய எந்தத் தகவலும் வரவில்லை. அவன் மீண்டும் வருவான் என்ற நம்பிக்கை யில்லை. காட்ஃப்ரே ஒரு விளையாட்டு வீரர். அதுவும் எங்கள் அணியின் கேப்டன். கண்டிப்பாகத் தனது பயிற்சியாளரையும், தனது அணியையும் நிறுத்திவிட்டு எந்தக் காரணமுமில்லாமல் எங்களிடம் சொல்லாமல் சென்றிருக்க வாய்ப்பில்லை. நான் அவன் நலம் குறித்துப் பயப்படுகிறேன்."

ஷெர்லாக் ஹோம்ஸ் அவரின் கதையைக் கவனத்துடன் கேட்டார்.

“பிறகு என்ன செய்தீர்கள்?” அவர் கேட்டார்.

“கேம்பிரிட்ஜூக்குச் சென்றிருக்கிறானா என்பதை அறிய தகவல் அனுப்பினேன்.”

“அவர் கேம்பிரிட்ஜ் செல்ல வாய்ப்பிருக்கிறதா?”

“ஆமாம். அந்த இரவு பதினொரு மணிக்கு ரயில் இருந்தது.”

“உங்களுக்கு ஏதாவது தகவல் கிடைத்ததா?”

“இல்லை, அவன் அங்கில்லை.”

“அடுத்து என்ன செய்தீர்கள்?”

“நான் லார்ட் மவுண்ட்–ஜேம்ஸுக்கு டெலிகிராம் அனுப்பினேன்.”

“அது யார் லார்ட் மவுண்ட்–ஜேம்ஸ்?”

“காட்ஃப்ரே பெற்றோரில்லாதவன். லார்ட் மவுண்ட்–ஜேம்ஸ் அவனது நெருங்கிய உறவினர். அவனது மாமா. அங்கு சென்றிருக்கலாம் என்று நம்புகிறேன்.”

“உண்மையில் இந்த வழக்கில் புதிய வெளிச்சம் வந்திருக்கிறது. லார்ட் மவுண்ட்–ஜேம்ஸ் இங்கிலாந்தின் பணக்காரர்களில் ஒருவர்.'

“காட்ஃப்ரே அவரைப் பற்றிச் சொல்லிக் கேட்டிருக்கிறேன்.'

“அவர்களுக்குள் நெருங்கிய தொடர்பு இருந்ததா?”

“ஆமாம். காட்ஃப்ரேதான் அவருடைய வாரிசு. அவருக்கு எண்பது வயது இருக்கும். இருந்தாலும், அவர் காட்ஃப்ரேவை ஒரு ஷில்லிங்கைக்கூடச் செலவுசெய்ய அனுமதிக்கவில்லை. ஏனென்றால் அவர் பெரிய கருமி. அதற்குமேல் அவரைப்பற்றி எதுவும் தெரியாது.”

“லார்ட் மவுண்ட்–ஜேம்ஸிடமிருந்து ஏதாவது தகவல் வந்ததா?”

“இல்லை.”

“உங்கள் வீரர் லார்ட் மவுண்ட்–ஜேம்ஸிடம் சென்றிருக்க வாய்ப்பிருக்கிறது என்று நினைக்கிறீர்களா?”

“சரியாகச் சொல்ல முடியவில்லை. முந்தைய நாள் இரவு காட்ஃப்ரே மிகவும் கவலையாக இருந்தார். அது பணம் சம்மந்தமாக இருந்தால், அவன் தனது நெருங்கிய உறவினரான அவரிடம் உதவி கேட்கக்கூடும். ஆனால் நான் கேள்விப்பட்ட வரையில் காட்ஃப்ரேவுக்கு அந்த முதியவரைப் பிடிக்காது. உதவி கேட்க அவரிடம் சென்றிருக்க மாட்டார்.”

'சரி, அதை விரைவில் தீர்மானிக்கலாம். ஒரு வேலை காட்ஃப்ரே அவருடைய உறவினரான மவுண்ட்–ஜேம்ஸிடம் செல்லவில்லை என்றால், முரட்டுத்தனமான மனிதனிடமிருந்து வந்த குறிப்பும், அதனால் அவருக்கு ஏற்பட்ட பதற்றத்தைப் பற்றியும் நாம் தெரிந்துகொள்ள வேண்டும்.”

சிரில் ஓவர்டன் தனது கைகளைத் தலையில் அழுத்தினார். “அது பற்றி எனக்கு எதுவும் தெரியாது.” என்றார்.

“நீங்கள் கூறியது தெளிவாகப் புரிகிறது. இந்த விஷயத்தை விசாரித்து நான் உங்களிடம் கூறுகிறேன். இதனால், உங்கள் நாளைய ஆட்டம் எதுவும் பாதிக்க வேண்டாம். நீங்கள் உங்கள் கவனத்தை அதில் செலுத்துங்கள். நீங்கள் சொல்வதுபோல், காட்ஃப்ரேவுக்கு மிகையான தேவையாக அது இருந்திருக்க வேண்டும். தனது அடுத்த நாள் ஆட்டத்தைப் பற்றிச் சிந்திக்கவிடாமல் அந்தத் தேவை தடுத்து நிறுத்தியிருக்கிறது. நாங்கள் ஹோட்டலுக்குச் சென்று போர்ட்டரையும், அவர் தங்கியிருந்த இடத்தையும் விசாரித்து, அதன்மூலம் ஏதாவது தகவல் கிடைக்கிறதா என்று பார்ப்போம்.”

ஷெர்லாக் ஹோம்ஸ் தனது மனிதர்களிடம் தனக்குத் தேவையான தகவல்களை எளிமையாகப் பெருவதில் நிபுணர் என்றே சொல்லலாம். ஹோட்டலில் வேலை செய்த போர்ட்டரை விசாரித்தபோது, காட்ஃப்ரேவை அழைத்துச் சென்றது இளைஞனோ அல்லது வேலை ஆட்களோ கிடையாது. அவருக்கு ஐம்பது வயது இருக்கும். நரைத்த தாடி, வெளிறிய முகம், அமைதியாக உடையணிந்திருந்தார். அவரே கலவரமாக இருந்ததுபோல் தோன்றியது. அந்த நோட்டை நீட்டியபோது கை நடுங்குவதை போர்ட்டர் கவனித்தார். காட்ஃப்ரே ஸ்டாண்டன் அந்த நோட்டைத் தன் சட்டைப் பையில் திணித்தார். அவர் ஸ்டாண்டன்

கூடத்தில் இருந்த நபருடன் கைகுலுக்கவில்லை. அவர்கள் சில வாக்கியங்களைப் பரிமாறிக்கொண்டனர். பின்னர் அவர்கள் விரைந்துசென்றனர். அவர்கள் செல்லும்போது ஹால் கடிகாரத்தில் மணி பத்தரை ஆகியிருந்தது என்று போர்ட்டர் கூறினான்.

ஹோம்ஸ் ஸ்டாண்டனின் படுக்கையில் அமர்ந்தார். "நீதான் பகல் ஷிப்ட் போர்ட்டரா?"

"ஆமாம். என்னுடைய கடமை பதினொரு மணிக்கு முடித்துவிடும்."

"இரவு போர்ட்டர் எதையும் பார்க்கவில்லை என்று நினைக்கிறேன்?"

"இல்லை சார்; ஒரு தியேட்டர் பார்ட்டி தாமதமாக வந்தனர். வேறு யாரும் இல்லை."

"நேற்று நாள் முழுவதும் பணியில் இருந்தீர்களா?"

"ஆமாம் சார்."

"மிஸ்டர் ஸ்டாண்டனுக்கு ஏதாவது செய்தியை எடுத்துச் சென்றீர்களா?"

"ஆமாம் சார். ஒரு தந்தி."

"மிகவும் சுவாரஸ்யமாக இருக்கிறது. எத்தனை மணிக்கு?"

"சுமார் ஆறு."

"மிஸ்டர் ஸ்டாண்டன் அப்போது எங்கு இருந்தார்?"

"இதோ அவரது அறையில்."

"அவர் தந்தி படிக்கும்போது நீங்கள் இருந்தீர்களா?"

"ஆமாம் சார்; பதில் தந்தி அனுப்பச் சொல்வாரா என்று காத்திருந்தேன்!"

"சரி, பதில் தந்தி கொடுத்தாரா?"

"ஆமாம் சார். பதில் எழுதினார்."

"நீங்கள் வாங்கி அனுப்பினீர்களா?"

"இல்லை; அவரே எடுத்துச்சென்றார்."

"ஆனால் அவர் உன் முன்புதான் எழுதினாரா?"

"ஆமாம் சார். நான் கதவருகே நின்றுகொண்டிருந்தேன். அந்த மேசையில் திரும்பி எழுதி, 'சரி, போர்ட்டர், இதை நானே எடுத்துச் செல்கிறேன்' என்றார்."

"அவர் எதை வைத்து எழுதினார்?"

"ஒரு பேனா, சார்."

"இந்த மேசையில்தான் தந்தியை எழுதினாரா?"

"ஆமாம் சார். இங்குதான்."

ஹோம்ஸ் மேஜையை ஆராய்ந்தார். தந்திப் படிவம் எழுதும்போது கீழிருந்த காகிதத்தை எடுத்து, ஜன்னல் முன் கவனமாக ஆய்வு செய்தார்.

"பென்சிலில் எழுதியிருந்தால் என்ன எழுதியிருப்பார் என்பதைக் கண்டுபிடித்திருக்கலாம்." ஏமாற்றத்துடன் மீண்டும் அவற்றைக் கீழே எறிந்தார். "வாட்சன், நம் முன்பே அனைத்தும் இருப்பது போன்று தெரிந்தாலும், நமக்குத் தேவையான எந்த ஒரு தடயமும் இங்கு கிடைக்கவில்லை. எதுவாக இருந்தாலும், அவர் ஒரு பரந்த-முனை கொண்ட குயில் பேனாவால் எழுதியிருப்பார் என்பது மட்டும் தெரிகிறது. மேலும் இந்த ப்ளாட்டிங்-பேடில் சில எழுத்தின் அடையாளம் தெரிகிறது. இதை வைத்து நம்மால் கண்டுபிடிக்க முடிகிறதா என்று பார்ப்போம்!"

அவர் பிளாட்டிங் பேப்பரின் ஒரு துண்டைக் கிழித்து எங்களிடம் பின்வருமாறு எழுதிக்காண்பித்தார்.

சிரில் ஓவர்டன் மிகவும் உற்சாகமாக இருந்தார். கண்ணாடி அணிந்தும் அவரால் படிக்கமுடியவில்லை.

"அது தேவையற்றது" என்றார் ஹோம்ஸ். "இந்த மெல்லிய தாள் தலைகீழாகச் செய்தியைக் கொடுக்கிறது. அதன் உண்மையான செய்தியை இப்படி வாசிக்கவும்." என்று அதைத் திருப்பினார். நாங்கள் படித்தோம்:

காட்ஃப்ரே ஸ்டாண்டன் காணாமல் போகும் சில மணி நேரத்திற்கு முன்பு, அவர் அனுப்பிய தந்தியின் கடைசி வாக்கியங்கள் இதுதான். நம்மிடம் அந்தத் தந்தியின் கடைசி

ஆறு வார்த்தைகள் மட்டும்தான் உள்ளன; Stand by us for God's sake! அதாவது, 'கடவுளின் பொருட்டு எங்களுடன் நில்லுங்கள்!' இந்த இளைஞன் தன்னை அணுகும் ஒரு பயங்கரமான ஆபத்தைக் காக்க தனக்கான பாதுகாப்புக்கு யாரையாவது அனுக முயற்சித்திருக்க வேண்டும். 'எங்களுடன்' இந்த வார்த்தை மிகவும் குறிப்பிட்ட கவனிக்க வேண்டிய ஒன்று. அதாவது, இந்தப் பிரச்சினையில் மற்றொரு நபரும் இருக்கிறார். வெளிறிய முகம், தாடி வைத்த மனிதனைத் தவிர யாராக இருக்க முடியும்? அப்படியானால், காட்ஃப்ரே ஸ்டாண்டனுக்கும் தாடி வைத்த மனிதனுக்கும் என்ன தொடர்பு? அவர்கள் எதிர்கொள்ளும் பிரச்சினையை அந்த மூன்றாவது நபர் எந்த அளவிற்கு அவர்களுக்கு உதவிகள் செய்ய முடியும் என்று நம்புகிறார்? இதை நாம் முதலில் தெரிந்துகொள்ள வேண்டும்."

"அந்தத் தந்தி யாருக்கு அனுப்பப்பட்டது என்பதை நாம் கண்டுபிடித்தால், மற்றதைக் கண்டுபிடிக்க எளிதாக இருக்கும்" என்று பரிந்துரைத்தேன்.

"சரியாக வாட்சன். நானும் அதைத்தான் நினைத்தேன். நாம் தபால் நிலையத்திற்குச் சென்று குறிப்பிட்ட நேரத்தில் அனுப்பப்பட்ட தந்தி பற்றிய விவரத்தைக் கேட்டுப் பெறலாம். ஆனால் தபால் அதிகாரி நமக்கான தகவலை மறுக்கவும் வாய்ப்பிருக்கிறது. நாம் அவரைக் கட்டாயப்படுத்த முடியாது. இதில், சிக்கல் இருக்கிறது. அதே சமயம் தீர்க்க முடியாத சிக்கல் என எதுவும் இல்லை. மிஸ்டர் ஓவர்டன், உங்கள் முன்னிலையில் மேசையில் விடப்பட்டுள்ள இந்தக் காகிதங்களைச் சோதனை செய்ய விரும்புகிறேன்."

ஏராளமான கடிதங்கள், பில்கள், குறிப்பேடுகள் இருந்தன. அவற்றை ஹோம்ஸ் திருப்பி, வேகமாகவும், துடிப்பாகவும் ஆய்வு செய்தார். "இங்கு ஒன்றுமில்லை" என்று கடைசியாகச் சொன்னார். "உங்கள் வீரருக்கு உடல்நலம் சரியாக இல்லையென்று நினைக்கிறேன்?"

"அப்படி எதுவும் இருப்பதாகத் தெரியவில்லை."

"அவரை நீங்கள் எப்போதாவது நோய்வாய்ப்பட்டு பார்த்திருக்கிறீர்களா?"

"ஒரு நாளும் இல்லை. அவன் ஆரோக்கியமாகத்தான் இருந்தான். ஒருமுறை அவர் முழங்காலில் அடிபட்டது. அப்போதுகூட அவனுக்கு ஒன்றுமாகவில்லை. மீண்டும் விளையாடினான்."

"ஒருவேளை நீங்கள் நினைப்பதுபோல் அவர் பலமாக இல்லாமல் இருக்கலாம். அவருக்கு ஏதாவது ரகசியப் பிரச்சினை இருந்திருக்கலாம் என்று நினைக்கிறேன். உங்களது ஒப்புதலுடன் இந்தக் காகிதங்களில் ஒன்றோ அல்லது இரண்டையோ நான் எடுத்துக்கொள்கிறேன். எங்கள் எதிர்கால விசாரணைக்கு அது உதவும்."

"ஒரு கணம் பொறுங்கள்" ஒரு சலசலப்பான குரல் வாசலிலிருந்து வந்தது. ஒரு விசித்திரமான முதியவர் கறுப்பு உடையணிந்து, மிகவும் அகலமான விளிம்புகள் கொண்ட மேல்-தொப்பியுடன் தளர்வான வெள்ளைச் சட்டையுடன் நின்றிருந்தார். தோற்றம் வேறு மாதிரியாக இருந்தாலும், அவரது குரல் கூர்மையாக இருந்தது. மேலும் அவரது நடையில் கம்பீரமும் இருந்தது.

"நீங்க யார் சார்? எந்த உரிமையில இந்த ஜென்டில்மேன் பேப்பர்களை எடுத்து ஆய்வு செய்கிறீர்கள்?" என்று அவர் கேட்டார்.

"நான் ஒரு தனியார் துப்பறியும் நபர். காட்ஃப்ரே காணாமல் போனதைக் கண்டுபிடிக்க வந்திருக்கிறேன்."

"ஓ, நீங்களா? உங்களை யார் அழைத்தது?"

"இந்த ஜென்டில்மேன், மிஸ்டர். ஸ்டாண்டனின் நண்பர். அவரிடம் ஸ்காட்லாந்து யார்ட் என்னைப் பரிந்துரைத்தனர்."

"நீங்கள் யார்?"

"நான் சிரில் ஓவர்டன்."

"அப்படியானால் எனக்குத் தந்தி அனுப்பியது நீங்கள்தான். என் பெயர் லார்ட் மவுண்ட்-ஜேம்ஸ். பேஸ்வாட்டர் பஸ் எந்த வேகத்தில் வந்ததோ, அந்த வேகத்தில் நானும் வந்தேன். துப்பறியும் நபரை நீங்கள் அழைத்தீர்களா?"

“ஆமாம் சார்.”

“இதற்கான செலவை நீங்கள் சந்திக்கத் தயாரா?'

“இதில் எந்த சந்தேகமும் இல்லை சார். காட்ஃப்ரே கண்டுபிடிக்கப்படும்போது, அதற்கான செலவை அவரே ஏற்பார்.”

“ஒருவேளை அவர் கண்டுபிடிக்கப்படவில்லை என்றால், அதற்கு என்ன பதில்?”

“அவருடைய குடும்பம்தான் ஏற்க வேண்டும்.”

“அப்படியென்றால் என்னால் ஒரு பௌவுண்ட் கூடக் கொடுக்க முடியாது. உங்களுக்குப் புரிந்ததா மிஸ்டர் டிடெக்டிவ்!” அந்த மனிதன் கத்தினார். “இந்த இளைஞனுக்குச் சொந்தம் என்று இருப்பவன் நான்தான். என்னால் எந்த செலவையும் ஏற்க முடியாது என்பதை முன்பே சொல்லிவிடுகிறேன். அவரிடம் ஏதேனும் எதிர்பார்ப்புகள் இருந்தால், உங்கள் பணத்தை வீணாக்காதீர்கள். இதுவரை நீங்கள் சேகரித்த ஆவணங்கள் அனைத்தும் இலவசமானதுதான். ஒருவேளை ஏதேனும் மதிப்புள்ள ஆவணத்திற்கான வேலை செய்திருந்தால் அதற்கான சரியான விலையை நீங்கள் கொடுக்க வேண்டும்.” என்றார்.

“ரொம்ப நல்லது சார். இதற்கிடையில் அந்த இளைஞன் தொலைந்துபோனதற்கு உங்களிடம் ஏதாவது தகவல் இருக்கிறதா?” என்று ஷெர்லாக் ஹோம்ஸ் கேட்டார்.

“இல்லை சார். தொலைந்துபோக அவன் சிறுவனும் இல்லை. தன்னைப் பார்த்துக்கொள்ளும் அளவுக்கு வயதானவன்.”

“நீங்கள் சொல்வது.” என்று ஹோம்ஸ் தனது கண்களில் ஒரு குறும்பு மின்னலுடன் கூறினார். “இது என்னுடைய புரிதல்தான். காட்ஃப்ரே ஸ்டாண்டனைக் கடத்தி யாராவது பணம் பறிக்க நினைத்தால், அவரது மாமாவான மவுண்ட்–ஜேம்ஸ் பிரபு உங்களைத்தான் அனுகுவார்கள். அந்தக் கும்பல் காட்ஃப்ரேவைப் பாதுகாப்பாக மறைத்து வைத்திருக்கச் சாத்தியமிருக்கிறது.”

மவுண்ட்-ஜேம்ஸ் முகம் வெண்மையாக மாறியது.

"அடக் கடவுளே! இப்படியும் நடக்குமா!! இதை நான் நினைத்தே பார்க்கவில்லை! மனிதாபிமானமற்ற உலகம்! காட்ஃப்ரே ஒரு நல்ல உறுதியான பையன். என்னுடைய சொத்து விவரங்களைப் பற்றி அவ்வளவையும் எளிதில் வெளியே சொல்ல மாட்டான். இன்று மாலை வங்கிக்குச் சென்று என் பணத்தைப் பத்திரப்படுத்துகிறேன். இதற்கிடையில், மிஸ்டர் டிடெக்டிவ்! காட்ஃப்ரேவைக் கண்டுபிடிப்பதற்கான எந்த வாய்ப்பையும் கைவிட வேண்டாம். அதற்கான செலவை நான் ஏற்றுக்கொள்கிறேன்." என்றார்.

அந்தக் கஞ்சன் எங்களுக்கு உதவக்கூடிய எந்த தகவலையும் கொடுக்கவில்லை. தனது மருமகனின் அந்தரங்க வாழ்க்கையைப் பற்றி அவனுக்கு அதிகம் தெரியவில்லை. கடத்தல்காரர் பணம் கொடுக்க அஞ்சி, நாங்கள் தேடுவதற்கு உதவுவதாகச் சொன்னார். இப்போது, எங்களிடம் இருக்கும் ஒரே துப்பு துண்டிக்கப்பட்ட தந்தி மட்டும்தான். நாங்கள் அவர்களிடம் விடைபெற்றுக் கொண்டு அந்த இடத்தைவிட்டு நகர்ந்தோம். ஓவர்டன் தனது குழுவின் மற்ற உறுப்பினர்களுடன் ஆலோசனைக்குச் சென்றார். ஹோட்டலிலிருந்து சிறிது தூரத்தில் தந்தி அலுவலகம் இருந்தது. நாங்கள் அதற்கு வெளியே நின்றோம்.

"வாட்சன், நம்மிடம் ஒரு வாரண்டு இருந்திருந்தால் அனுப்பப்பட்ட அனைத்துத் தந்திகளையும் பார்வை யிட்டிருக்க முடியும். பிரச்சினையில்லை. அவர்களின் மிகவும் பிஸியான இடத்தில் வாடிக்கையாளர் முகங்களை நினைவில் வைத்திருக்க வாய்ப்பில்லை. நாம் முயற்சித்துப் பார்ப்போம்." ஹோம்ஸ் கூறினார்.

"உன்னைத் தொந்தரவு செய்ததற்கு மன்னிக்கவும்." என்று அவர் தனது சாதுவான பாணியில் தந்தி அலுவலக இளம் பெண்ணிடம் பேசத் தொடங்கினார். "நேற்று நான் அனுப்பிய தந்திக்கு இன்னும் பதில் வரவில்லை. அதில், தவறுதலாகக் கடைசி வரியில் எனது பெயர் விடப்பட்டிருக்கலாம் என்று அஞ்சுகிறேன். அதை ஒரு முறை சரி பார்க்க முடியுமா?"

அந்த இளம்பெண் தனது ரிஜிஸ்டர் புத்தகத்தைப் புரட்டினாள்.

"எத்தனை மணிக்குத் தந்தி அனுப்பப்பட்டது?" அவள் கேட்டாள்.

"ஆறு மணிக்குப் பிறகு."

"யாருக்கு அனுப்பினீர்கள்?" என்று அந்தப் பெண் கேட்க, ஹோம்ஸ் தன் உதடுகளில் விரலை வைத்து என்னைப் பார்த்தார்.

அதில் கடைசி வார்த்தைகள் "கடவுளின் பொருட்டு" என்று அவர் காதில் கிசுகிசுத்தார்; "எந்த பதிலும் கிடைக்காததால் நான் மிகவும் கவலையாக இருக்கிறேன்."

இளம் பெண் ஒரு வடிவத்தைப் பிரித்தாள்.

"ஆமாம். இதில் பெயர் எதுவும் இல்லை." என்று அவள் கூறினாள்.

"அப்படியானால், பதில் கிடைக்காததற்கு இதுதான் காரணம். நான் எவ்வளவு முட்டாளாக இருந்திருக்கிறேன். நன்றி மிஸ்!" என்று ஹோம்ஸ் கூறி, என்னை வெளியே வரச் சொன்னார். நாம் தெருவில் வந்ததும் ஹோம்ஸ் சிரித்துக்கொண்டே கைகளைத் தடவினார்.

"எல்லாம் சரியாக இருக்கிறதா?" நான் கேட்டேன்.

"இந்த வழக்கில் நாம் முன்னேற்றம் கண்டிருக்கிறோம். அந்தத் தந்தியில் நமக்குத் தேவையான தகவல் கிடைக்கவில்லை என்றால் ஏழு திட்டங்களை வைத்திருந்தேன். ஆனால் முதல் திட்டத்திலேயே வெற்றி பெறுவேன் என்று நினைக்கவில்லை."

"என்ன தகவல் கிடைத்தது?"

"நம் விசாரணைக்கான தொடக்கப் புள்ளி." என்று கூறி, ஒரு வண்டியை வரவழைத்து "கிங் கிராஸ் ஸ்டேஷன்." என்று என்றார்.

"நாம் பயணம் செய்யப்போகிறோமா?"

"ஆமாம். நாம் கேம்பிரிட்ஜூக்குச் செல்லவிருக்கிறோம். வழக்கின் எல்லா அறிகுறிகளும் நம்மை அந்தத் திசையில்தான் எடுத்துச் செல்கிறது."

நாங்கள் பயணம் செய்யும்போது, "காட்ஃப்ரே கடத்தப்பட்டிருக்கலாம் என்று அவரது மாமாவிடம் கூறிய தகவல் உண்மையில்லையா?"

"வாட்சன், அது உண்மையில்லை. நான் அப்படிக் கூறவில்லை என்றால் அந்த வழக்குக்கான ஒத்துழைப்பு நமக்குக் கிடைத்திருக்காது."

"நீங்கள் நினைத்ததற்கான பலன் கிடைத்தது. ஆனால் காட்ஃப்ரே காணாமல் போனதற்கான வேறு காரணங்கள் ஏதேனும் உள்ளதா?"

"பல காரணங்களைச் சொல்லலாம். இது முக்கியமான ரக்பி போட்டி. காட்ஃப்ரே போன்ற முக்கியமான வீரர் ஒருவரை நீக்குவதன் மூலம் தங்கள் அணி வெற்றி வாய்ப்பை அதிகப்படுத்துவதற்காக எதிரணி அதைச் செய்திருக்கலாம். இல்லையென்றால், அவர்கள் மீது பந்தயம் கட்டுபவர்கள் செய்திருக்கலாம். அதுவும் இல்லையென்றால் பெரிய தொகை கொடுத்து காட்ஃப்ரேவைத் தலைமறைவாக இருக்கச் சொல்லி மிரட்டியிருக்கலாம். எல்லாவற்றிக்கும் மேலாக, இந்த இளைஞன் பெரிய சொத்தின் வாரிசு. தற்போது அடக்கமாக இருந்தாலும், அவனைக் கடத்திப் பணம் கேட்பதற்காகச் செய்திருக்கலாம் என்பதையும் மறுக்க முடியாது.

"உங்கள் கோட்பாட்டின் தந்தியைப் பற்றிக் கூறவில்லை."

"உண்மைதான் வாட்சன். இந்தத் தந்தியைக் குறித்துச் சரியான விளக்கத்தை நாம் தெரிந்துகொள்ள வேண்டும். அதுக்காகத்தான் நாம் இப்போது கேம்பிரிட்ஜுக்குச் செல்கிறோம். தற்சமயம், நம் விசாரணைக்கான பாதை தெளிவற்றதாக உள்ளது. ஆனால் மாலைக்குள் நமது பாதை அல்லது வழக்கின் முன்னேற்றம் என ஏதாவது ஒன்றை அடைவோம் என்று நம்புகிறேன்.

நாங்கள் பல்கலைக்கழக நகரத்தை அடைந்தபோது ஏற்கெனவே இருட்டாகிவிட்டது. ஹோம்ஸ் ஸ்டேஷனில் ஒரு வண்டியை எடுத்துக்கொண்டு, அந்த நபரை டாக்டர் லெஸ்லி ஆம்ஸ்ட்ராங்கின் வீட்டிற்குச் செல்ல உத்தரவிட்டார். சில நிமிடங்களில் நாங்கள் பரபரப்பான சாலையில் ஒரு பெரிய

மாளிகையில் நின்றோம். நாங்கள் உள்ளே சென்று, நீண்ட காத்திருப்புக்குப் பிறகு அவரது ஆலோசனை அறைக்குள் அனுமதிக்கப்பட்டோம். அங்கு மருத்துவர் அவருடைய மேஜைக்குப் பின்னால் அமர்ந்திருப்பதைக் கண்டோம்.

லெஸ்லி ஆம்ஸ்ட்ராங்கின் பெயர் எனக்குத் தெரியாது என்பதால் எனது தொழிலுடன் நான் எந்த அளவிற்கு தொடர்பை இழந்திருந்தேன் என்பதும் எனக்குப் புரிந்தது. அவர் பல்கலைக்கழகத்தின் மருத்துவப் பள்ளியின் தலைவர்களில் ஒருவர் மட்டுமல்ல, விஞ்ஞானத் துறைகளில் ஐரோப்பிய நற்பெயரைப் பற்றிய சிந்தனையாளர் என்பதை அங்குதான் அறிந்தேன். பார்ப்பதற்கு மிகவும் சதுரமான முகம். புருவங்களுக்குக் கீழே அடைகாக்கும் கண்கள் கொண்டிருந்தார். சாதனைகள் பல செய்திருந்தாலும் தன்னடக்கமாகவே தெரிந்தார். அவரிடம் என் நண்பரின் அட்டையைக் கொடுத்தார்.

“மிஸ்டர் ஷெர்லாக் ஹோம்ஸ் என்ற உங்கள் பெயரைக் கேள்விப்பட்டிருக்கிறேன். உங்கள் தொழிலைப் பற்றி எனக்கு என்றுமே நல்ல எண்ணம் இருந்ததில்லை.”

“டாக்டர்! எங்களைப் போன்ற துப்பறியும் நபர்கள் இல்லையென்றால் நாட்டில் குற்றவாளிகளின் எண்ணிக்கை அதிகரித்திருக்கும்.” என்று என் நண்பர் அமைதியாகக் கூறினார்.

“உங்கள் முயற்சி குற்றத்தை ஒடுக்குவதாக இருந்தால், அதைச் செய்வதற்குக் காவல்துறையே போதுமானது. உங்களைப் போன்ற துப்பறியும் நபர்களின் நோக்கத்தை என்னால் ஏற்றுகொள்ள முடியாது. உங்களைப் போன்றவர்கள் தனிப்பட்ட நபர்களின் ரகசியங்களை ஊடுருவி, மறைந்திருக்கும் பலரது குடும்ப விஷயங்களை வெளியே கொண்டு வருவீர்கள். உங்களைப் போன்ற நபர்களிடம் பேசி என் நேரத்தை வீணாக்க விரும்பவில்லை. உங்களுடன் உரையாடுவதற்குப் பதிலாக நான் ஒரு கட்டுரை எழுதலாம்.”

“சந்தேகமில்லை டாக்டர். எங்களுடன் உரையாடுவதை விட நீங்கள் கட்டுரை எழுதுவது முக்கியமாக இருக்கலாம்.

அதேசமயம் நீங்கள் நினைப்பதற்கு நேர்மாறாகத் தனிப்பட்ட விஷயங்களைப் பகிரங்கமாக வெளிப்படுத்தாமல் ரகசியமாக வழக்கை முடிப்பதற்குத் தான் நாங்கள் இங்கு வந்திருக்கிறோம். நான் மிஸ்டர் காட்ஃப்ரே ஸ்டாண்டனைப் பற்றி உங்களிடம் கேட்க வந்திருக்கிறேன்."

"அவருக்கு என்ன?"

"உங்களுக்கு அவரைத் தெரியும், இல்லையா?"

"அவர் என்னுடைய நெருங்கிய நண்பர்."

"அவர் இரவிலிருந்து காணவில்லை என்பது உங்களுக்குத் தெரியுமா?"

"என்னது உண்மையாகவா?" டாக்டரின் ஆச்சரியத்திற்கும், முகத்தின் வெளிப்பாட்டிற்கும் எந்த மாற்றமும் இல்லை.

"நேற்றிரவு அவர் தனது ஹோட்டலிலிருந்து வெளியேறி யிருக்கிறார். அதன்பின் அவரைப் பற்றி எந்தத் தகவலும் இல்லை."

"அவராகவே திரும்பி வருவார்."

"நாளைக்கு வர்சிட்டி போட்டி இருக்கிறது."

"இந்தக் குழந்தைத்தனமான விளையாட்டுகளில் எனக்கு எந்த அக்கறையுமில்லை. என் நண்பர் பத்திரமாகத் திரும்பி வந்தால் போதும்."

"மிஸ்டர் லெஸ்லி. நானும் காட்ஃப்ரே பத்திரமாகத் திரும்பி வர வேண்டும் என்பதற்காகத்தான் உங்களிடம் விசாரிக்கிறேன். அவர் எங்கு இருக்கிறார் தெரியுமா?"

"நிச்சயமாகத் தெரியாது."

"நேற்றிலிருந்து அவரைப் பார்க்கவில்லையா?"

"இல்லை."

"மிஸ்டர் காட்ஃப்ரேவின் ஆரோக்கியத்தைப் பற்றிச் சொல்ல முடியுமா?"

"மிகவும் ஆரோக்கியமான மனிதர்."

“எப்போதாவது அவருக்கு உடல்நலம் சரியில்லாமல் போனதுண்டா?”

“ஒருபோதும் இல்லை.” ஹோம்ஸ் டாக்டரின் கண்களுக்கு முன்பாக ஒரு தாளை வைத்தார். கேம்பிரிட்ஜின் டாக்டர் லெஸ்லி ஆம்ஸ்ட்ராங்கிற்குக் கடந்த மாதம் திரு. காட்ஃப்ரே ஸ்டாண்டனுக்குப் பதின்மூன்று கினியாக்களுக்கான ரசீது பில் அது.

அதைப் பார்த்ததும் டாக்டரின் முகம் கோபத்தில் சிவந்தது.

“மிஸ்டர் ஹோம்ஸ், நான் உங்களுக்கு எந்தவிதமான விளக்கமும் வேண்டியதில்லை.”

ஹோம்ஸ் தனது நோட்புக்கில் பில்லை எடுத்து வைத்தார்.

“நீங்கள் எங்களிடம் விளக்கமளித்தால் விஷயம் வெளியே தெரியாமல் மூடிமறைக்க முடியும். நாங்கள் தேவையான நடவடிக்கையை எடுத்தால், நீங்கள் பலருக்கும் விளக்கமளிக்க வேண்டியதிருக்கும். எங்கள்மீது முழு நம்பிக்கை வைத்துக் கூறுவதுதான் புத்திசாலித்தனமாக இருக்கும்.”

“நீங்கள் கேட்பது பற்றி எனக்கு எதுவும் தெரியாது.”

“லண்டனிலிருந்து மிஸ்டர் காட்ஃப்ரே உங்களுக்குத் தந்தி அனுப்பினாரா?”

“நிச்சயமாக இல்லை.”

“டாக்டர்! டாக்டர்!” ஹோம்ஸ் சோர்வுடன் பெருமூச்சு விட்டார். “நேற்று மாலை ஆறு–பதினைந்து மணிக்கு காட்ஃப்ரே லண்டனிலிருந்து உங்களுக்கு ஒரு மிக அவசரமான தந்தி அனுப்பியிருக்கிறார். இது சந்தேகத்திற்கு இடமின்றி அவர் காணாமல் போனதுடன் தொடர்புடையது. அவர் அனுப்பிய தந்தி உங்களுக்குக் கிடைக்கவில்லை என்றால் இது மிகப் பெரிய குற்றம். நான் நிச்சயமாக இங்குள்ள அலுவலகத்திற்குச் சென்று புகார் ஒற்றைப் பதிவு செய்கிறேன்.”

டாக்டர். லெஸ்லி ஆம்ஸ்ட்ராங் அவருடைய நாற்காலியிருந்து எழுந்தார். அவருடைய இருண்ட முகம் கோபத்தால் கருஞ்சிவப்பாக மாறியது.

"என்னுடைய வீட்டை விட்டு வெளியே செல்லுங்கள். உங்களுடைய முதலாளி மவுண்ட்-ஜேம்ஸ் பிரபுவிடமோ அல்லது அவரின் முகவர்களுடனோ பேச எனக்கு ஒன்றுமில்லை. நீங்கள் செல்லலாம்." அவர் ஆவேசமாக மணியை அடித்தார். "ஜான், இந்த மனிதர்களை வெளியே கொண்டு செல்". ஒரு பலசாலியான பட்லர் எங்களை வாசலுக்கு அழைத்துச் சென்றார். நாங்கள் தெருவில் நின்றபோது ஹோம்ஸ் வெடித்துச் சிரித்தார்.

"டாக்டர். லெஸ்லி ஆம்ஸ்ட்ராங் நிச்சயமாக ஆற்றல் மிகுந்த மனிதர். அவர் திறமையை வேறு மாதிரியாகப் பயன்படுத்தினால் நமது புகழ்பெற்ற மோரியார்டி இடத்தை நிரப்பிவிடுவார். இப்போது, வாட்சன்! நமக்கு எந்த நட்பும் இல்லாத இந்த நகரத்தில் இருக்கிறோம். நம் வழக்கைக் கைவிட்டுச் செல்ல முடியாது. ஆம்ஸ்ட்ராங்கின் வீட்டிற்கு எதிரே உள்ள இந்தச் சிறிய ஹோட்டல் இருக்கிறது. அங்கு ஒரு அறையைப் பதிவுசெய்து, நமக்கான பொருட்களை வாங்கினால், சிலவற்றை விசாரணை செய்ய எனக்கு நேரம் கிடைக்கும்."

எது நடந்தாலும் ஹோம்ஸ் தனது விசாரணையை கைவிடாதவர். நான் நினைத்ததைவிட அவர் விசாரணைக்கு நீண்ட நேரம் எடுத்துக்கொண்டார் என்று தெரிகிறது. ஏனென்றால் அவர் கிட்டத்தட்ட ஒன்பது மணிவரை விடுதிக்குத் திரும்பவில்லை. அவர் திரும்பும்போது தூசி படிந்து சோர்வடைந்திருந்தார். பசி அவரை மேலும் சோர்வடைய செய்திருந்தது. மேசையில் அவருக்காக இரவு உணவைத் தயாராக வைத்திருந்தேன். அவர் உணவு உண்ட பிறகு, தனது பைப்பைப் புகைத்தார். மீண்டும் தனது பலத்தைப் பெற்றதுபோல் ஜன்னல் வழியாக டாக்டர் வீட்டைப் பார்த்தார். டாக்டரின் வாசலில் விளக்கின் ஒளியின் கீழ் ஒரு வண்டி வந்து நின்றது.

"வெளியே சென்று மூன்று மணி நேரம் கழித்துத் திரும்பி வந்திருக்கிறார். அப்படியென்றால், இப்போதைய நேரத்தை

வைத்துக் கணக்கிட்டால் பத்து அல்லது பன்னிரண்டு மைல் சுற்றளவில் சென்று வந்திருக்கிறார். அதுவும் ஒரு நாளைக்கு ஒன்று அல்லது இரண்டு முறை சென்றிருக்கிறார்."

"ஒரு மருத்துவர் நோயாளியைப் பார்க்கக்கூட வெளியே செல்லக்கூடும். இது பெரிய விஷயம் இல்லையே."

"ஆனால் ஆம்ஸ்ட்ராங் வேறும் மருத்துவர் இல்லையே. ஒரு விரிவுரையாளர், ஆலோசகர், பல இடங்களுக்குச் சிறப்பு விருந்தினராகக் கலந்துகொள்பவர். அதுமட்டுமில்லாமல் இலக்கியப் பணியில் ஆர்வம் கொண்டவர். அப்படிப்பட்டவருக்கு நீண்ட பயணம் என்பது எரிச்சலூட்டும். அப்படிப் பயணம் செய்து யாரைப் பார்க்கிறார்?"

"அவரது வேலைக்குச் சம்மந்தப்பட்டவர்.."

"மை டியர் வாட்சன், இந்த வழக்கில் நான் சந்தேகப்படும் ஒரே நபர் இவர் மட்டும்தான். நான் என் வாக்கிங் ஸ்டிக்குடன் டாக்டரின் வண்டியை ஓட்டும் நபரிடம் பேச சென்றேன். ஆனால் அவர் தனது நாயைக் காட்டி என்னை அச்சுறுத்தினார். அதை அவராகச் செய்தாரோ அல்லது அவரது ஏஜமான் சொல்லிச் செய்தாரோ தெரியவில்லை. அந்த நபரும் என் குச்சியுடனான எனது தோற்றத்தை விரும்பவில்லை. ஆனால் விஷயம் அங்கோடு முடியவில்லை. நாம் தங்கியிருக்கும் ஹோட்டல் உரிமையாளரிடம் பேசும்போது அவரின் பல பழக்க வழக்கங்களைப் பற்றித் தெரிய வந்தது. டாக்டரின் பழக்கவழக்கங்களையும் அவரது அன்றாடப் பயணத்தையும் அவர்தான் என்னிடம் சொன்னார். அவரிடம் பேசிக்கொண்டிருக்கும்போது டாக்டர் வெளியே செல்வதைப் பார்த்தேன்.

"நீங்கள் அவரைப் பின்தொடர்ந்து செல்லவில்லையா?"

"அருமை, வாட்சன்! நான் என்ன நினைத்தேனோ அதைத்தான் நீங்கள் சொன்னீர்கள். நாம் தங்கியிருந்த விடுதிக்குப் பக்கத்தில் ஒரு சைக்கிள் கடையிலிருந்து ஒரு சைக்கிளில் அவரைப் பின்தொடர்ந்தேன். அவர் என்னைப் பார்க்காதவாறு இடைவெளி விட்டுப் பின்னாலேயே சென்றேன். நூறு கெஜம் அல்லது அதற்கு மேற்பட்ட

விவேகமான தூரத்தில் இருந்துபோது, நாங்கள் நகரத்தை விட்டு வெளியேறாமல் அதன் எல்லையில் சற்று நேரம் நின்றார். அப்போதுதான் சற்று துரதிர்ஷ்டவசமான சம்பவம் நடந்தது. வண்டியை நிறுத்தி அதிலிருந்து இறங்கினார். நான் நிறுத்திய இடத்திற்கு வேகமாகத் திரும்பிச் சென்று, சாலை குறுகலாக இருப்பதாகவும், என் சைக்கிள் தடையாக இருப்பதாகவும் கூறினார். அதற்கு மேல் அவருக்கே தெரிந்து பின்தொடர்வது சாத்தியமில்லை என்பதால், நான் உடனடியாக அவரது வண்டியைக் கடந்து சென்றேன். பிரதானச் சாலையில் சில மைல்கள் சென்று, ஓர் இடத்தில் மறைந்திருந்து வண்டி வருகிறதா என்று பார்த்தேன். ஆனால் டாக்டரின் வண்டி வருவதற்கான எந்த அறிகுறியும் இல்லை. நான் திரும்பி அதே பாதையில் செல்லும்போது வண்டி யிருந்ததற்கான எந்த அடையாளமும் இல்லை. அவர் வேறு சாலைகளில் சென்றிருக்க வாய்ப்பில்லை. அதனால் நான் விடுதிக்குத் திரும்பிவிட்டேன். நிச்சயமாக, அவருடைய இந்தப் பயணங்களுக்கும், காட்ஃப்ரே ஸ்டாண்டன் காணாமல் போனதற்கும் தொடர்பு இருக்கிறதா என்பதை நாம் உறுதி செய்ய வேண்டும். டாக்டர் ஆம்ஸ்ட்ராங்கின் இந்த மர்மமான நடவடிக்கைகளும் எனக்கு ஆர்வத்தையே உண்டு செய்கிறது. இதை மேலும் விசாரித்து என்ன உண்மை என்று தெரிந்துகொள்ளாதவரை நான் திருப்தியடைய மாட்டேன்.

“அப்படியென்றால் நாளையும் நாம் அவரைப் பின்தொடரலாம்.”

“நீங்கள் நினைப்பது அவ்வளவு எளிதல்ல. டாக்டர் நாம் எதிர்ப்பார்த்ததைவிட மிகவும் புத்திசாலியாக இருக்கிறார். நம்மிடம் எந்தத் தகவலும் சொல்லக் கூடாது என்பதில் மிகத் தெளிவாக இருக்கிறார். காட்ஃப்ரே பற்றி வேறு ஏதாவது தகவல் கிடைத்ததா என்பதை அறிந்துகொள்ள ஓவர்டனுக்குத் தந்தி அனுப்பியிருக்கிறேன். அவரிடம் சாதகமான பதில் கிடைக்கும்வரை நாம் டாக்டர் ஆம்ஸ்ட்ராங்மீது கவனம் செலுத்துவது சரியானது. ஏனென்றால், தந்தி அலுவலகத்தில் நாம் விசாரித்ததில் காட்ஃப்ரே காணாமல் போவதற்குமுன் டாக்டர் ஆம்ஸ்ட்ராங்கிற்குதான் தந்தி அனுப்பியிருக்கிறார்.

கண்டிப்பாக டாக்டருக்கு காட்ஃப்ரே எங்கிருக்கிறார் என்கிற தகவல் தெரியும். அவருக்குத் தெரிந்த அந்த உண்மையை நம்மால் அறிந்துகொள்ள முடியவில்லை என்பது நமக்குச் சவாலாக இருக்கிறது. இதில், அவர் என்னைவிட மிக புத்திசாலியாகச் செயல்படுகிறார் என்ற உண்மையை ஏற்றுக்கொள்ளத்தான் வேண்டும். ஆனால் அவ்வளவு எளிதில் இந்த விளையாட்டிலிருந்து நான் விலகிக்கொள்ளப் போவதில்லை."

காலை உணவுக்குப் பிறகு எங்களுக்கு டாக்டர் ஆம்ஸ்ட்ராங்கிடமிருந்து ஒரு குறிப்பு வந்தது. அதைப் படித்துவிட்டு ஹோம்ஸ் புன்னகையுடன் என்னிடம் கொடுத்தார்.

"ஹோம்ஸ்! - என் அசைவுகளைக் கண்காணிப்பதில் உங்கள் நேரத்தை வீணடிக்கிறீர்கள். நேற்றிரவு நீங்கள் என்னைப் பின் தொடர்ந்ததை எனது வண்டியின் பின்புறத்திலிருக்கும் கண்ணாடியில் பார்த்தேன். மேலும் இன்றும் இருபது மைல் சவாரி செய்ய விரும்பினால், நீங்கள் இன்றும் என்னைப் பின்தொடரலாம். ஆனால் என்னை உளவு பார்ப்பது எந்த வகையிலும் திரு. காட்ஃப்ரே ஸ்டாண்டனை கண்டுபிடிக்க உதவாது என்பதை உங்களுக்குத் தெரிவித்துக்கொள்கிறேன். மேலும் நீங்கள் காட்ஃப்ரேவுக்கு உதவ விரும்பினால், உடனடியாக லண்டனுக்குத் திரும்பிச் செல்லுங்கள். உங்களுக்கு வழக்கு வழங்கியவரிடம் கண்டுபிடிக்க முடியவில்லை என்று சொல்லுங்கள். இல்லையென்றால், கேம்பிரிட்ஜில் உங்கள் நேரம் நிச்சயமாக வீணாகிவிடும்.

தங்கள் உண்மையுள்ள,
லெஸ்லி ஆர்ம்ஸ்ட்ராங்

"இந்த மருத்துவர் மிகவும் நேர்மையான எதிரி" என்று ஹோம்ஸ் கூறினார். "சரி, அவர் என் ஆர்வத்தைத் தூண்டுகிறார். நான் அவரை விட்டுச் செல்வதற்கு நான் அவரைப் பற்றி இன்னும் அதிகம் தெரிந்துகொள்ள வேண்டும்."

"இப்போது அவரது வண்டி வீட்டு வாசலில் வந்துவிட்டது. அவர் அதில் நுழைகிறார். வேண்டுமானால், நான் அவரை சைக்கிளில் பின் தொடர்ந்து பார்க்கிறேன்?" என்று சொன்னேன்.

"இல்லை வாட்சன்! உங்கள் இயல்பான புத்திசாலித்தனம் டாக்டரிடம் செல்லுபடியாகாது. அவர் எப்படிப்பட்டவர் என்பதை முழுமையாகத் தெரிந்துகொள்ள முடியவில்லை. நீங்கள் இந்த நகரத்தின் அழகை ரசித்து ஓய்வெடுங்கள். நான் மாலைக்குள் சாதகமான செய்தியோடு வருவேன் என்று நம்புகிறேன்."

ஆனால் மீண்டும் என் நண்பர் ஹோம்ஸ் ஏமாற்றத்துடன் திரும்பினார். அவர் முகத்தில் சோர்வு அதிகமாகத் தெரிந்தது.

"இன்று எனக்கு ஒரு வெற்று நாளாக இருந்தது, வாட்சன். கேம்பிரிட்ஜின் பக்கத்திலுள்ள எல்லா கிராமங்களுக்கும் சென்று, ஹோட்டல், சத்திரம், இன்னும் பிற உள்ளூர்ச் செய்தி நிறுவனங்களுடன் குறிப்புகளை ஒப்பிட்டுப் பார்த்தேன். செஸ்டர்டன், ஹிஸ்டன், வாட்டர்பீச், ஓகிங்டன் போன்ற இடங்களுக்குச் சென்று ஆராய்ந்தேன். தினசரி செய்தித்தாள் குறிப்புகள்கூட நமக்குச் சாதகமாக எதுவுமில்லை. மீண்டும் டாக்டர்தான் வெற்றி பெற்றார். எனக்குத் தந்தி ஏதாவது வந்ததா?"

"ஆமாம்; நான் திறந்து படித்தேன். இதோ: 'டிரினிட்டி கல்லூரியில் இருந்து ஜெர்மி டிக்சனிடம் பாம்பே பற்றிக் கேளுங்கள்.' என்று இருந்தது. எனக்கு அது புரியவில்லை." என்றேன்.

"எனக்குப் புரிகிறது. நமது நண்பர் ஓவர்டனிடமிருந்து வந்த இந்தத் தந்தி, என் ஒரு கேள்விக்கான பதில் இது. நான் திரு. ஜெர்மி டிக்சனுக்கு ஒரு தந்தி அனுப்புகிறேன். அவரிடமிருந்து வரும் பதிலில் நமது அதிர்ஷ்டம் மாறும் என்பதில் எனக்குச் சந்தேகமும் இல்லை. சரி, போட்டியைப் பற்றிய ஏதாவது செய்தி உண்டா?"

"ஆமாம். உள்ளூர் மாலைப் பத்திரிகையின் கடைசிப் பதிப்பில் இந்தப் போட்டிக்கான சிறப்பு செய்தி வந்துள்ளது. அந்தப் போட்டியில் ஆக்ஸ்போர்டுதான் வெற்றி

பெற்றிருக்கிறது. விளக்கத்தின் கடைசி வாக்கியங்களில், "லைட் ப்ளூஸின் தோல்விக்கு முக்கியமான காரணம் காட்ஃப்ரே ஸ்டாண்டன் துரதிர்ஷ்டவசமாக ஆட்டத்தில் இல்லாதது என்று குறிப்பிட்டிருந்தார். மைதானத்தில் கால் கோடுவரை கூடத் தாண்ட முடியாமல் அட்டாங்க்கிங் விளையாட முடியவில்லை. எதிரணியின் எதிர்த்தாக்குதலையும் அவர்களால் தற்காத்து கொள்ள முடியவில்லை. இரண்டிலும் பலவீனமாக இருந்ததால், அவர்கள் தோல்வியைத் தழுவினர்." என்று கூறினேன்.

"அப்படியானால், காட்ஃப்ரே இல்லாத ஆட்டம் எப்படியிருக்கும் என்று நமது நண்பர் ஓவர்டன் கூறியது சரியாகத்தான் இருந்துள்ளது. தனிப்பட்ட முறையில் நானும் டாக்டர் ஆம்ஸ்ட்ராங்குடன் உடன்படுகிறேன். இந்த வழக்குக்கும் விளையாட்டின் முடிவுக்கும் சம்மந்தமில்லை. இன்றிரவு சீக்கிரமாக உறங்கச் செல்லுங்கள், வாட்சன். நாளை நிகழ்வுகள் நீண்டவாறு இருக்கும் என்றே எதிர்பார்க்கிறேன்." என்று ஹோம்ஸ் கூறினார்.

அடுத்த நாள் காலை ஹோம்ஸைப் பார்த்ததும் நான் திகிலடைந்தேன். ஏனென்றால் அவர் தனது சிறிய ஹைப்போடெர்மிக் சிரிஞ்சைப் பிடித்து நெருப்பின் அருகே அமர்ந்திருந்தார். நான் அவருடைய பலவீனமான போதைப் பொருள் உட்கொள்வதோடு தொடர்புபடுத்திப் பயந்தேன். என் திகைப்பைக் கண்டு சிரித்து, அதை மேசையில் வைத்தார். "இல்லை, இல்லை வாட்சன்! நீங்கள் நினைப்பதுபோன்று இது போதை மருந்தில்லை. இந்தச் சந்தர்ப்பத்தில் தீமையான பழக்கம் மர்மத்தை விளக்காது. இந்த சிரிஞ்ச்தான் மறைந்திருக்கும் ரகசியத்தை வெளியே கொண்டு வர உதவப் போகிறது. இப்போதுதான் சிறிய பயணம் மேற்கொண்டு திரும்பியிருக்கிறேன். நாம் மற்றொரு பயணத்திற்குத் தயராக வேண்டும். வாட்சன்! காலை உணவைச் சிக்கிரம் சாப்பிடுங்கள். ஏனென்றால் இன்று டாக்டர் ஆம்ஸ்ட்ராங் செல்லும் பாதையைப் பின்தொடரும்போது உணவு உண்ணவோ ஓய்வெடுக்கவோ நேரம் கிடைக்காது."

“அப்படியானால், நாம் காலை உணவை நம்முடன் எடுத்துச் செல்வது சிறந்தது. ஏனென்றால் அவருடைய வண்டி வாசலில் நிற்கிறது. அவர் செல்லவிருக்கிறார்.” என்று நான் சொன்னேன்.

“பரவாயில்லை. அவர் போகட்டும். அவரைப் பின்தொடர முடியாத அளவுக்குப் புத்திசாலியாக இருக்கிறார். நீங்கள் உணவை முடிந்ததும் என்னுடன் கீழே இறங்கி வாருங்கள். நம் பணிக்கு உதவ இருக்கும் இன்னொரு சிறந்த துப்பறியும் நிபுணரை நான் உங்களுக்கு அறிமுகப்படுத்துகிறேன்.”

நாங்கள் கீழே இறங்கியதும், நான் ஹோம்ஸைப் பின்தொடர்ந்து ஸ்டேபிள்–முற்றத்திற்குச் சென்றேன். அங்கு அவர் ஒரு தளர்வான பெட்டியின் கதவைத் திறந்து, ஒரு பீகிள் மற்றும் ஃபாக்ஸ்ஹவுண்ட் இடையே வெள்ளை கலந்த பழுப்புநிற நாயை வெளியே கொண்டுவந்தார்.

“உனக்கு பாம்பேவை அறிமுகம்செய்து வைக்கிறேன். பாம்பே உள்ளூர் வேட்டை நாய்களில் பெருமை வாய்ந்தது. சரி, பாம்பே! நீ வேகமாகச் செல்லாமல், இந்த நடுத்தர வயதுடைய லண்டன் ஜென்டில்மேன்களுக்கு நிகராகச் செல்வாய் என்று நான் எதிர்பார்க்கிறேன். அதனால் நான் இந்தத் தோல் லீஷை உங்கள் காலரில் கட்டுகிறேன். இப்போது, பாம்பே வா, உன்னால் என்ன செய்ய முடியும் என்பதை எங்களுக்குக் காட்டு.” அவர் நாயை டாக்டரின் வாசலுக்கு அழைத்துச்சென்றார். நாய் ஒரு கணம் சுற்றி வளைத்தது, பின்னர் ஒரு உற்சாகச் சிணுங்கலுடன் தெருவில் இறங்கத் தொடங்கியது. வேகமாகச் செல்வதற்கான தனது முயற்சியில் அதன் கயிற்றை இழுத்தது. அரை மணி நேரத்தில் நாங்கள் நகரத்தை விட்டு வெளியேறி ஒரு கிராமப்புறச் சாலையில் விரைந்தோம்.

“என்ன செய்கிறீர்கள், ஹோம்ஸ்?” என்று நான் கேட்டேன்.

“இந்த நாய்தான் டாக்டர் எங்கு சென்றிருக்கிறார் என்கிற பாதையைக் காட்டப்போகிறது. நான் இன்று காலை டாக்டரின் முற்றத்திற்குச் சென்று பின் சக்கரத்தின் மேல்

சோம்பு வாசம் நிரம்பிய என் சிரிஞ்சைத் தடவினேன். அதே சோம்பின் வாசத்தை வேட்டை நாய்க்குக் காட்டியிருக்கிறேன். அது வாசத்தை வைத்துப் பின்தொடரும்." பாம்பேயைச் சாலைப் பாதையிலிருந்து வேறு பாதையில் சென்றது. "தந்திரமான அயோக்கியன்! நேற்றைய இரவு இப்படித்தான் என் கண்ணிலிருந்து தப்பித்திருக்கிறான்."

நாய் திடீரெனப் பிரதான சாலையிலிருந்து புல் வளர்ந்த பாதைக்கு மாறியது. அரை மைல் தொலைவில் இது மற்றொரு அகலமான சாலையில் இருந்தது. மேலும் நாங்கள் வெளியேறிய நகரத்தின் திசையில் பாதை வலதுபுறம் கடினமாகத் திரும்பியது. சாலை நகரின் தெற்கு வழியாகத் திரும்பி, நாங்கள் தொடங்கிய திசைக்கு எதிர்த் திசையில் சென்றது.

"இந்த மாற்றுப்பாதை முழுக்க முழுக்க நம் நலனுக்காகத்தான். அந்தக் கிராமங்களில் என் விசாரணைகள் தோல்வி அடைந்ததில் ஆச்சரியமில்லை. டாக்டர் நம்மிடம் சிறப்பாக விளையாடியிருக்கிறார். இது நமக்கு வலதுபுறம் உள்ள ட்ரம்பிங்டன் கிராமமாக இருக்க வேண்டும். இதோ கிடைத்துவிட்டது! டாக்டர் வண்டியின் சக்கரம் இங்கு சுற்றி இருக்கிறது. சீக்கிரம், வாட்சன்! நாம் அவர் இருக்கும் இடத்தை அடைந்துவிட்டோம்." ஹோம்ஸ் கூறினார்.

அவர் ஒரு வாயில் வழியாக வயல்வெளிக்குள் நுழைந்தார். தயக்கத்துடன் பாம்பேயை அவருக்குப் பின் இழுத்துச் சென்றார். நான் டாக்டர் ஆம்ஸ்ட்ராங்கின் ஒரு பார்வையைப் பார்த்தேன். அவரது தோள்கள் குனிந்து, அவரது தலை கைகளில் மூழ்கி துயரத்தில் புல்வெளியில் நின்றுகொண்டிருந்தார்.

"நம்முடைய தேடலுக்கு இருண்ட முடிவு இருப்பதாகத் தெரிகிறது. என்ன உண்மை என்பது இன்னும் கொஞ்ச நேரத்தில் தெரிந்துவிடும். இதோ அந்த வீடுதான்" என்று அவர் கூறினார்.

நாங்கள் எங்கள் பயணத்தின் முடிவை அடைந்துவிட்டோம் என்பதில் எந்தச் சந்தேகமும் இல்லை. பாம்பே ஓடிவந்து வாயிலுக்கு வெளியே ஆவலுடன் சிணுங்கியது. அங்கு

வண்டியின் சக்கரங்களின் அடையாளங்கள் இன்னும் காணப்பட்டன. தனிமையான வீடு குறுக்கே ஒரு நடைபாதை சென்றது. ஹோம்ஸ் நாயை ஒரு தூணில் கட்டவும், நாங்கள் விரைந்து உள்ளே சென்றோம். என் நண்பர் கதவைத் தட்டினார். பதில் இல்லாததால் மீண்டும் தட்டினார். கதவைத் திறக்க யாரும் வரவில்லை. அப்போது துன்பம் கலந்து விரக்தியான குரல் ஒலித்தது. ஹோம்ஸ் தனது நிதானத்தை இழந்து நின்றார். அவர் எப்படி அனுமதியில்லாமல் உள்ளே செல்லலாம் என்று யோசித்தார்.

"டாக்டர் திரும்பி வந்துகொண்டிருக்கிறார்! அவர் வருவதற்கு முன் உண்மை என்னவென்று தெரிந்துகொள்ள வேண்டும்." என்று ஹோம்ஸ் கூறினார்.

அறைக் கதவைத் திறந்து, நாங்கள் வீட்டுக்குள் நுழைந்தோம். ஒரு நீண்ட, ஆழமான துயரத்தின் அழுகை எங்களுக்குக் கேட்டது. அந்தச் சோகமான அழுகை மாடியிலிருந்து வந்தது. ஹோம்ஸும், நானும் மாடிக்கு விரைந்தோம். பாதி மூடியிருந்த ஒரு கதவைத் திறக்க, நாங்கள் இருவரும் திகைத்து நின்றோம்.

ஒரு அழகான பெண் படுக்கையில் இறந்து கிடந்தாள். அவளது அமைதியான, வெளிறிய முகம், அகலமாகத் திறந்த நீல நிறக் கண்களுடன், தங்கநிற முடியின் பெரும் சிக்கலுக்கு மத்தியில் இருந்து மேல்நோக்கி இருந்தது. படுக்கையின் அடிவாரத்தில், பாதி உட்கார்ந்து, பாதி மண்டியிட்டு, ஆடைக்குள் முகம் புதைத்து, ஒரு இளைஞன் அழுது கொண்டிருந்தான். அவன் தனது கசப்பான துக்கத்தால் உடைந்து போயிருந்தான். ஹோம்ஸ் அவனது தோளில் கை வைக்கும்வரை அவன் எங்களைப் பார்க்கவில்லை.

"நீங்கள் மிஸ்டர் காட்ஃப்ரே ஸ்டாண்டன்தானே?"

"ஆமாம். ஆனால் நீங்கள் மிகவும் தாமதமாகிவிட்டீர்கள். அவள் இறந்துவிட்டாள்."

அந்த நபர் மிகவும் திகைத்துப்போனார். நாங்கள் உதவிக்கு அனுப்பப்பட்ட மருத்துவர்கள் என்று நினைத்துக் கொண்டான். ஹோம்ஸ் சில ஆறுதல் வார்த்தைகளை உச்சரிக்க முயன்றார். ஆனால் திடீர் மரணம் காட்ஃப்ரேவை

எப்படிப் பாதித்திருக்கும் என்பதை அறியாமல் அமைதியாக இருந்தார். அப்போது, படிக்கட்டுகளில் ஏறி யாரோ வரும் சத்தம் கேட்டது. அது டாக்டர் ஆம்ஸ்ட்ராங்.

"ம்ம்ஞ் ஒரு வழியாக நீங்கள் கண்டுபிடித்துவிட்டீர்கள். அனுமதியில்லாமல் நீங்கள் வந்திருப்பது எனக்குக் கோபத்தை வரவழைக்கிறது. இருந்தாலும், நான் மரணத்தின் முன்னிலையில் சண்டையிட விரும்பவில்லை. நீங்கள் பிரச்சினை செய்யாமல் வெளியே சென்றால், உங்களுக்குத் தண்டனை வாங்கித் தர மாட்டேன் என்று உறுதியளிக்கிறேன்." அவர் கூறினார்.

"மன்னிக்கவும், டாக்டர் ஆம்ஸ்ட்ராங். நாங்கள் உங்களை தேடி வந்திருக்கலாம். நீங்கள் எங்களுடன் கீழே வந்தால், இந்தப் பரிதாபகரமான விவகாரத்தை நாங்கள் விளக்கிச் சொல்ல முடியும்." என்று என் நண்பர் கண்ணியத்துடன் கூறினார்.

ஒரு நிமிடம் கழித்து, டாக்டரும் நாங்களும் கீழே உள்ள உட்காரும் அறையில் இருந்தோம்.

"சரி, சொல்லுங்கள்?" என்றார் அவர்.

"முதலில், நான் மவுண்ட்-ஜேம்ஸ் பிரபுவால் பணியமர்த்தப்பட்டவன் இல்லை. இந்த விஷயத்தில் நான் அந்தப் பிரபுவுக்கு எதிரானவன் என்பதை நீங்கள் புரிந்துகொள்ள வேண்டும். பயிற்சியாளர் ஓவர்டன் காட்ஃப்ரே தொலைந்து போனதாகக் கூறியதால், அவரைக் கண்டுபிடிப்பது என் கடமையாக இருந்தது. அவரைக் கண்டுபிடித்ததால் என் பணி முடிந்தது. மேலும், இந்த விவகாரத்தில் எந்தக் குற்றமும் நடக்கவில்லை என்பதாலும், சட்டத்தை மீறி எதுவும் நடக்கவில்லை என்பதாலும் உண்மை வெளியே வராமல் இருப்பதில் என் முழு ஒத்துழைப்பு உங்களுக்கு உண்டு."

டாக்டர் ஆம்ஸ்ட்ராங் வேகமாக முன்னேறி ஹோம்ஸின் கையைக் குலுக்கினார்.

"நீங்கள் ஒரு நல்ல மனிதர். நான் உங்களைத் தவறாகக் கணித்துவிட்டேன். இந்த அவலநிலையில் காட்ஃப்ரே

ஸ்டாண்டனைத் தனியே விட்டுச் சென்றதில் ஏற்பட்ட மனவருத்ததோடு, நான் வண்டியில் வீட்டுக்குத் திருப்பிய சமயம் உங்கள் அறிமுகம் கிடைத்ததால் உங்களிடம் கடுமையாக நடந்துகொண்டேன். நடந்ததை மிக எளிமையாக விளக்குகிறேன். ஒரு வருடத்திற்கு முன்பு காட்ஃப்ரே ஸ்டாண்டன் லண்டனில் சிறிது காலம் தங்கியிருந்தார். அப்போது, அந்த வீட்டு உரிமையாளரின் மகள் மீது காதல் கொண்டு திருமணம் செய்துகொண்டார். அவள் பார்ப்பதற்கு அழகாகவும், புத்திசாலியாகவும் இருந்தாள். அத்தகைய மனைவியை அறிமுகம் செய்து வைப்பதில் எந்த ஆணும் வெட்கப்பட மாட்டான். ஆனால் காட்ஃப்ரே அந்த வயதான மவுண்ட்–ஜேம்ஸ் பிரபுவின் வாரிசாக இருந்தார். மேலும் அவரது திருமணம் பற்றிய செய்தி பிரபுவுக்குத் தெரிந்தால் விளைவுகள் மோசமாக இருக்கும் என்று பயந்தான். அந்த இளைஞனை நன்கு அறிவேன். அவனுடைய பல சிறந்த குணங்களுக்காக அவருக்கு என்னால் முடிந்த உதவிகளைச் செய்தேன். இந்த விஷயத்தை அனைவரிடமிருந்தும் தடுக்க என்னால் முடிந்த அனைத்தையும் செய்தேன். ஏனென்றால் ஒருமுறை கிசுகிசு போல் வெளியே தெரிந்தால் ஆபத்து வெகு தொலைவில் இருக்காது என்பது தெரியும். அதனால் காட்ஃப்ரே தனியாக வீடு ஒன்றை எடுத்து அவளோடு நிம்மதியாக வாழ்ந்து வந்தார். இந்த ரகசியம் எனக்கும், என் வண்டி ஓட்டும் ஊழியருக்கும் தவிர யாருக்கும் தெரியாது.

ஆனால் அவரது மனைவிக்கு ஆபத்தான நோயால் தாக்கப்பட்டிருந்தாள். அது மிகவும் கொடிய வகை நோய். அந்த இளைஞன் தனது துக்கத்தை மறைத்து, அந்தப் போட்டியில் விளையாட லண்டனுக்குச் செல்ல வேண்டியிருந்தது. இந்த ரகசியத்தை வெளியே சொல்ல முடியாமல் தவித்தான். நான் அந்தப் பெண்ணின் உடல்நிலை மோசமானதைத் தந்தி மூலம் தெரிவித்தேன். அவளை எப்படியாவது காப்பாற்றுங்கள் என்று கெஞ்சி ஒரு பதில் தந்தி அனுப்பினார். நீங்கள் கடைசி வரியை வைத்துகொண்டுக் கண்டுபிடித்தீர்களே அந்தத் தந்திதான் அது. அந்த பெண்ணின் உடல்நிலை எவ்வளவு ஆபத்தில் இருக்கிறது என்று நான் அவரிடம் சொல்லவில்லை. ஏனென்றால் அவனால் இங்கு எந்த நன்மையையும்

செய்ய முடியாது என்று எனக்குத் தெரியும். அதனால் நான் அந்தப் பெண்ணின் தந்தைக்கு உண்மையைக் கூறி தந்தி அனுப்பினேன். அவர் தந்தியை எடுத்துக்கொண்டு காட்ஃப்ரேவைச் சந்தித்து உண்மையைத் தெரிவித்திருக்கிறார். அதன்விளைவு, யாரிடமும் சொல்லாமல் அங்கிருந்து வெளியேறி, இன்று காலை மரணம்வரை அவள் அருகிலேயே மண்டியிட்டு அதே நிலையில் இருந்தார். அவ்வளவுதான், மிஸ்டர் ஹோம்ஸ். நீங்களும், உங்கள் நண்பரும் இந்த உண்மையை வெளியே சொல்ல மாட்டீர்கள் என்று நான் உறுதியாக நம்புகிறேன்."

ஹோம்ஸ் டாக்டரின் கையைக் குலுக்கினார்.

"வாருங்கள் வாட்சன். நாம் செல்லலாம்." என்று அவர் கூறினார். நாங்கள் அந்தத் துக்க வீட்டிலிருந்து எதுவும் சொல்லாமல் வெளியே வந்தோம்.

36. அபே கிரேஞ்ச்சில் நிகழ்ந்த சாகசம்

1897இன் குளிர்காலத்தில் கடுமையான குளிரும், உறைபனியும் காலை நேரத்தில் என் தோளில் இடித்து ஒரு கை என்னை எழுப்பியது. அது ஹோம்ஸ்தான். அவரது கையிலிருந்த மெழுகுவர்த்தி ஆர்வமுள்ள அவரது முகத்தில் பிரகாசித்தது. ஏதோ தவறு நிகழ்ந்திருப்பதாக ஒரு பார்வையில் என்னிடம் சொன்னது.

"வாருங்கள், வாட்சன்! உங்களுடைய உடையை அணிந்துகொண்டு என்னுடன் புறப்படுங்கள். செல்லும் வழியில் நான் உங்களுக்கு விஷயத்தை விளக்கிச்சொல்கிறேன்." என்றார்.

பத்து நிமிடங்களுக்குப் பிறகு நாங்கள் இருவரும் ஒரு வண்டியில் அமர்ந்து சாரிங் கிராஸ் ஸ்டேஷனுக்குச் செல்லும் வழியில் பயணித்தோம். மங்கலான குளிர்காலத்தின் விடியல் தோன்றத் தொடங்கியது. லண்டன் ரீக்கில் மங்கலாகவும் தெளிவற்றதாகவும் எங்களைக் கடந்து செல்லும்போது, வேலையாட்களின் உருவத்தை நாங்கள் மங்கலாகப் பார்க்க முடிந்தது. ஹோம்ஸ் தனது கனமான கோட்டுக்குள் மௌனமாக அமர்ந்திருந்தார். நானும் அமைதியாக இருப்பதில் மகிழ்ச்சியடைந்தேன். ஏனென்றால் காற்று மிகவும் கசப்பாக இருந்தது. நாங்கள் இருவரும் பேச முற்படவில்லை. ஸ்டேஷனில் சூடான தேநீர் அருந்திவிட்டு, கென்டிஷ் ரயிலில் நாங்கள் ஏறி அமர்ந்த பிறகுதான், அவர் பேசுவதற்கும் நான் கேட்பதற்கும் போதுமான அளவு கரைந்தது. ஹோம்ஸ் தனது பாக்கெட்டிலிருந்து ஒரு குறிப்பை எடுத்து அதை உரக்கப் படித்தார்:

ABBEY GRANGE, MARSHAM, KENT, அதிகாலை 3.30

"என் அன்பான ஹோம்ஸ்,

மிகவும் குறிப்பிடத்தக்க வழக்கிற்கு உங்களின் உடனடி உதவி தேவைப்படுகிறது. இதை உங்களின் பாணியில் விசாரித்தால் எளிதாக முடிந்துவிடும். இந்தச் சம்பவத்தால் பாதிக்கப்பட்ட பெண்ணை விடுவித்திருக்கிறோம். மற்றபடி சம்பவத்தில் நடந்த எல்லாப் பொருட்களும் நீங்கள் வந்து ஆராய்வதற்கு அப்படியே இருக்கிறது. சம்பவ இடத் திலிருந்து நான் விலகி வருவது கடினம் என்பதால், ஒரு நொடியைக்கூட வீணாக்காமல் நீங்கள் வர வேண்டும் என்று கேட்டுக்கொள்கிறேன்.

தங்கள் உண்மையுள்ள,
ஸ்டான்லி ஹாப்கின்ஸ்.

"இதுவரை ஹாப்கின்ஸ் என்னை ஏழு முறை உதவிக்கு அழைத்திருக்கிறார். ஒவ்வொரு சந்தர்ப்பத்திலும் அவரது கோரிக்கை முற்றிலும் நியாயமானதாகவே இருந்திருக்கிறது" என்று ஹோம்ஸ் கூறினார். "அவரது ஒவ்வொரு வழக்குகளும் உங்கள் சேகரிப்பில இடம் பெற வேண்டும் என்று நான் விரும்புகிறேன். வாட்சன்! ஒவ்வொரு வழக்கையும் பயிற்சியாகப் பார்க்காமல், ஒரு கதையின் கண்ணோட்டத்தில் பார்க்கும் உங்களின் அணுகுமுறையையும் நான் கண்டிக்கிறேன். போதனையான அல்லது கிளாசிக்கல் தொடர்பாக ஆர்ப்பாட்டங்கள் நிறைந்த எழுத்துகள் அழித்துவிட்டது. வாசகரை உற்சாகப்படுத்தி அறிவுறுத்த முடியாத பல பரபரப்பான விவரங்களை எழுதினால் உங்களின் எழுத்துப் பணி சுவையாக இருக்கும்." என்றார்.

"நீங்களே ஏன் ஒரு புத்தகம் எழுதக் கூடாது?" கொஞ்சம் கசப்புடன் சொன்னேன்.

"என் அன்பான வாட்சன்! கண்டிப்பாக ஒருநாள் எழுதுவேன். தற்போது நான் மிகவும் பிஸியாக இருக்கிறேன். ஆனால் எனக்குப் பணிகள் குறைந்து வேலையில்லாமல் இருக்கும்போது ஒரு பாடப்புத்தகமாக எனது வழக்குகளைத் தொகுத்து எழுதுவேன். நமக்குக் கிடைத்திருக்கும் தற்போதைய வழக்கு கொலை வழக்காக இருக்கும் என்று தெரிகிறது."

"அப்படியானால், இந்த சர் யூஸ்டேஸ் இறந்துவிட்டதாக நினைக்கிறீர்களா?"

"அப்படித்தான் நினைக்கிறேன். ஹாப்கின்ஸ் எழுத்தின் கணிசமான கிளர்ச்சி இருந்தது. மேலும் அவர் உணர்ச்சிவசப்பட்ட மனிதர் அல்ல. அப்படியென்றால், அங்கு பெரிய வன்முறை நிகழ்ந்துள்ளது. உடல் எடுக்கப்படாமல் நம் ஆய்வுக்காக அப்படியே விடப்பட்டுள்ளது. வெறும் தற்கொலை என்றால் அவர் என்னை அழைத்திருக்கமாட்டார். அந்தப் பெண்ணை விடுத்ததாகச் சொல்லியிருக்கிறார். அப்படியென்றால், அந்தச் சோகச் சம்பவம் நடக்கும்போது அவள் கட்டப்பட்டிருக்க வேண்டும் அல்லது பூட்டப்பட்டிருக்க வேண்டும். அதுமட்டுமில்லாமல் இந்தக் கொலை நேற்றிரவு பன்னிரண்டிற்கு முன்புதான் நிகழ்ந்துள்ளது."

"எப்படி நேரத்தை உங்களால் துல்லியமாகச் சொல்ல முடிகிறது?"

"ரயில்களின் ஆய்வு நேரத்தைக் கணக்கிடுவதன் மூலம்தான். சம்பவம் நடந்த பின் அந்த வீட்டின் பணியாட்கள் உள்ளூர் காவல்துறையினரிடம் தெரிவித்திருக்க வேண்டும். அவர்கள் ஸ்காட்லாந்து யார்டுடன் தொடர்பு கொண்டிருப்பார்கள். ஹாப்கின்ஸ் வெளியே சென்று, குற்றம் நடந்த இடத்தை ஆராய்ந்து நமக்குத் தந்தி அனுப்பியிருக்க வேண்டும். இதெல்லாம் இரவு வேலையில் நடந்திருக்கிறது. அப்படியென்றால், கொலை இரவு பன்னிரண்டுக்கு முன்பு நடந்திருக்கும். நாம் இறங்க வேண்டிய ஸ்டேஷனில் இருக்கிறோம்."

குறுகிய நாட்டுப் பாதைகள் வழியாக ஓரிரு மைல்கள் பயணித்தபோது, ஒரு பூங்காவின் வாயில் வழியாகச் சென்றோம். ஒரு பழைய லாட்ஜ்–கீப்பர் எங்களுக்குக் கதவைத் திறந்தார். அவருடைய முகம் ஏதோ பெரிய பேரழிவின் பிரதிபலிப்பைத் தாங்கி இருந்தது. அந்த இடம் ஒரு உன்னதமான பூங்கா வழியாக, பழங்கால எல்ம்களின் கோடுகளுக்கு இடையில் ஓடி, தூண்களால் அமைக்கப்பட்ட ஒரு தாழ்வான பரந்த வீட்டில் முடிந்தது. ஆனால் பெரிய ஜன்னல்கள் நவீன மாற்றங்கள் மேற்கொள்ளப்பட்டதைக்

காட்டியது. இன்ஸ்பெக்டர் ஸ்டான்லி ஹாப்கின்ஸின் எங்களுக்காக வாசலில் காத்திருந்தார்.

"நீங்கள் வந்ததில் மிக்க மகிழ்ச்சி மிஸ்டர் ஹோம்ஸ். நீங்களும் டாக்டர் வாட்சன்! ஆனால் உண்மையில், எனக்கு விசாரிக்க நேரம் கிடைத்திருந்தால், நான் உங்களைத் தொந்தரவு செய்திருக்கமாட்டேன். இப்போதுதான் அந்தப் பெண்மணி கூறிய தகவலை வைத்துப் பார்த்ததில் இதைச் செய்தது யார் என்பது எங்களுக்குத் தெளிவாகத் தெரிந்துவிட்டது. உங்களுக்கு அந்த லூயிஷாம் முட்டாள் திருட்டுக் கும்பல் பற்றி நினைவிருக்கிறதா?"

"அந்த மூன்று திருடர்களா?"

"சரியாக; தந்தை, இரண்டு மகன்கள். இது அவர்களுடைய வேலை என்பதில் எனக்கு எந்தச் சந்தேகமும் இல்லை. அவர்கள் ஒரு பதினைந்து நாள்களுக்கு முன்பு சைடன்ஹாமில் இதுபோன்ற ஒரு வேலையைச் செய்திருக்கிறார்கள். அவர்களின் திருட்டுக் குற்றத்திற்காக இவ்வளவு நாள்கள் தேடப்பட்டு வந்தார்கள். அவர்கள் பிடிப்பட்டால் தூக்கு தண்டனை நிச்சயம்."

" அப்படியானால், யூஸ்டேஸ் இறந்துவிட்டாரா?"

"ஆமாம்; அவரது தலையில் போக்கர் ஆயுதத்தால் தாக்கப்பட்டு இறந்துவிட்டார்."

"சார் யூஸ்டேஸ் பிராக்கன்ஸ்டாலின் டிரைவர் என்னிடம் கூறுகிறார்."

"கென்ட்டிலுள்ள பணக்காரர்களில் ஒருவர். லேடி பிராக்கன்ஸ்டால் அந்த அறையில் இருக்கிறார். பாவம் அவர். கணவன் இறந்ததில் பாதி இறந்துவிட்டார். நீங்கள் அவரிடம் நடந்த சம்பவம் குறித்துக் கேட்டு அறிந்த பிறகு, உணவு அறையிலிருக்கும் அவரது உடலை ஆய்வு செய்யலாம்." ஸ்டான்லி கூறினார்.

லேடி ப்ராக்கன்ஸ்டால் பார்ப்பதற்கு அழகாக இருந்தாள். அதுபோன்ற அழகான தோற்றமுடையவர்களை நான் எப்போதாவது பார்த்திருக்கிறேன். அவள் தங்க நிற முடியுடனும், நீலக்கண்ணுடனும் இருந்தாள். சந்தேகமே

இல்லாமல் நடந்த சம்பவம் அவளை மிகவும் பாதித்திருந்தது. அந்தப் பெண்ணுடைய துன்பங்கள் உடல்ரீதியாகவும் மன ரீதியாகவும் இருந்தது. ஏனென்றால் ஒரு கண்ணின் மேல் ஒரு பயங்கரமான, பிளம் நிற வீக்கம் ஏற்பட்டிருந்தது. அவளுடைய பணிப்பெண் உயரமாகவும், கடினமான பெண்ணாகவும் இருந்தாள். லேடி ப்ராக்கன்ஸ்டால் சோபாவில் சோர்ந்து கிடந்தாள். ஆனால் நாங்கள் அறைக்குள் நுழைந்ததும் அவளது கண்கள் எச்சரிக்கை உணர்வுடன் எங்களை அணுகுவது வெளிப்பட்டது. அவள் நீலம், வெள்ளி நிறத்தில் தளர்வான டிரஸ்ஸிங்-கவுனில் இருந்தாள். ஆனால் அவளுக்குப் பக்கத்தில் இருந்த சோபாவில் கருப்பு நிறத்தில் ஓர் இரவு உடை தொங்கவிடப்பட்டிருந்தது.

"நடந்த அனைத்தையும் நான் உங்களிடம் சொல்லிவிட்டேன், மிஸ்டர் ஹாப்கின்ஸ்." அவள் சோர்வுடன் சொன்னாள்; "எனக்காக அதை மீண்டும் செய்ய முடியாதா?" என்பது போல் ஸ்டான்லி கேட்க, "சரி, இது அவசியம் என்று நீங்கள் நினைத்தால், என்ன நடந்தது என்பதை நான் இந்த மனிதர்களிடம் மீண்டும் கூறுகிறேன். அவரின் உடல் இன்னும் சாப்பாட்டு அறையில்தான் இருந்திருக்கிறதா?"

"இவர்கள் முதலில் உங்கள் விளக்கத்தைக் கேட்ட பிறகு, சம்பவம் நடந்த இடத்தை ஆராயும்படி நான் தான் கூறினேன்."

"நீங்கள் விஷயங்களைச் சீக்கிரம் செய்தால் மகிழ்ச்சியடைவேன். அவரின் உடல் அங்கேயே கிடப்பதை நினைத்தால் எனக்குப் பயங்கரமாக இருக்கிறது." அவள் நடுங்கிக் கைகளில் ஒரு கணம் முகத்தைப் புதைத்துக்கொண்டாள். அவள் அவ்வாறு செய்யும்போது தளர்வான கவுன் அவள் முன்கையில் இருந்து கீழே விழுந்தது. ஹோம்ஸ் ஒரு ஆச்சரியத்தை உச்சரித்தார்.

"உங்களுக்கு வேறு காயங்கள் உள்ளன, மேடம்! என்ன இது?" வெள்ளை, வட்டமான மூட்டுகளில் ஒன்றில் இரண்டு தெளிவான சிவப்புப் புள்ளிகள் இருந்தது. அவள் அவசரமாக அதை மூடினாள்.

"இதெல்லாம் ஒன்றும் இல்லை. நேற்றிரவு நடந்த தாக்குதலுக்கும், இதற்கும் எந்தத் தொடர்பும் இல்லை.

நீங்களும் உங்கள் நண்பரும் அமர்ந்தால், நான் நடந்ததைச் சொல்வேன்."

"நான் சர் யூஸ்டேஸ் பிராக்கன்ஸ்டாலின் மனைவி. எங்களுக்குத் திருமணமாகி ஒரு வருடமாகிறது. எங்கள் திருமண வாழ்க்கை மகிழ்ச்சியாக இல்லை என்பதை மறைக்க விரும்பவில்லை. அப்படியே மறைக்க முயற்சித்தாலும், எங்கள் அண்டை வீட்டார் அனைவரும் அதை உங்களிடம் கூறுவார்கள். ஒருவேளை தவறு ஓரளவு என்னுடையதாக இருக்கலாம். நான் தெற்கு ஆஸ்திரேலியாவின் சுதந்திரமான, கட்டுபாடில்லாமல் வளர்க்கப்பட்டேன். இந்த இங்கிலாந்து வாழ்க்கையும், அதன் தனித்துவங்களும் எனக்கு இணக்கமாக இல்லை. எல்லாவற்றுக்கும் மேலாக சர் யூஸ்டேஸ் ஒரு குடிகாரன். அத்தகைய மனிதருடன் ஒரு மணிநேரம் இருப்பதே மிகவும் கடினம். அப்படிப்பட்ட சூழ்நிலையில் ஒரு பெண் இரவும் பகலும் அந்த மனிதரோடு பிணைக்கப்பட்டிருப்பதால் அவள் எந்த அளவிற்குப் பாதிக்கப்பட்டிருப்பால் என்பதை நீங்களால் கற்பனை செய்து பாருங்கள். இப்படிப்பட்ட திருமணத்தில் கட்டுப்பட்டு வாழ்வது என்பது தியாகம். ஒவ்வொரு நாளும் அவரோடு போராடித்தான் வாழ்ந்தேன்." பேசிக்கொண்டிருக்கும்போது ஒரு கணம் அவள் எழுந்து உட்கார்ந்தாள். அவள் கன்னங்கள் சிவந்தன, அவளுடைய கண்கள் அவளது புருவத்தின் பயங்கரமான அடையாளத்தின் கீழிருந்து எரிந்தன. பின்னர் கடுமையான பணிப்பெண் அவளது தலையைக் குஷன்மீது இழுத்து வைத்தாள்.

"நேற்றிரவு நடந்ததைப் பற்றிச் சொல்கிறேன். இந்த வீட்டில் அனைத்து வேலையாட்களும் வீட்டின் அவுட் ஹவுஸில் தங்கி யிருக்கிறார்கள். பின்னால் சமையலறையும், மேலே எங்கள் படுக்கையறையும் உள்ளது. என் வேலைக்காரி தெரசா என் அறைக்கு மேலே தூங்குகிறாள். வேறு யாரும் இல்லை. அதனால் எந்தச் சத்தமும் தொலைதூரத்தில் பணியாட்களை எச்சரித்திருக்க முடியாது. இது கொள்ளையர்களுக்கு நன்கு தெரிந்திருக்க வேண்டும். இல்லையென்றல் கொள்ளைக்குப் பிறகு வினோதமாக நடந்துகொண்டிருக்க மாட்டார்கள்.

"சர் யூஸ்டேஸ் சுமார் பத்தரை மணியளவில் தூங்கிக்கொண்டிருந்தார். ஏற்கெனவே வேலைக்காரர்கள்

அவுட்–ஹஸுக்குச் சென்றுவிட்டனர். என் பணிப்பெண் மட்டும் விழித்திருந்தாள். அவள் வீட்டின் மேல் பகுதியிலுள்ள தன் அறையில் இருந்தாள். நான் இந்த அறையில் பதினொரு மணிவரை புத்தகத்தை வாசித்துக்கொண்டிருந்தேன். பிறகு மேலே செல்வதற்கு முன் எல்லாக் கதவுகளும் சரியாக மூடப்பட்டுள்ளதா என்பதைச் சரிபார்ப்பது என் வழக்கம். நான் சமையலறை, பட்லர் பேன்ட்ரி, கன்–ரூம், பில்லியர்ட்–ரூம், டிராயிங்–ரூம் என்று அனைத்தையும் சரிப்பார்த்து, இறுதியாகச் சாப்பாட்டு அறைக்குச் சென்றேன். அடர்ந்த திரைச்சீலைகளால் மூடப்பட்டிருந்த ஜன்னலை நெருங்கியபோது, திடீரென்று என் முகத்தில் காற்று வீசுவதை உணர்ந்தேன். அது திறந்திருந்தது. நான் திரைச்சீலையை விளக்கிக் கதவை மூடலாம் என்று நினைக்கும்போது அறைக்குள் அகன்ற தோள்பட்டை உடைய ஒரு முதியவரை நேருக்கு நேர் கண்டேன். புல்வெளியின் வழியாக ஜன்னலுக்குள் நுழைந்திருக்கிறான் என்பது புரிந்தது. நான் என் கையில் மெழுகுவர்த்தியைப் பிடித்தேன். அதன் வெளிச்சத்தில் அந்த மனிதனுக்குப் பின்னால் நான் இன்னும் இருவரைப் பார்த்தேன். அப்படியே பின்வாங்கினேன். அவர்கள் ஒரு நொடியில் என்னைத் தாக்கினர். என்னை முதலில் மணிக்கட்டிலும் பின்னர் தொண்டையிலும் ஒருவன் பிடித்தார். நான் கத்தாமல் இருக்க என் வாயை அடைத்தனர். கண்ணுக்கு மேல் தனது முஷ்டியால் கொடூரமான அடியைக் கொடுத்தான். தரையில் வீழ்ந்தேன். சில நிமிடங்கள் சுயநினைவின்றி நான் இருந்திருக்க வேண்டும். ஏனென்றால் நான் சுய நினைவுக்கு வந்தபோது அவர்கள் என்னுடைய மணிக் கயிற்றைச் சாப்பாட்டு மேசையிலிருக்கும் ஓக் நாற்காலியில் இறுக்கமாகக் கட்டி வைத்திருந்தார்கள். என்னால் அசைக்க முடியாத அளவுக்கு நான் மிகவும் உறுதியாகக் கட்டப்பட்டிருந்தேன். மேலும் என் வாயைச் சுற்றியிருந்த கைக்குட்டை எந்தச் சத்தமும் வரவிடாமல் தடுத்தது. இந்த நேரத்தில்தான் சந்தேகத்திற்கிடமான சில ஒலிகளைக் கேட்டதால் என் கணவர் அறைக்குள் நுழைந்தார். முன்னெச்சரிக்கையாக அவர் தனது கையில் தடியை வந்திருந்தார். அவர்களைப் பார்த்ததும் எனது கணவர் தாக்கக் கை ஓங்கும்போது, அவர்களில் ஒருவன்

போக்கரால் அவரது தலையில் பயங்கரமான தாக்கினான். அவர் எந்தச் சத்தமில்லாமல் விழுந்தார். அவர் நகரவில்லை. அதைப் பார்த்து மீண்டும் மயக்கமடைந்தேன். சில நிமிடங்களில் நான் மீண்டும் கண் திறந்தபோது, அவர்கள் வீட்டிலிருக்கும் வெள்ளிகளை எடுத்துக் கொண்டிருந்தனர். பிறகு மூவரும் மது அருந்தினர். ஒவ்வொருவரின் கையிலும் ஒரு கண்ணாடி க்ளாஸ் இருந்தது. நான் ஏற்கெனவே உங்களிடம் சொன்னேன், இல்லையா, ஒருவர் வயதானவர், தாடியுடன் இருந்தார். மற்றவர்கள் இளமையானவர்கள், முடி இல்லாதவர்கள். அவர்கள் தனது இரண்டு மகன்களுடன் தந்தையாக இருந்திருக்கலாம். கிசுகிசுப்பாக ஒன்றாகப் பேசினார்கள். பின்னர் அவர்கள் என் கை பத்திரமாக பிணைக்கப்பட்டிருக்கிறதா என்பதை உறுதி செய்து, ஜன்னலை மூடிவிட்டு வெளியேறினர். நான் வாயிலிலிருக்கும் துணியை விலக்குவதற்குக் கால் மணிநேரம் ஆனது. நான் அலறல் சத்தம் எழுப்பியதால், வேலைக்காரி உதவிக்கு வந்தாள். பிறகு, மற்ற வேலையாட்களும் பதற்றத்தோடு வந்தடைந்தனர். நாங்கள் உடனடியாக லண்டனுடன் தொடர்பு கொண்டு உள்ளூர் காவல்துறைக்குத் தகவல் அனுப்பினோம். நடந்த சம்பவம் இதுதான். இதை மீண்டும் யாருக்கும் சொல்ல வேண்டிய அவசியமில்லை என்று நம்புகிறேன்."

"ஏதேனும் கேள்விகள், மிஸ்டர் ஹோம்ஸ்?" ஹாப்கின்ஸ் கூறினார்.

"லேடி ப்ராக்கென்ஸ்டாலின் பொறுமையையும், நேரத்தையும் இழக்கச் செய்ய மாட்டேன்." என்று ஹோம்ஸ் கூறினார். "நான் உணவு அறைக்குள் செல்வதற்கு முன், நீங்கள் பார்த்ததைக் கூறினால் வழக்கிற்கு உதவியாக இருக்கும்." வேலைக்காரியைப் பார்த்துக் கேட்டார்.

"அந்த ஆண்கள் வீட்டிற்குள் வருவதற்கு முன்பே நான் பார்த்தேன். என் படுக்கையறை ஜன்னலுக்கு அருகே உட்கார்ந்து, லாட்ஜ் கேட் அருகே நிலவொளியில் மூன்று ஆண்கள் நின்று பேசுவதைப் பார்த்தேன். ஆனால் அந்த நேரத்தில் எனக்கு எதுவும் தோன்றவில்லை. ஒரு மணி நேரத்திற்கும் பிறகு, என் எஜமானியின் அலறல் சத்தம்

கேட்டு கீழே ஓடினேன். அவள் சொன்னது போலவே, அறை முழுவதும் எனது எஜமானரின் இரத்தத்தால் நிரம்பி இருந்தது. நான் அவரது கட்டினை அவிழ்த்து, மற்றவர்களை உதவிக்கு அழைத்தேன்." என்று அவள் கூறினாள். அப்போது லேடி ப்ராக்கென்ஸ்டால், "நீங்கள் அவளை நீண்ட நேரம் விசாரித்திருக்கிறீர்கள், ஜென்டில்மென். இப்போது அவள் தனது சொந்த அறைக்குச் செல்லட்டும்." அந்தப் பெண் தன் பணிப்பெண் தெரசாவுடன், ஓய்வு எடுக்கச் சென்றாள்.

தாய்மையுணர்வுடன் அந்தப் பெண்மணி தன் எஜமானியை அந்த அறையைவிட்டு அழைத்துச் சென்றாள்.

"அந்தப் பணிப்பெண் வாழ்நாள் முழுவதும் அவளுடன் இருந்திருக்கிறாள். குழந்தையாக அவளுக்குப் பாலூட்டி, பதினெட்டு மாதங்களுக்கு முன்பு அவர்கள் ஆஸ்திரேலியாவை விட்டு வெளியேறி, அவளுடன் இங்கிலாந்துக்கு வந்தாள். தெரசா ரைட் என்பது அவள் பெயர். இப்போதெல்லாம் இதுபோன்ற பணிப்பெண்கள் கிடைப்பதில்லை." என்று ஹாப்கின்ஸ் கூறினார்.

ஹோம்ஸ் முகத்தில் இந்த வழக்கு குறித்த ஆர்வம் தெரிந்தது. மேலும் மர்மத்துடன் வழக்கின் அனைத்து முடிச்சுகளும் அவிழப்பட்டதை நான் அறிந்தேன். இன்னும் குற்றவாளிகள் கைது செய்யப்பட வேண்டியுள்ளது. ஆனால் அவர்கள் எனக்கு அபத்தமான சில காரியங்களை ஏன் செய்தார்கள் என்றுதான் புரியவில்லை. அதனால்தான் அவர்கள் முட்டாள் திருடர்கள் என்று அழைக்கப்படுகிறார்களா என்றும் தெரியவில்லை. எனது நண்பரின் பார்வையில் அபே கிரேஞ்சின் உணவு அறை முழுக்கவும் கவனித்தார். அவை அவருக்கு ஆர்வமாகவும், கவனத்தை ஈர்க்கும் விதமாகவும் இருந்தது.

அந்த இடம் ஓக் கூரையால் செதுக்கப்பட்டிருந்தது. பேனல்கள், சுவர்களைச் சுற்றி மான்களின் தலைகள் மற்றும் பழங்கால ஆயுதங்களால் வரிசையாக அலங்கரிக்கப் பட்டிருந்தன. அறை உயரமாக இருந்தது. வாசலிலிருந்து தொலைவில் திருடங்கள் வந்ததாகச் சொல்லப்பட்ட இடத்தில் உயர் பிரெஞ்சு ஜன்னல் இருந்தது. வலது புறத்தில் உள்ள மூன்று சிறிய ஜன்னல்கள் குளிர்காலச்

சூரிய ஒளியால் நிரம்பியிருந்தது. இடதுபுறத்தில் குளிரைப் போக்கும் ஆழமான நெருப்பிடம் ஒன்று இருந்தது. அதன் அருகே அந்தப் பெண்மணி கட்டி வைக்கப்பட்ட கனமான ஓக் நாற்காலி இருந்தது. அந்தப் பெண்ணைக் கட்டி வைக்கப்பட்ட கயிறும் அதிலிருந்தது. கொஞ்சம் தொலைவில் தலையில் காயம்பட்டு இரத்தம் சிந்தி இறந்தவரின் உடலும் இருந்தது.

அது சுமார் நாற்பது வயது மதிக்கத்தக்க உயரமான, நன்கு வளர்ந்த மனிதனின் உடல். அவர் மல்லாந்து கிடந்தார். அவரது வெள்ளைப் பற்கள் வெளியே தெரிந்தது. அவரது இரண்டு கைகள் அவரது தலைக்கு மேலே உயர்த்தப்பட்டிருந்தன. மேலும் ஒரு கனமான கரும்புள்ளிக் குச்சி அவற்றின் குறுக்கே கிடந்தது. அதைக் கொண்டு வந்தவர்களைத் தாக்க வேண்டும் என்று செயல்பட்டிருக்கிறார் என்பது புரிந்தது. அது இறந்தவர் முகத்தில் பயங்கரமாக கொடூரமாக வெளிப்பட்டிருந்தது. திருடர்கள் உள்ளே நுழையும்போது அவர் படுக்கையில் இருந்ததாகத் தெரிகிறது. ஏனென்றால் அவர் ஒரு மெல்லிய, எம்ப்ராய்டரி செய்யப்பட்ட இரவுச் சட்டையை அணிந்திருந்தார். மேலும் அவரது கால்சட்டையிலிருந்து அவரது வெறுமையான பாதங்கள் வெளிப்பட்டன. அவரது தலையில் பயங்கர காயம் ஏற்பட்டிருந்தது. அறை முழுவதும் அவரைத் தாக்கிய அடியின் கொடூரமான வெறித்தனத்திற்குச் சாட்சியாக இருந்தது. அவருக்கு அருகில் கனமான போக்கர் கிடந்தது. தலையில் அடித்ததால் ஒரு வளைவில் வளைந்திருந்தது. ஹோம்ஸ் அனைத்தையும் ஆய்வு செய்தார்.

“இவரைத் தாக்கியவன் மிகவும் சக்திவாய்ந்த மனிதராக இருக்க வேண்டும்.” என்று ஹோம்ஸ் குறிப்பிட்டார்.

“ஆமாம். அவர்களின் குற்றப்பட்டியல் அனைத்தும் என்னிடத்தில் உள்ளன.” என்று ஹாப்கின்ஸ் கூறினார்.

“அப்படியென்றால் அவர்களைப் பிடிப்பதில் உங்களுக்கு எந்த சிரமமும் இருக்காது.”

“கொஞ்சமும் இல்லை. நாங்கள் அவர்களைத் தேடி வருகிறோம். அவர்கள் அமெரிக்காவுக்குத் தப்பிச்

சென்றுவிட்டார்கள் என்று எண்ணியிருந்தோம். இப்போது, அந்தக் கும்பல் இங்கிருப்பதை இந்தச் சம்பவத்தால் அறிந்துகொண்டோம். ஒவ்வொரு துறைமுகத்திலும் அவர்களைப் பற்றிய செய்திகள் உள்ளன. மாலைக்கு முன் பிடிபடுவார்கள் என்று எண்ணுகிறேன். அந்தப் பெண்மணி தங்களை அடையாளம் காட்டிவிடுவாள் என்பதைக் கூட அறியாமல் எப்படி அவர்கள் விட்டுச் சென்றார்கள் என்றுதான் எனக்குப் புரியவில்லை. எதற்காக இப்படியொரு பைத்தியக்காரத்தனமான காரியத்தைச் செய்ய வேண்டும்."

"சரியாக. லேடி பிராக்கன்ஸ்டாலை அவர்கள் வாயடைத்தோடு நின்றிருக்கிறார்கள்."

"அவள் மயக்கத்தில் இருந்து மீண்டுவிடுவாள் என்பதை அவர்கள் எதிர்ப்பார்த்திருக்க மாட்டார்கள்."

"அதுவே முட்டாள்தனமாகத் தெரிகிறது. தப்பிக்க நினைத்தவர்கள் அவளின் உயிரை எடுத்திருக்க வேண்டும். ஹாப்கின்ஸ்! இறந்தவரைப் பற்றி விசாரித்தீர்களா?"

"ஆமாம். அவர் நல்லவராக இருந்தாலும், குடிபோதைக்கு அடிமையானவர். குடித்துவிட்டால் அவர் ஒரு பிசாசாக மாறிவிடுவார். அத்தகைய நேரங்களில் எதையும் செய்யக் கூடியவராக இருப்பார். நான் விசாரித்ததிலிருந்து, ஒரு முறை அவரது மனைவியினுடைய நாயின் மீது தீ வைத்துக் கொலை செய்யப் பார்த்திருக்கிறார். பின்னர் அந்தப் பணிப்பெண் தெரசா ரைட்மீது கனமான பொருளை வீசி யிருக்கிறார். மொத்தத்தில், இந்த மனிதர் இல்லாமல் இந்த வீடு மிகவும் பிரகாசமாக இருக்கும். இப்போது என்ன பார்க்கிறீர்கள் ஹோம்ஸ்!"

ஹோம்ஸ் மண்டியிட்டு அமர்ந்து, அந்தப் பெண்மணியைக் கட்டி வைக்கப்பட்ட நாற்காலியின் முடிச்சுகளை மிகக் கவனத்துடன் ஆராய்ந்துகொண்டிருந்தார். பின்னர் அவர் சிதைந்த போக்கர் முனையைக் கவனமாக ஆராய்ந்தார்.

"அந்தப் பெண்மணியைக் கட்டுவதற்கான கயிறு சமையலறையில் மணியிலிருந்து பட்டிருக்கிறது. அப்போது கண்டிப்பாகச் சத்தம் ஒலித்திருக்க வேண்டும்." என்று ஹோம்ஸ் குறிப்பிட்டார்.

"சமையலறை வீட்டின் பின்புறம் உள்ளது என்பதால், அந்தச் சத்தத்தை யாராலும் கேட்டிருக்க முடியாது."

"யாருக்கும் கேட்காது என்று திருடனுக்கு எப்படித் தெரியும்? அந்தப் பொறுப்பற்ற முறையில் மணிக்கயிற்றை எவ்வளவு தைரியமாக இழுத்திருக்கிறார்கள்?"

"சரியாக, ஹோம்ஸ். நான் என்னிடம் கேட்ட கேள்வியையே நீங்களும் கேட்கிறீர்கள். அந்தத் திருடர்களுக்கு இந்த வீட்டையும் அதன் பழக்கவழக்கங்களையும் தெரிந்திருக்க வேண்டும் என்பதில் சந்தேகமில்லை. ஒப்பீட்டளவில் அந்த அதிகாலை நேரத்தில் வேலைக்காரர்கள் அனைவரும் படுக்கையில் இருப்பார்கள் என்பதையும், சமையலறையில் மணி அடிக்கும் சத்தத்தை யாராலும் கேட்க முடியாது என்பதையும் அவருக்கு நன்றாகவே தெரிந்திருக்கிறது. அப்படியென்றால், இங்குள்ள வேலைக்காரர் ஒருவருடன் அவர்கள் நெருங்கிய உறவில் இருந்திருக்க வேண்டும். நிச்சயமாக அது தெளிவாகத் தெரிகிறது. ஆனால் எட்டு வேலைக்காரர்கள் இருக்கிறார்கள். யார் மீதும் சந்தேகம் வரும்படி இல்லை."

"மற்ற விஷயங்கள் சமமாக இருப்பதால், எஜமானரால் தாக்கப்பட்ட பணிப்பெண் தெரசா மீதுதான் சந்தேகிக்க முடியும்." என்று ஹோம்ஸ் கூறினார். "இருந்தாலும் அந்தப் பெண் எஜமானிமீது வைத்திருக்கும் மரியாதையைப் பார்த்தால் அத்தகைய துரோகம் செய்வார் என்றே தோன்றவில்லை. இது சிறிய கேள்விதான். குற்றவாளிகள் பிடிபடும்போது இந்தக் கேள்விக்கான விடை கிடைக்கும். அந்தப் பெண்ணின் விளக்கத்தை உறுதிசெய்துகொள்ள வேண்டும்." என்று கூறி அவர் பிரெஞ்சு ஜன்னலைத் திறந்தார். "இங்கு எந்த அறிகுறிகளும் இல்லை. ஆனால் தரையில் இரும்பு கடினமாக உள்ளது. மேண்டல்பீஸிலுள்ள இந்த மெழுகுவர்த்திகள் எரிந்திருப்பதைக் காண்கிறேன்."

'ஆமாம், அவர்களின் அந்த வெளிச்சமும், அந்தப் பெண்ணின் படுக்கையறை மெழுகுவர்த்தியின் வெளிச்சமும் திருடர்களின் வழிக்குப் பயபட்டிருக்கிறது."

"அவர்கள் எதைத் திருடினார்கள்?"

"அவர்கள் அதிகமாக எதையும் எடுக்கவில்லை. பக்க பலகையில் இருந்து அரை டஜன் வெள்ளிகளை மட்டுமே காணவில்லை. லேடி ப்ராக்கன்ஸ்டால், சர் யூஸ்டஸின் மரணத்தால் அவர்கள் பயந்திருக்க வேண்டும். அதனால் அவர்கள் அதிகம் வீட்டைக் கொள்ளையடிக்கவில்லை என்றும் நினைக்கிறேன்."

"அது உண்மைதான். ஆனால் மதுவை மட்டும் அருந்தினார்கள். அது எப்படி?"

"தங்கள் பதற்றத்தை நிலைப்படுத்திக்கொள்வதற்காக அது இருக்கலாம்."

"சரியாக. மது அருந்திய மூன்று கண்ணாடிகள் க்ளாஸ் தொடப்படாமல் இருக்கிறது என்று நம்புகிறேன்."

"ஆமாம்; அவர்கள் அதை விட்டுச் சென்ற இடத்தில் இருக்கிறது."

"அதைப் பார்ப்போம். ஹலோ, ஹலோ! இது என்ன?"

மூன்று கண்ணாடிகள் ஒன்றாக வைக்கப்பட்டிருந்தன. அவையனைத்தும் ஒயின் உற்றி குடிக்கப்பட்டிருந்தது. அவற்றில் ஒன்றில் மட்டும் தேனீ ஊஞ்சலின் சில துகள்கள் இருந்தன. பாட்டில் அவர்களுக்கு அருகில் இருந்தது. மூன்றில் இரண்டு பங்கு நிரம்பியிருந்தது. அதன் அருகில் ஒரு நீண்ட, ஆழமான கறை படிந்த கார்க் கிடந்தது. அதன் தோற்றமும், பாட்டிலில் இருந்த தூசையும் பார்க்கும்போது கொலையாளிகளுக்குப் பழங்காலப் பழம் பிடிக்கவில்லை என்பதை அது காட்டுயது.

ஹோம்ஸின் முறையில் மாற்றம் ஏற்பட்டது. அவர் தனது கவனக்குறைவான வெளிப்பாட்டை இழந்துவிட்டார். மேலும் அவரது ஆழமான கண்களில் ஆர்வத்தின் எச்சரிக்கை ஒளியை மீண்டும் கண்டேன். அவர் கார்க்கை உயர்த்தி அதை நுணுக்கமாக ஆராய்ந்தார்.

"பாட்டிலை எப்படித் திறந்தார்கள்?" என்று ஹோம்ஸ் கேட்டார்.

ஹாப்கின்ஸ் திறந்த டிராயரைக் காட்டி, "பாட்டில் திறப்பதற்கான கார்க்ஸ்க்ரூவும் இருக்கிறது." என்று சொன்னார்.

“லேடி பிராக்கன்ஸ்டால், இதைப் பயன்படுத்தித் திறந்திருப்பார் என்று சொன்னாரா?”

“இல்லை; பாட்டிலைத் திறந்த தருணத்தில் உணர்வற்றவளாக இருந்தாள் என்று நினைக்கிறேன்.”

“நிச்சயமாக. உண்மையில், அவர்கள் இந்தத் திருகைப் பயன்படுத்தவில்லை. இந்தப் பாட்டில் ஒரு பாக்கெட்–ஸ்க்ரூ மூலம் திறக்கப்பட்டது, அநேகமாக ஒரு கத்தியில் இருக்கலாம். அல்லது ஒன்றரை அங்குலத்திற்கு மேல் நீளமாக எதுவாக வேண்டுமானாலும் இருக்கலாம். கார்க்கின் மேற்புறத்தை நீங்கள் ஆய்வு செய்தால், கார்க் பிரித்தெடுக்கப்படுவதற்கு முன்பு திருகு மூன்று முறை இயக்கப்பட்டிருப்பதைக் கவனிக்கலாம். அது ஒருபோதும் மாற்றப்படவில்லை. இந்த நீண்ட திருகு ஒரே இழுப்பில் திறந்திருக்கும். திருடர்களைப் பிடிக்கும்போது, அவர்களிடத்தில் இந்த மல்டிபிளக்ஸ் கத்தி இருக்க வாய்ப்பிருக்கிறது.”

“அருமை ஹோம்ஸ்!” ஹாப்கின்ஸ் கூறினார்.

“ஆனால் இந்தக் கண்ணாடி க்ளாஸ்களைப் பார்த்தால்தான் எனக்குக் குழப்பமாக இருக்கிறது. உண்மையில், லேடி பிராக்கன்ஸ்டால் மூன்று ஆண்கள் குடிப்பதைப் பார்த்தார், இல்லையா?”

“ஆமாம்; அவள் அதைப் பற்றித் தெளிவாகக் கூறினாள்.”

“அப்படியானால் இது மேலும் எனக்குக் குழப்பமாகத் தெரிகிறது. ஹாப்கின்ஸ், இந்த மூன்று கண்ணாடி க்ளாஸ்களில் எதோ தவறு இருப்பதுபோல் உங்களுக்குத் தோன்றவில்லையா? குறிப்பிடத்தக்கதாக எதுவும் இல்லையா? சரி, அது போகட்டும். ஒரு மனிதனாக நான் எதையும் சந்தேகக் கண்ணோட்டத்தோடு பார்த்து எளிமையான ஒன்றைக்கூடச் சிக்கலாகப் பார்க்கிறேன். நிச்சயமாக, இது கண்ணாடி க்ளாஸ்க்குள் எதோ இருக்க வேண்டும். குற்றவாளிகள் பிடிப்படும்போது நிச்சயம் இதற்கும் விளக்கம் கிடைக்கும். சரி, நாங்கள் செல்கிறோம், ஹாப்கின்ஸ். இந்த வழக்கில் என் உதவி உங்களுக்குத் தேவையில்லை என்பது தெரிகிறது. அந்த மூன்று பேர்தான் திருடர்கள் என்பதைக் கண்டுபிடித்துவிட்டீர்கள். இந்த வழக்கில் வேறு

தகவல் ஏதேனும் தெரிந்தாலோ அல்லது குற்றவாளிகள் கைது செய்யப்பட்டாலோ எனக்குத் தெரியப்படுத்தவும். இந்த வழக்கை வெற்றிகரமாக முடிக்க என் வாழ்த்துகள். வாருங்கள் வாட்சன், நாம் வீட்டிற்குச் செல்லலாம்."

நாங்கள் திரும்பும் பயணத்தின்போது ஹோம்ஸின் முகத்தில் அவர் கவனித்துக் குழப்பமடைந்ததை கண்டேன். எப்போதாவது, முயற்சியால், அவர் விஷயத்தைத் தெளிவாக இருப்பது போல் பேசுவார். பின்னர் அவரே தனது விளக்கத்தின் மீது சந்தேகங்கள் திணித்து விளக்கம் அளிப்பார். ஆனால் இந்த முறை அவரிடம் குழப்பம் மட்டுமே இருந்தது. அவர் மனதில் நேற்று நள்ளிரவு அபே கிரேஞ்சின் உணவு அறையின் சம்பவம் மீண்டும் மீண்டும் ஓடிக்கொண்டிருக்க வேண்டும். கடைசியாக, ஒரு திடீர் தூண்டுதலால் புறநகர் நிலையத்திலிருந்து ஊர்ந்து கொண்டிருந்த ரயிலிலிருந்து அவர் பிளாட்பாரத்தில் இறங்கி, என்னையும் வெளியே இழுத்தார்.

"என்னை மன்னியுங்கள், வாட்சன்." என்று அவர் கூறினார். நாங்கள் பயணிக்க வேண்டிய ரயில் எங்களைக் கடந்து செல்வதைப் பார்த்தேன். "நான் நினைத்ததுத் தவறாகக் கூட இருக்கலாம். ஆனால் வாட்சன், அந்த வழக்கை அப்படியே விட்டுவிட என்னால் முடியவில்லை. கொஞ்ச நேரத்திற்கு அந்தப் பெண் என்னிடம் சொல்லப்பட்ட அனைத்துத் தகவலும் பொய் என்று வைத்துக்கொள்வோம். அப்படியென்றால், அந்தப் பெண் சொன்ன கதைக்கு எதிராக என்ன நடந்திருக்கும்? இந்த மூன்று ஒயின் கிளாஸ், இதைச் சாதாரணமாக எடுத்துக்கொள்ளாமல் கவனமாக ஆராய்ந்திருந்தால், பொய்யாகப் புனையப்பட்ட கதையாக இருந்திருந்தால், நான் கண்டுபிடித்திருக்க வேண்டாமா? இன்னும் உறுதியாக ஏதாவது செல்ல வேண்டுமா? நிச்சயமாக வேண்டும் என்பேன். வாட்சன்! சிஸ்லேஹர்ஸ்டுக்கான அடுத்த ரயில் வரும்வரை, நீங்கள் இந்த பெஞ்சில் அமருங்கள். அந்தப் பெண்கள் சொன்ன கதைக்கு எதிராக நான் கேட்கப் போகும் கேள்விகளை நீங்கள் சிதைக்கக் கூடாது.

"நிச்சயமாக அவளுடைய கதையில் சில உண்மைகள் இருக்கிறது. அதே சமயம் சந்தேகமான சில கேள்விகளையும்

தூண்டுகிறது. இந்தத் திருடர்கள் பதினைந்து நாள்களுக்கு முன்பு சைடன்ஹாமில் கணிசமான பணத்தைக் கொள்ளையடித்திருக்கிறார்கள். அவர்களையும், அவர்களின் தோற்றத்தையும் பற்றிய சில விவரங்கள் செய்திதாளில் வந்திருக்கிறது. மேலும் கற்பனையாகக் கொள்ளையர்களை உருவாக்க நினைப்பவர்களுக்கு இயல்பாகவே இந்தச் செய்திகளைக் கொண்டு உருவாக்கத் தோன்றும். உண்மையில், நல்ல தொழிற்முறைத் திருடர்கள், கிடைத்த பணத்தில் நிம்மதியாகவும் அமைதியாகவும் வாழ்க்கையை அவர்கள் அனுபவிப்பார்கள். குறுகிய காலத்தில் அடுத்த ஆபத்தான முயற்சியிலும் இறங்க மாட்டார்கள். அடுத்தது, ஒரு பெண்ணின் அலறலைத் தடுக்கப்பதற்குத் திருடர்கள் அடிப்பது வழக்கத்திற்கு மாறானது. ஏனென்றால் அதுதான் வலியில் அதிகமாகக் கத்துவதற்கு வழிவகுக்கும். ஒரு மனிதனைத் தாக்கிக் கட்டிப்போடுவதற்கு மூன்று பேர்கள் இருக்கும்போது, அவர்கள் கொலை செய்ய அவசியமில்லை. அந்த வீட்டில் கொள்ளையடிக்க வேண்டிய பொருட்கள் நிறைய இருக்கும்போது கிடைத்த பொருட்களில் திருப்தியடைவது வியப்பாக இருக்கிறது. கடைசியாக, இப்படிப்பட்ட கொள்ளையர்கள் ஒரு பாட்டிலைப் பாதி காலியாக விடுவது மிகவும் அசாதாரணமானது என்று தோன்றுகிறது. இந்த முரண்பாடான விஷயங்கள் எல்லாம் உங்களுக்கு எப்படித் தோன்றுகிறது வாட்சன்?"

"நீங்கள் சொல்லுவதை எல்லாம் தனித்தனியாக யோசித்தால் ஏதோ தவறு இருப்பதுபோலத் தோன்றுகிறது. ஆனால் உங்கள் கேள்விக்கெல்லாம் முரண்பாடாக அந்தப் பெண் நாற்காலியில் கட்டி வைக்கப்பட்டிருந்தாளே?"

"சரி, வாட்சன், அதைப் பற்றி எனக்கு அவ்வளவு உறுதியாகச் சொல்லத் தெரியவில்லை. ஏனென்றால், அவர்கள் அவளைக் கொல்ல வேண்டும் அல்லது அவர்கள் தப்பிச் செல்வதைக் கத்தி பகிரங்கப்படுத்தக் கூடாது என்பதற்காகப் பாதுகாப்புக்குக் கட்டிப் போட்டிருக்க வேண்டும். இருந்தும், அந்தப் பெண்ணின் கதையில் ஏதோ ஒரு குறிப்பிட்ட சாத்தியமற்ற விஷயங்களைக் காட்டவில்லையா? குறிப்பாக அந்த ஒயின் கிளாஸ்."

"ஒயின்-கிளாஸ்கள் பற்றி என்ன?"

"உங்கள் மனக்கண்ணில் அவர்களைப் பார்க்க முடியுமா?"

"நான் அவர்களைத் தெளிவாகப் பார்க்கிறேன்."

"அவர்கள் மூன்று பேர் குடித்ததாகச் சொன்னதில் உண்மை இருந்தது என்று தோன்றுகிறதா?"

"ஏன் கூடாது? ஒவ்வொரு கிளாஸிலும் மது இருந்தது."

"சரியாக; ஆனால் ஒரு கண்ணாடி க்ளாஸில் மட்டும் வைனின் சக்கைகள் இருந்தது. இதை நீங்கள் கவனித்திருக்க வேண்டும். அது உங்கள் மனதிற்கு என்ன அறிவுறுத்துகிறது?"

"கடைசியாக நிரப்பப்பட்ட கண்ணாடி க்ளாஸில் பெரும்பாலும் வைன் சக்கைகள் இருக்கும்."

"இல்லை. முதல் இரண்டு க்ளாஸ் தெளிவாக இருக்கும்போது, மூன்றாவது க்ளாஸில் மட்டும் வைன் சக்கைகள் இருந்திருக்க முடியாது. அப்படியென்றால், இரண்டு வைன் க்ளாஸ் மட்டுமே பயன்படுத்தப்பட்டிருக்கிறது. இரண்டு க்ளாஸ் வைன் நிரப்பும்போது வடிகட்டி அதன் சக்கைகளை மூன்றாவது க்ளாஸில் போட்டிருக்க வேண்டும். இப்படித்தான் நடந்திருக்க வேண்டும் என்று நான் உறுதியாக நம்புகிறேன்."

"அப்படியானால், நீங்கள் என்ன நினைக்கிறீர்கள்?"

"இரண்டு கண்ணாடி க்ளாஸ் மட்டுமே பயன்படுத்தப்பட்ட தென்றால், மூன்று பேர் இருந்ததாகத் தவறான எண்ணத்தை நம் மனதில் பதிய வைக்கிறார்கள். இரண்டு க்ளாஸின் சக்கைதான் மூன்றாவது கண்ணாடி க்ளாஸில் நிரப்பப்பட்டிருக்கிறது. இந்த ஒரு சிறிய நிகழ்விற்கான உண்மைக்கான விளக்கத்தை அறிந்துகொண்டால், லேடி ப்ராக்கென்ஸ்டாலும் அவரது பணிப்பெண்ணும் வேண்டுமென்றே நம்மிடம் பொய் சொன்னார்கள் என்று அர்த்தம். அவர்களின் பொய்யை நாம் நம்ப வேண்டும் என்பதற்காக உண்மையான குற்றவாளியை மறைப்பதற்கு அவர்களுக்குச் சில வலுவான காரணங்கள் இருந்திருக்க வேண்டும். அவர்களிடமிருந்து எந்த உதவியும்

இல்லாமல் இந்த வழக்கை நாமே தீர்க்க வேண்டும். அதுதான் நமக்கிருக்கும் ஒரே வழி. இங்கே வாட்சன், சிஸ்லேஹர்ஸ்ட் ரயில் வந்துவிட்டது.”

நாங்கள் இருவரும் திரும்பியதைக் கண்டு அபே கிரேஞ்ச் வீட்டினர் மிகவும் ஆச்சரியப்பட்டனர். ஆனால் ஸ்டான்லி ஹாப்கின்ஸ் தலைமையகத்திற்குச் சென்றிருந்தார். ஹோம்ஸ் உணவு அறையின் கதவை உள்பக்கமாகப் பூட்டி, இரண்டு மணிநேரம் அதனை ஆராய்ந்தார். இவ்வளவு நேரம் ஓர் இடத்தை ஹோம்ஸ் ஆராய்ந்ததை நான் பார்த்ததில்லை. ஒரு மூலையில் அமர்ந்து தனது பேராசிரியரின் ஆய்வுகளைக் கவனிக்கும் ஆர்வமுள்ள மாணவனைப் போல நான் அமர்ந்திருந்தேன். ஜன்னல், திரைச்சீலைகள், தரைவிரிப்பு, நாற்காலி, கயிறு – ஒவ்வொன்றையும் நுணுக்கமாக ஆராயந்தார். துரதிர்ஷ்டவசமாக இறந்தவரின் உடல் அகற்றப்பட்டிருந்தது. ஆனால் மற்றது அனைத்தும் காலையில் நாங்கள் பார்த்தது போலவே இருந்தது. பின்னர், ஹோம்ஸ் அவரது தலைக்கு மேல் கம்பியில் இணைக்கப்பட்ட சில அங்குல சிவப்பு வடம் தொங்கியதை நீண்ட நேரம் மேல்நோக்கிப் பார்த்தார். கைப்பிடித்து ஏறி கயிற்றின் உடைந்த முனையை நெருங்கிச் சில அங்குலங்களுக்குள் அவரது கையைக் கொண்டு வந்தார். அனைத்தும் அவரது கவனத்தை ஈர்க்கும் வகையில் இருந்தது. இறுதியாக அவர் திருப்தி அடைந்தவராகக் கீழே இறங்கினார்.

“வாட்சன்! எங்கள் வழக்கு நமது சேகரிப்பில் மிகவும் குறிப்பிடத்தக்க ஒன்றாக இருக்கும். கொஞ்சம் தவறியிருந்தாலும், இந்த வழக்கில் இருக்கும் உண்மைகளைக் கண்டுபிடிக்காமல் விட்டிருப்பேன். இப்போது, சில விடுபட்ட இணைப்புகள் மூலம் எனது விசாரணைச் சங்கிலி கிட்டத்தட்ட முடிந்துவிட்டது என்றே நினைக்கிறேன்.”

“அப்படியென்றால் குற்றவாளியைக் கண்டுபிடித்துவிட்டீகளா?”

“ஆமாம் வாட்சன். ஒரு ஆண். மிகவும் வலிமையான நபர். அதுவும் சிங்கத்தைப் போல வலிமையானவன். போக்கரை வளைத்து அடித்ததே சாட்சி. ஆறடி மூன்று அங்குல

உயரம் இருப்பான். அணில்போல் சுறுசுறுப்பானவராகவும், விரல்களால் திறமையானவராகவும் இருக்க வேண்டும்; இறுதியாக, விரைவாகச் செயல்படக்கூடிய புத்திசாலியாகவும் இருந்திருக்கிறான். இவ்வளவு புத்திசாலியாகச் செயல்பட்டவன் செய்த சிறு தவறால் நமக்குச் சந்தேகத்தை ஏற்படுத்த ஒரு துப்பையும் கொடுத்திருக்கிறான்."

"என்ன துப்பு கிடைத்தது?"

"வாட்சன், நீங்கள் இந்த மணிக் கயிற்றைக் கீழே இழுத்தால், விழுவதாக இருந்தால் முழுமையாக அறுந்துதானே விழும் என்று எதிர்பார்ப்பீர்கள். ஆனால் இந்தக் கயிறு மணியின் கம்பியில் இணைக்கப்பட்ட இடத்திலிருந்து மூன்று அங்குலம் கீழ் வெட்டப்பட்டிருக்கிறது."

"அப்படியென்றால், யாரோ அறுத்திருக்கிறார்கள்."

"சரியாக. அந்த நபர் கத்தியால் வெட்டியிருக்கிறான். மணியிலிருக்கும் மறுமுனை அதைத்தான் காட்டுகிறது. இந்த மேன்டல்பீஸ்மீது ஏறி அதைச் செய்திருக்கிறான். அதற்கான கால் தடம் அதில் தெரிகிறது. இதிலிருந்து என்ன நடந்ததென்பதை நீங்கள் ஊகிக்கலாம். அந்த மனிதனுக்குக் கயிறு தேவைப்பட்டிருக்கிறது. மணியை அடித்து மற்றவர்களுக்கு அலாரம் கொடுத்து விடுவோமோ என்ற பயத்தில், அவன் மேன்டல்பீஸ்மீது ஏறி, கத்தியால் வெட்டியிருக்கிறான். வெட்டப்பட்ட கயிற்றின் இடத்தை என்னால் மூன்று அங்குலத்தில் அடைய முடியவில்லை. அப்படியென்றால், அவன் என்னை விடக் குறைந்தது மூன்று அங்குலங்கள் உயரமான மனிதராக இருக்க வேண்டும். அடுத்து அந்தப் பெண் கட்டப்பட்ட நாற்காலியின் அடையாளத்தைப் பாருங்கள்! அது தெரிகிறது?"

"இரத்தம்."

"சந்தேகத்திற்கு இடமின்றி அது இரத்தம்தான். பெண் சொன்ன கதை அனைத்தும் பொய் என்று சொல்வதற்கு இதுவே சாட்சி. குற்றம் நடந்தபோது அவள் நாற்காலியில் கட்டப்பட்டிருந்தால், இந்த இரத்தக் கறை எப்படி வந்திருக்கும்? இல்லை இல்லை; அவள் கணவன்

இறந்த பிறகு நாற்காலியில் கட்டப்பட்டிருக்கிறாள். இந்த அடையாளத்தைச் சொன்னதற்குச் சாட்சி. வாட்சன்! இது அனைத்தும் வழக்குக்கான முக்கியமான புள்ளிகள் மட்டும்தான். தோல்வி என்று நினைத்த வழக்கில் வெற்றி பெறலாம் என்ற நம்பிக்கை பிறந்திருக்கிறது. மேலும், தெளிவுபடுத்திக்கொள்ள நாம் பணிப்பெண் தெரசாவுடன் சில வார்த்தைகள் பேச வேண்டும். அவளிடம் தகவலைப் பெறும்போது நாம் கொஞ்சம் எச்சரிக்கையாக இருக்க வேண்டும்."

தெரசா மிகவும் சுவாரஸ்யமான பெண். பார்ப்பதற்குக் கடுமையான ஆஸ்திரேலிய செவிலியர் போல் தெரிந்தாலும், ஹோம்ஸின் இனிமையான பேச்சால், அவள் வெளிப்படையாகப் பேசினாள். இறந்த தனது முதலாளியின் மீதான வெறுப்பை அவளால் மறைக்க முடியவில்லை.

"ஆமாம் சார், எனது எஜமானர் வைன் க்ளாசை என் மீது வீசியது உண்மைதான். எனது எஜமானியைப் பல முறை தகாத வார்த்தைகளைச் சொல்லிக் காயப்படுத்தியிருக்கிறார். இதை மட்டும், எனது எஜமானி தனது அண்ணனிடம் சொல்லியிருந்தால், இவ்வளவு மோசமாக நடந்திருக்காது. எஜமானர் தனது செயலுக்கான வெகுமதியை அவரிடம் பெற்றிருப்பார். ஆனால் பலமுறை சொல்லியும் எனது எஜமானியின் அம்மா தன் மீது நிகழ்த்தப்படும் வன்முறையை வெளியே சொல்லவில்லை. இன்று காலை நீங்கள் பார்த்த காயங்கள் அவரால் நிகழ்ந்தவைதான். அவர் வாழும்போது ஒரு பிசாசாவே இருந்தார் பதினெட்டு மாதங்களுக்கு முன்பு நாங்கள் அவரை முதன்முதலில் சந்தித்தபோது அவர் இப்படியில்லை. அவரோடு நாங்கள் பதினெட்டு வருடங்கள் இருந்தது போன்ற உணர்வை ஏற்படுத்தினார்."

லேடி பிராக்கன்ஸ்டால் லண்டனுக்கு வந்ததுதான் அவரது முதல் பயணம். அவள் இதுவரை வீட்டிலிருந்து வரவில்லை. எனது எஜமானர் தனது பதவியையும், பணத்தையும் வைத்து அவளைத் திருமணம் செய்துகொண்டார். அன்று, அவர் எடுத்த தவறான முடிவால் பல நாள்கள் துன்பத்தை அனுபவித்தார் என்றுதான் சொல்ல வேண்டும். எந்த மாதம் அவரைச் சந்தித்தோம்? நாங்கள் ஜூன் மாதம் வந்தோம்,

தற்போது ஜூலை. அப்படியென்றால், இவர்களுக்குக் கடந்த ஆண்டு ஜனவரி மாதம் திருமணம் நடந்தது. சரி! எஜமானி தனது காலை அறையில் இருந்தாள். அவரிடம் அதிகக் கேள்விகள் கேட்க வேண்டும். மிகவும் சோர்ந்திருக்கிறாள்." என்று கூறினாள்.

லேடி பிராக்கன்ஸ்டால் அதே படுக்கையில் சாய்ந்துகொண்டிருந்தார். ஆனால் முன்பு இருந்ததை விடப் பிரகாசமாக இருந்தார். பணிப்பெண்ணும் எங்களுடன் நுழைந்தாள்.

"நீங்கள் என்னை மீண்டும் குறுக்கு விசாரணை செய்ய வரவில்லையே?" என்று எங்களைப் பார்த்துக் கேட்டாள்.

"இல்லை, லேடி ப்ராக்கென்ஸ்டால். நான் உங்களுக்கு எந்தத் தேவையற்ற பிரச்சினையையும் ஏற்படுத்த மாட்டேன். என் விருப்பம், தங்களுக்கு முழு விஷயங்களையும் நான் எளிதாக்க வேண்டும் என்பதுதான். என்னை ஒரு நண்பராக நம்பலாம்." என்று ஹோம்ஸ் தனது மென்மையான குரலில் பதிலளித்தார்.

"நான் என்ன செய்ய வேண்டும் என்று விரும்புகிறீர்கள்?"

"என்ன நடந்ததென்று உண்மையைச் சொல்ல வேண்டும்."

"மிஸ்டர் ஹோம்ஸ்!"

"இல்லை, இல்லை, லேடி ப்ராக்கன்ஸ்டால். நீங்கள் மறைப்பதால் எந்தப் பயனும் இல்லை. என் துப்பறியும் திறமையைப் பற்றி நீங்கள் கேள்விப்பட்டிருக்கலாம். நீங்கள் சொன்னது அனைத்தும் கட்டுக்கதை என்பதை நான் எப்போதோ கண்டுபிடித்துவிட்டேன்."

எஜமானியும், பணிப்பெண்ணும் வெளிறிய முகத்துடனும் பயந்த கண்களுடனும் ஹோம்ஸைப் பார்த்தனர்.

"நீங்கள் மரியாதை தெரியாதவர். என் எஜமானி பொய் சொல்கிறார்கள் என்று சொல்கிறீர்கள்." என்று தெரசா குரலை உயர்த்திக் கேட்டாள்.

ஹோம்ஸ் நாற்காலியில் இருந்து எழுந்தார்.

“அப்படியென்றால், என்னிடம் சொல்வதற்கு எதுவும் இல்லையா?”

“எல்லாவற்றையும் சொல்லிவிட்டேன்.”

“லேடி பிராக்கன்ஸ்டால், மீண்டும் ஒருமுறை யோசித்துப் பாருங்கள். வெளிப்படையாகச் சொல்வது நல்லது?”

அவளின் அழகான முகத்தில் ஒரு கணம் தயக்கம் தோன்றியது. பின்னர் சில புதிய வலுவான எண்ணங்களை அவளுக்கு முகமூடியாக அமைத்துக்கொண்டாள்.

“எனக்குத் தெரிந்தது அனைத்தையும் நான் சொல்லிவிட்டேன்.” என்றுதான் கூறியதில் உறுதியாக இருந்தாள்.

ஹோம்ஸ் தனது தொப்பியை எடுத்துக்கொண்டு, “மன்னிக்கவும்” என்று சொல்லி, வேறு வார்த்தை எதுவும் பேசாமல் அறையையும் வீட்டையும் விட்டு இருவரும் வெளியேறினோம். பூங்காவில் ஒரு குளம் இருந்தது. நண்பர்தான் வழிகாட்டினார். நீண்ட நேரமாக குளத்தையே உற்றுப் பார்த்துவிட்டு, லாட்ஜ் வாசலுக்குச் சென்றார். அங்கு ஸ்டான்லி ஹாப்கின்ஸ்க்காக ஒரு சிறு குறிப்பை எழுதி, அதை லாட்ஜ் கீப்பரிடம் தந்தி அனுப்பச் சொன்னார்.

“இது ஒரு வெற்றியாக இருக்கலாம், அல்லது தோல்வியாகவும் அமையலாம். நாம் இரண்டாவது முறை வந்ததற்கு, நண்பர் ஹாப்கின்ஸ்க்காக ஏதாவது சின்ன உதவியாவது செய்ய வேண்டும்.” என்று அவர் கூறினார். “என் நம்பிக்கை சரியாக இருந்தால், நாம் அடுத்து பயணிக்க வேண்டியது அடிலெய்ட் – சவுத் தாம்ப்டன் லைனின் கப்பல் அலுவலகம்தான். இது எனக்குச் சரியாக நினைவில் இருந்தால், பால் மாலின் முடிவில் உள்ளது. தெற்கு ஆஸ்திரேலியாவை இங்கிலாந்துடன் இணைக்கும் இரண்டாவது வரிசை ஸ்டீமர்கள் அங்கு உள்ளன.

மேலாளருக்கு ஹோம்ஸ் தனது விசிட்டிங் கார்ட்டைக் காட்ட, அவரது கவனத்தை உடனடியாகப் பெற்றார். மேலும் எங்களுக்குத் தேவையான அனைத்தையும் பெறுவதற்கு அவர் நீண்ட நேரம் ஆகவில்லை. 1895இல் இருந்து

அவர்களின் மிகச் சிறந்த பெரிய கப்பலான 'Rock of Gibraltar' பற்றி விசாரித்தோம். அதில், அடிலெய்ட்டைச் சேர்ந்த மிஸ் ஃப்ரேசர் தனது பணிப்பெண்ணுடன் மேற்கொண்டதாகச் சொன்ன பயணத்தின் விவரங்களைக் கேட்டு அறிந்தோம். அந்தக் கப்பல் இப்போது சூயஸ் கால்வாயின் தெற்கே உள்ள ஆஸ்திரேலியாவை நோக்கிச் சென்றுகொண்டிருந்தது என்ற விவரத்தையும் சொன்னார்கள். கப்பலில் பணியாற்றியவர்கள் பட்டியலில் 95இல் இருந்ததைப் போலவே இப்போதும் இருந்தது. அதில் பணியாற்றும் கேப்டனைத் தவிர. தற்போது, அந்தக் கப்பலில் முக்கிய கேப்டனாக ஜாக் க்ரோக்கர் நியமிக்கப்பட்டிருந்தார். அவர் சிடன்ஹாமில் வசித்து வந்திருக்கிறார் என்றும், அவரைப் பார்க்க விரும்பினால் நாளை காலைவரை காத்திருக்க வேண்டும் என்றும் சொல்லினர்.

ஹோம்ஸுக்கு அவரைக் காத்திருந்து பார்க்க விருப்பம் இல்லை. ஆனால் அவரைப் பற்றி அறிந்துகொள்வதில் மிக ஆர்வமாக இருந்தார்.

அவர் மிகச் சிறந்த கேப்டன், அவரைப் போன்ற மற்ற கேப்டன் யாருமில்லை என்றனர். அவரது குணாதிசயத்தைப் பொறுத்தவரை, கடமையில் மிகவும் நம்பகமானவர். கோபம் அதிகமாக இருந்தார், தான் செயல்பட்ட காரியத்தில் உற்சாகத்தோடு விசுவாசமிக்க நபராக நடந்துகொள்ளும் மனிதர் என்றனர். அடிலெய்ட் – சவுத் தாம்ப்டன் நிறுவனத்தின் அலுவலகத்தைவிட்டு வெளியேறும்போது ஹோம்ஸ் அவரைப் பற்றிச் சேகரித்த தகவல் இது. அங்கிருந்து அவர் ஸ்காட்லாந்து யார்டுக்கு காரில் சென்றார். ஆனால் அங்கு உள்ளே நுழைவதற்குப் பதிலாக, புருவங்களைக் கீழே இழுத்தபடி, வண்டிக்குள் இருந்தபடி ஆழ்ந்த சிந்தனையில் மூழ்கினார். இறுதியாக, அவர் ஒரு ஓட்டுநரிடம் ஒரு காகிதத்தில் எழுதி, அதை சார்ரிங் கிராஸூக்குத் தந்தி அனுப்புமாறு கேட்டுகொண்டார். கடைசியாக, நாங்கள் மீண்டும் பேக்கர் தெருவுக்கு வந்தோம்.

“வாட்சன், என்னால் அதிகாரப்பூர்வமாக இதைச் செய்யத் தோன்றவில்லை.” என்று அவர் கூறிக்கொண்டே அறைக்குள் நுழைந்தார். “ஏனென்றால், என் வாழ்க்கையில்

ஒருமுறையோ அல்லது இரண்டு முறையோ, குற்றவாளியை கண்டுபிடித்ததன் மூலம் நான் நன்மை செய்ததைவிடத் தீங்கைத்தான் அதிகமாகச் செய்ததாகத் தோன்றுகிறது. உண்மையில் அந்தக் குற்றத்தைவிட நான் கண்டுபிடித்த உண்மையால் தீங்கு செய்ததாகவே உணர்கிறேன். அதனால் இந்த வழக்கில் மிக எச்சரிக்கையுடன் இங்கிலாந்து சட்டத்திட்டங்களைவிட எனது சொந்த மனசாட்சிப்படி நடந்துகொள்ளப்போகிறேன்."

மாலைக்கு முன் இன்ஸ்பெக்டர் ஸ்டான்லி ஹாப்கின்ஸ் எங்கள் அறைக்கு வருகை தந்தார். அவருடைய விசாரணை எதுவும் சரியாக நடக்கவில்லை என்பது பார்த்த உடனே தெரிந்தது.

"மிஸ்டர் ஹோம்ஸ்! நீங்கள் ஒரு மந்திரவாதி என்று நினைக்கிறேன். யாருக்கும் இல்லாத சக்தி உங்களிடம் இருக்கிறது. திருடப்பட்ட வெள்ளிப் பொருட்கள் அந்தக் குளத்தடியில் இருப்பதை நீங்கள் எப்படி அறிந்தீர்கள்?"

"எனக்கு அது தெரியாது."

"ஆனால் நீங்கள் அதை ஆராயச் சொன்னீர்கள்."

"அப்படியானால் வெள்ளிப் பொருட்கள் கிடைத்ததா?"

"ஆமாம், எனக்குக் கிடைத்தது."

"நான் உங்களுக்கு உதவியதால் மிகவும் மகிழ்ச்சி அடைகிறேன்."

"நீங்கள் எனக்கு உதவவில்லை. இந்த வழக்கை இன்னும் கடினமாக்கியுள்ளீர்கள். வெள்ளியைத் திருடிவிட்டுத் திருடர்கள் அருகிலுள்ள குளத்தில் ஏன் வீச வேண்டும்?"

"இது நிச்சயமாக விசித்திரமான நடத்தையாக உங்களுக்குத் தெரியலாம். வெள்ளியை அவசியமில்லாமல் எடுத்து, அதிலிருந்து விடுபட அவர்கள் எப்படி யோசிப்பார்கள் என்ற எண்ணத்தில் யோசித்தேன்."

"ஆனால் இப்படி ஒரு எண்ணம் உங்களுக்கு ஏன் மனதில் தோன்றியது?"

“அப்படி நடக்கச் சாத்தியம் இருக்கும் என்று நினைத்தேன். அவர்கள் பிரெஞ்சு ஜன்னல் வழியாக வெளியே வந்தபோது, குளம் இருந்திருக்கிறது. அவர்களுக்கு வெள்ளியை மறைக்க இதைவிடச் சிறந்த இடம் வேறு எது இருக்க முடியும்?”

“ஓஂ ஒரு மறைவிடம். கண்டிப்பாக அப்படித்தான் இருக்க வேண்டும்.” ஸ்டான்லி ஹாப்கின்ஸ் அழுதார். “திருடர்கள் வெளியே வரும்போது மக்கள் நடமாட்டத்தைப் பார்த்திருப்பார்கள். அதிகாலையில் வெள்ளியோடு வருவதைப் பார்த்து, தங்கள்மீது மற்றவர்கள் சந்தேகப்படுவார்கள் என்று எண்ணி அதைக் குளத்தில் மறைத்து வைத்த பிறகு எடுத்துக்கொள்ளலாம் என்று நினைத்திருக்கலாம். அருமை, மிஸ்டர் ஹோம்ஸ்.”

“நிச்சயமாக; நீங்கள் சொன்ன கோட்பாடுகூடப் பாராட்டத்தக்கதாகவே இருக்கிறது. எனக்கு இந்த யோசனையே தோன்றவில்லை. எப்படியிருந்தாலும், வெள்ளியை நீங்கள் கண்டுபிடிப்பதில் எனக்கு மகிழ்ச்சி.”

“எல்லாம் உங்கள் செயலால் நிகழ்ந்தது. ஆனால் எனக்குதான் இந்த வழக்கில் மோசமான பின்னடைவு ஏற்பட்டுள்ளது.”

“என்ன பின்னடைவா?”

“ஆமாம், மிஸ்டர் ஹோம்ஸ். இன்று காலை நியூயார்க்கில் அந்தத் திருட்டு கும்பல் மூன்று பேரும் கைது செய்யப்பட்டிருக்கிறார்கள்.”

“ஓஂ ஹாப்கின்ஸ். நேற்றிரவு கென்ட்டில் அவர்கள் கொலை செய்ததாக நீங்கள் கூறியிருந்தீர்கள். அப்படியென்றால், அதை அவர்கள் செய்யவில்லையா?”

“இது முற்றிலும் ஆபத்தானது, மிஸ்டர் ஹோம்ஸ். இந்த மூன்று பேர் இல்லையென்றால் வேறு மூன்று கும்பல்கள் உள்ளனர். அல்லது அது காவல்துறைக்குத் தெரியாத புதிய திருட்டுக் கும்பலாகக்கூட இருக்கலாம்.”

“நிச்சயமாக; அப்படியும் இருக்கலாம். என்ன, கிளம்பிவிட்டீர்களா?”

"ஆமாம் ஹோம்ஸ். இந்த வழக்கை முடிக்கும்வரை எனக்கு ஓய்வே இல்லை. என்னிடம் கொடுக்க உங்களிடம் வேறு துப்பு, தகவல் ஏதேனும் இருக்கிறதா?"

"ஏற்கெனவே ஒன்று கொடுத்துள்ளேனே?"

"எப்போது?"

"வெள்ளி மறைந்திருக்கும் இடத்தைக் கூறியிருக்கிறேனே?"

"மிஸ்டர் ஹோம்ஸ், எப்படி அது துப்பாகும்?"

"ஆஹா, அந்தக் கேள்விக்கான பதிலை நீங்கள்தான் யோசனை செய்து கண்டுபிடிக்க வேண்டும். அதில் ஏதோ ஒன்று மறைந்திருப்பதை நீங்கள் காணலாம். விடைபெறுகிறீர்களா? சரி. வழக்கில் முன்னேற்றம் ஏற்பட்டால் எங்களுக்குத் தெரியப்படுத்துங்கள்."

இரவு உணவு முடிந்து, விரைவாகவே டேபிள் சுத்தம் செய்யப்பட்டது. அவர் தனது குழாயை ஏற்றி, தனது கால்களை நெருப்பில் குளிர்காய்ந்து கொண்டிருந்தார். சட்டென்று கைக்கடிகாரத்தைப் பார்த்தார்.

"வாட்சன்! நான் இந்த வழக்கில் முன்னேற்றங்களை எதிர்பார்க்கிறேன்."

"எப்பொழுது?"

"இப்போது – சில நிமிடங்களில். ஸ்டான்லி ஹாப்கின்ஸிடம் சொன்னதற்கு முரண்பாடாக நடந்துகொள்கிறேன் என்று நீங்கள் நினைத்திருக்கிறீர்களா?"

"உங்கள் தீர்மானங்கள் எனக்கு என்றுமே நம்பிக்கையாக இருக்கிறது."

"மிகவும் நன்றி, வாட்சன். இந்த வழக்கைப் பொருத்தவரையில் நான் அறிந்தது அனைத்தும் அதிகாரப் பூர்வமற்றது; அவருக்குத் தெரிந்தது அதிகாரப்பூர்வமானது. தனிப்பட்ட முடிவுகள் எடுக்க எனக்கு உரிமை உண்டு. ஆனால் அவருக்கு அப்படியில்லை. அவர் தனக்குத் தெரிந்த உண்மையை வெளிப்படுத்தியாக வேண்டும். இல்லையென்றால் தனது பணிக்குத் துரோகியாக மாறி விடுவார். அதனால் இந்த வழக்கில் நான் அவரை

வேதனையான நிலையில் வைக்க விருப்பமில்லை. இந்த விஷயத்தில் எனது மனம் தெளிவாகும்வரை எதையும் சொல்லுவதை ஒதுக்கி வைக்கிறேன்."

"ஆனால் அது எப்போது வரைக்கும்?"

"அதற்கான நேரம் வந்துவிட்டது. நீங்கள் இப்போது ஒரு குறிப்பிடத்தக்க சிறிய நாடகத்தின் கடைசி காட்சியில் இருக்கிறீர்கள்."

படிக்கட்டுகளில் யாரோ வரும் சத்தம் கேட்டது. எங்கள் கதவு திறந்து உயரமான ஒரு இளைஞன் உள்ளே நுழைந்தார். தங்க நிறத்தில் மீசை, நீலக்கண்கள், பலமான தோல்கள், பார்ப்பதற்குச் சுறுசுறுப்பாகவும் இருந்தார். அவர் தனக்குப் பின்னால் கதவை மூடிவிட்டு முகத்தில் பதற்றத்துடன் காணப்பட்டார்.

"உட்காருங்கள், கேப்டன் க்ரோக்கர். என் தந்தி கிடைத்ததா?"

அவர் நாற்காலியில் மூழ்கி இறுகிய கண்களோடு எங்கள் முன் அமர்ந்தார்.

"உங்கள் தந்தி கிடைத்தது. நீங்கள் சொன்ன நேரத்தில் வந்திருக்கிறேன். நீங்கள் அலுவலகத்திற்கு வந்திருக்கிறீர்கள் என்று கேள்விப்பட்டேன். உங்களை விட்டுத் தப்பிச் செல்ல நினைக்கவில்லை. என்ன செய்யப்போகிறீர்கள்? என்னை கைது செய்யப்போகிறீர்களா?"

"வாட்சன்! அவருக்கு ஒரு சுருட்டைக் கொடுங்கள்." என்றார் ஹோம்ஸ். "அதைப் பிடியுங்கள் கேப்டன் க்ரோக்கர். உங்கள் நரம்புக்குத் தற்போதைய தேவை இருக்கிறது. நீங்கள் ஒரு சாதாரண குற்றவாளி என்று நான் நினைத்திருந்தால், உங்களுடன் இங்குப் புகை பிடித்திருக்க மாட்டேன். என்னிடம் வெளிப்படையாக எல்லா உண்மைகளையும் கூறினால் உங்களுக்குத்தான் அது நல்லது. இதில் எந்த தந்திரமும் இருக்கக் கூடாது."

"சரி. நான் என்ன உண்மையைச் சொல்ல வேண்டும்?"

"நேற்றிரவு அபே கிரேஞ்சில் என்ன நடந்தது என்ற உண்மையைச் சொல்லுங்கள். இதில் எதையும் மறைக்கக்

கூடாது. எனக்கு ஏற்கெனவே இது பற்றி நிறைய தெரியும். நீங்கள் ஏதாவது பொய் கூறினால், என் ஜன்னலுக்கு வெளியே இருக்கும் போலீஸுக்குத் தகவல் கொடுக்க வேண்டியதிருக்கும்."

அந்த நபர் கொஞ்ச நேரம் யோசித்தார். சற்று பேசத் தயங்கியவர் மனதில் தைரியத்தை வரவழைத்துக்கொண்டு பேசத் தொடங்கினார்.

"உங்கள் வார்த்தைகளை நம்பி என் முழுக் கதையையும் உங்களுக்குச் சொல்கிறேன். ஆனால் ஒன்றை முதலில் சொல்லிவிடுகிறேன். என்னைப் பொறுத்தவரையில் நான் இதைச் செய்ததற்கு வருந்தவில்லை. எதற்கும் அஞ்சவில்லை. மீண்டும் எனக்கு ஒரு வாய்ப்பு கிடைத்தால், அந்த மிருகத்தைக் கொலைச் செய்யத் தயங்க மாட்டேன். நான் செய்தது அனைத்தும் அந்தப் பெண், மேரி – மேரி ஃப்ரேசர். நான் அவளை அந்தச் சபிக்கப்பட்ட பெயரால் ஒருபோதும் அழைக்கமாட்டேன். அவளைச் சிக்கலிலிருந்து விடுவிக்க, அவளுடைய அன்பான முகத்தில் ஒரு புன்னகையை வரவழைப்பதற்காக என் உயிரைக்கூடக் கொடுப்பேன். அதற்காக என்ன செய்ய முடியுமோ அதையெல்லாம் நான் செய்தேன். என் கதையை முழுவதுமாகக் கேட்ட பிறகு என்ன செய்ய வேண்டும் என்பதை நீங்களே சொல்லுங்கள்.

"நீங்கள் எல்லாவற்றையும் அறிந்திருப்பதுபோல் தெரிகிறது. எனவே நான் அவளை ஒரு பயணியாக இருந்தபோது சந்தித்தேன் என்பது உங்களுக்குத் தெரியுமென்று எதிர்பார்க்கிறேன். நான் ஜிப்ரால்டரின் முதல் அதிகாரியாக இருந்தேன். நான் நேசித்த முதல் பெண் அவள் மட்டும்தான். அந்தப் பயணத்தின் ஒவ்வொரு நாளும் நான் அவளை அதிகமாக நேசித்தேன். பல முறை இரவுக் கண்காணிப்பின் இருளில் மண்டியிட்டு அந்தக் கப்பலின் மேல்தளத்தை முத்தமிட்டிருக்கிறேன். ஏனென்றால் அவளுடைய அன்பான பாதங்கள் அதை மிதித்திருக்கிறது. அவள் என்னைக் காதலிக்கவில்லை. ஒரு நல்ல நண்பனாகத்தான் அவள் என்னை நடத்தினாள். அதில் அவளுடைய தவறு என ஒன்றுமில்லை. என் காதல் ஒரு பக்கமானது. கப்பலிலிருந்து

அவள் இறங்கும்போது சுதந்திரப் பெண்ணாக இருந்தாள். என்றாலும் அவள் காதலில் நான் இருக்க முடியவில்லை."

"அடுத்த முறை கடலிலிருந்து திரும்பி வந்தபோது அவளது திருமணத்தைப் பற்றிக் கேள்விப்பட்டேன். சரி, அவள் விரும்பியவரை ஏன் திருமணம் செய்துகொள்ளக் கூடாது? பதவியும், பணமும் உள்ள மனிதரை யாருக்குத்தான் திருமணம் செய்துகொள்ள விருப்பம் இருக்காது. அதற்கு அவள் முழுத் தகுதியாக, அத்தனை அழகாகப் பிறந்திருக்கிறாள். அவளுடைய திருமணத்தைப் பற்றி நான் வருத்தப்படவில்லை. நல்ல அதிர்ஷ்டம் அவளைத் தேடி வந்திருக்கிறது. பணமில்லாத என்னைப் போன்ற மாலுமியைத் தூக்கி எறியாமல் அதே நட்போடு பழகியதில் நான் மகிழ்ச்சியடைந்தேன். அதற்காகவே நான் மேரி ஃப்ரேசரை மேலும் காதலித்தேன்.

"நான் அவளை மீண்டும் பார்க்க நினைக்கவில்லை. ஆனால் கடைசி பயணத்தில் பதவி உயர்வு பெற்றேன். புதிய கப்பலில் செல்லத் தயாராகவில்லை. அதனால் நான் சிடன்ஹாமில் இரண்டு மாதங்கள் காத்திருக்க வேண்டி யிருந்தது. ஒரு நாள் பாதையில் அவளது பணிப்பெண்ணான தெரசா ரைட்டைச் சந்தித்தேன். அவளைப் பற்றியும், அவளது கணவனைப் பற்றியும் அவள் என்னிடத்தில் சொன்னாள். இதைக் கேட்டதும் எனக்குப் பைத்தியம் பிடித்ததுபோல் இருந்தது. இந்தக் குடிகார வேட்டை நாய் அவள் காலைக்கூடத் தொடத் தகுதியில்லாதவன், அவளைத் தாக்கத் துணிந்து கையை உயர்த்தியிருக்கிறான்! மீண்டும் தெரசாவைச் சந்தித்தேன். பின்னர் நான் மேரியைச் சந்தித்தேன். மீண்டும் அவளைச் சந்தித்தேன். அதன்பிறகு அவள் என்னைச் சந்திக்க மறுத்துவிட்டாள். ஆனால் மறுநாள் நான் ஒரு வாரத்திற்குள் எனது பயணத்தைத் தொடங்க வேண்டும் என்று அறிவிப்பு வந்தது. நான் புறப்படுவதற்கு முன்பு அவளை ஒருமுறை பார்க்க வேண்டும் என்று தீர்மானித்தேன். தெரசா எப்போதும் எனக்கு நல்ல தோழியாக இருந்தாள். ஏனென்றால் அவள் மேரியைப் போல அன்பாக இருந்தாள். என்னைப் போலவே அவளது கணவனை வெறுத்தாள். அவள் மூலம் நான் வீட்டின்

முகவரியை அறிந்துகொண்டேன். மேரி கீழே தனது சிறிய அறையில் அமர்ந்து படித்துக்கொண்டிருந்தாள். நான் நேற்றிரவு அங்கு சுற்றி வந்து ஜன்னலில் கீறி கதவைத் திறக்கக் கேட்டேன். முதலில் அவள் மறுத்தாள். ஆனால் உறைபனி இரவில் அவளால் என்னை அப்படியே விடுவதில் அவளுக்கு மனமில்லை. அவளுடைய இதயத்தில் எனக்குத் தனி இடம் இருந்தது. என்னைச் சுற்றி வரும்படி கிசுகிசுத்தாள். நான் சாப்பாட்டு அறைக்குள் செல்லும் அளவிற்கு பிரெஞ்ச் ஜன்னல் திறந்திருப்பதைக் கண்டேன். என் இரத்தத்தைக் கொதிக்கும் வகையில் துக்கமான விஷயங்களை அவளின் உதடுகளால் மீண்டும் கேட்டேன். நான் நேசித்த பெண்ணைத் தவறாக நடத்திய இந்த மிருகத்தை மீண்டும் சபித்தேன். நண்பரே! நான் ஜன்னலின் அருகே நின்றுதான் பேசிக்கொண்டிருந்தேன். அந்தச் சமயத்தில் அவளது கணவன் வந்தான். ஒரு ஆண் எந்தப் பெண்ணையும் பயன்படுத்தக்கூடாத மோசமான வார்த்தைகளில் எனக்கு முன்னால் அவளை வசைப்பாடினான். என் கோபம் உச்சத்திற்குச் சென்றது. அவனது கையில் என்னைத் தாக்குவதற்காகத் தடியை எடுத்தான். நான் போக்கரை எடுத்து அவனுடன் சண்டையிட்டேன். அவன் அடித்த முதல் அடி என் கையில் விழுந்தது. இதோ பாருங்கள். பின்னர் பதிலுக்கு நான் தாக்கினேன். அவன் ஒரு அழுகிய பூசணிக்காயைப் போல விழுந்தான். நான் வருந்தினேன் என்று நினைக்கிறீர்களா? இல்லை! என் வாழ்க்கையை விட மேரியின் வாழ்க்கை நன்றாக இருக்க வேண்டும் என்று நினைப்பவன் நான். எப்படி அவளை அந்தப் பைத்தியக்காரனிடம் நான் விட்டுவிட முடியும்? அதனால் அவனைக் கொன்றேன். நான் செய்தது தவறுதான் என்று நீங்கள் சொல்லலாம். அப்படியென்றால், என் இடத்தில் நீங்கள் இருந்திருந்தால் என்ன செய்திருப்பீர்கள்?

அவன், அவளைத் தாக்கியபோது மேரி கத்தியதில், மேலே இருந்த தெரசா தனது அறையிலிருந்து கீழே வந்தாள். அலமாரியிலில் வைன் பாட்டில் இருந்தது, மயங்கிய மேரிக்கு க்ளாஸில் ஊற்றிக் கொடுத்தாள். ஏனென்றால் அவள் அதிர்ச்சியில் பாதி இறந்துவிட்டாள். பிறகு நானும் இன்னொரு க்ளாஸில் எடுத்துக்கொண்டேன்.

தெரசா பதறாமல் நிதானமாக இருந்தாள். திருடர்கள்தான் இந்தக் காரியத்தைச் செய்திருக்கிறார்கள் என்று காட்ட முடிவெடுத்தோம். தெரசா தனது எஜமானியிடம் போலீஸில் என்ன கதையைச் சொல்ல வேண்டுமென்பதைத் திரும்பத் திரும்பச் சொல்லிக் கொடுத்தாள். அங்கு தொங்கியிருந்த மணியின் கயிற்றை அறுத்து, அவளை நாற்காலியில் மிக இறுக்கமாகக் காட்டினேன். இதைத் திருடர்கள்தான் செய்தார்கள் என்பதற்காக, அங்கிருந்த சில வெள்ளித் தட்டுகளையும் பானைகளையும் சேகரித்தேன். கால் மணிநேரம் இருக்கும்போது அலாரம் கொடுக்கும்படி கூறியிருந்தேன். நான் வெள்ளியை அருகிலிருந்த குளத்தில் ஏறிந்துவிட்டு சைடன்ஹாமிற்குச் சென்றேன். என் வாழ்க்கையில் ஒரு நல்ல வேலையைச் செய்திருக்கிறேன் உணர்ந்தேன். இதுதான் உண்மை. முழு உண்மை, மிஸ்டர் ஹோம்ஸ். நான் என்ன தண்டனைக்கும் தயாராக இருக்கிறேன்."

ஹோம்ஸ் சிறிது நேரம் அமைதியாகப் புகைபிடித்தார். பின்னர் அவர் கையைக் குலுக்கினார். அறையைக் கடந்து எங்கள் பார்வையாளரைக் கையால் அசைத்தார்.

"நீங்கள் கூறிய ஒவ்வொரு வார்த்தையும் உண்மை என்று எனக்குத் தெரியும். ஏனென்றால் எனக்குத் தெரியாத ஒரு வார்த்தையை நீங்கள் சொல்லவில்லை. ஒரு மாலுமியால் மட்டுமே இதுபோன்ற கயிற்று முடிச்சுகள் போட முடியும் என்பதை நாற்காலியில் கயிறு கட்டப்பட்ட முடிச்சுகளைப் பார்த்ததில் தெரிந்துகொண்டேன். மேலும், அந்தப் பெண் தனது வாழ்க்கையில் ஒருமுறை மட்டுமே கப்பலில் பயணம் செய்திருக்கிறாள் என்ற விவரமும் தெரிந்திருந்தது. அப்படியென்றால், அந்தப் பெண்ணுக்கு அப்போதுதான் அந்த மாலுமியுடன் தொடர்பு ஏற்பட்டிருக்க வேண்டும். அவளுடைய கடற்பயணத்தில் இருந்தது, அவளைக் காக்க ஒருவன் முயற்சிக்கிறான் என்றால் கண்டிப்பாக அவன் அவளை நேசிப்பவனாக இருக்க வேண்டும் என்பதைக் கணித்தேன். நான் சரியான பாதையில் சென்றதால் உங்களை எளிதாகக் கண்டுபிடித்துவிட்டேன்."

"எங்களின் குற்றத்தை போலீஸ் கண்டுபிடிக்க முடியாது என்று நினைத்தேன்."

"இதை போலீஸ் கண்டுபிடிக்கவில்லை; இப்போதைக்கு அவர்கள் கண்டுபிடிக்க மாட்டார்கள். இதோ பாருங்கள், கேப்டன் க்ரோக்கர், இது மிகவும் தீவிரமான விஷயம். இருப்பினும் எந்த ஒரு மனிதனையும் ஆத்திரமூட்டக்கூடிய வகையில் செயல்பட்டால் உங்களைப் போல்தான் செயல்படுவார்கள் என்பதை நான் ஒப்புக்கொள்கிறேன். உங்கள் உயிரைப் பாதுகாக்க இந்தக் கொலையைச் செய்தீர்கள் என்று வாதிட்டால்கூட, அதை ஏற்றுக்கொள்வது நீதிமன்றத்தின் கையில்தான் இருக்கிறது. உங்கள் மீது அனுதாபம் கொண்டிருப்பதால், ஒரு வாய்ப்பளிக்கிறேன். அடுத்த இருபத்தி நான்கு மணி நேரத்தில் நீங்கள் இந்த ஊரைவிட்டுத் தப்பிச் சென்றுவிடுங்கள். யாரும் உங்களைப் பின் தொடர மாட்டார்கள் என்று நான் உறுதியளிக்கிறேன்."

"அப்படியென்றால் இந்த உண்மை வெளியே வராதா?"

"உண்மை நிச்சயம் ஒரு நாள் அதுவாகவே வெளிவரும்."

மாலுமி கோபத்தில் சிவந்தார்.

"பின் எந்த வகையில் எனக்கு நம்பிக்கை கொடுக்குறீர்கள்? மேரி உடந்தையாக இருந்ததற்கு அவளுக்குத் தண்டனை கிடைக்காதா? அப்படி ஒரு சூழ்நிலையில் மேரியைச் சிக்க வைத்துவிட்டு நான் தனியாகச் செல்வேன் என்று நினைக்கிறீர்களா? இல்லை சார்; போலீஸ் என்னை என்ன வேண்டுமானால் செய்யட்டும். மிஸ்டர் ஹோம்ஸ்! எப்படியாவது மேரிக்கும், இந்தக் குற்றத்திற்கும் சம்மந்தமில்லை என்று நிரூபிப்பதற்கு என்ன வழி என்று சொல்லுங்கள்."

ஹோம்ஸ் இரண்டாவது முறையாக மாலுமியிடம் கையை நீட்டினார்.

"நான் உங்களைச் சோதிப்பதற்காகவே அப்படிப் பேசினேன். நீங்கள் ஒரு மனிதர் என்பதை மீண்டும் நிரூபித்திருக்கிறீர்கள். நீங்கள் பெரிய பொறுப்பைச் சுமந்திருக்கிறீர்கள். நான் ஹாப்கின்ஸ்க்குக் கொடுத்த துப்பை வைத்து அவர் கண்டுபிடித்தால் மட்டுமே, அவர் உங்களை நெருங்கி வரலாம். அவர் கண்டுபிடிக்கவில்லை என்றால் எந்தப் பிரச்சினையுமில்லை. கேப்டன் க்ரோக்கர்! எங்கள் சட்டப்படி நாங்கள் செய்கிறோம். நீங்கள் கைதி. வாட்சன்,

நீங்கள் நீதிபதி. நான் இப்படிப்பட்ட சிறந்த மனிதரைப் பார்த்ததில்லை. கிடைத்திருக்கும் ஆதாரங்களில் இவர் குற்றவாளியாகத் தெரியவில்லை. நீங்கள் இந்தக் கைதியைக் குற்றவாளி என நினைக்கிறீர்களா?"

"இல்லை." என்றார்.

"கேப்டன் குரோக்கர்! நீங்கள் நிரபராதி என்று நாங்கள் தீர்ப்பு வழங்குகிறோம். சட்டத்தால் வேறு யாரும் குற்றவாளி என்று சொல்லாதவரை, நீங்கள் பாதுகாப்பாக இருப்பீர்கள். ஒரு வருடத்திற்குப் பிறகு இந்தப் பெண்ணிடம் திரும்பி வாருங்கள், இந்த இரவில் நாங்கள் கூறிய தீர்ப்பில் அவளுடைய எதிர்காலத்திற்குப் பிரகாசத்தை ஏற்படுத்த வேண்டும்.

37. இரண்டாவது இரத்தக் கறையால் அமைந்த சாகசம்

இந்தத் தொகுப்பில், ஷெர்லாக் ஹோம்ஸின் கடைசி கதையாக 'அபே கிரேஞ்ச்யின் சாகசம்' இருக்க வேண்டும் என்று நான் எண்ணியிருந்தேன். என்னுடைய இந்தத் தீர்மானம் வழக்குப் பற்றாக்குறையால் அல்ல. அவன் கையாண்ட பல நூற்றுக்கணக்கான வழக்குகளின் குறிப்புகள் என்னிடம் உள்ளன. எனது வாசகர்களின் ஆர்வம் குறையும் என்பதாலும் அப்படி நினைக்கவில்லை. எனது நண்பர் ஹோம்ஸ் தனது அனுபவங்களைத் தொடர்ந்து வெளி யிடுவதில் காட்டும் தயக்கமே மிக முக்கியக் காரணம். அவர் உண்மையான துப்பறியும் தொழில் செய்த வரை, அவருடைய வெற்றிகளின் பதிவுகள் மதிப்புடையதாக இருந்தன. ஆனால் அவர் லண்டனில் இருந்து ஓய்வு பெற்று, சசெக்ஸ் டவுன்ஸில் தேனீ வளர்ப்பு பற்றிப் படிக்கச் சென்றதால் அவரது குறிப்புகளைத் தொடர்ந்து வெளியிட விரும்பவில்லை. அதில் அவர் திட்டவட்டமாக இருந்தார். ஆனால் நான் பலமுறை கேட்டுக்கொண்டதற்கு இணங்க, அவரின் அனுமதியைப் பெற்ற பிறகுதான், 'இரண்டாவது கறையின் சாகசம்' வெளியிடுகிறேன். மேலும் இந்த நீண்ட தொகுப்பில் இந்தச் சாகசக்கதை இறுதி அத்தியாயமாக இருப்பது பொருத்தமானதுதான் என்று நினைக்கிறேன்.

இது அவர் கையாண்ட சர்வதேச வழக்கின் முதன்மையானது. பல வருடங்களாகப் பாதுகாக்கப்பட்டு, இறுதியாகப் பொதுமக்களின் முன் வைக்க வேண்டும் என்ற எனது வாதத்தை முன் வைத்து வெற்றி பெற்றேன்.

கதையைச் சொல்வதில், சில விவரங்களில் தெளிவற்றதாகத் தோன்றினால், அதற்கு அவரது மறுப்பே ஒரு சிறந்த காரணம் என்பதை வாசகர்கள் உடனடியாகப் புரிந்துகொள்வீர்கள் என்று நம்புகிறேன்.

இந்த வழக்கு நடந்து பத்து வருடங்களுக்கும் மேல் இருக்கும். குறிப்பிட்டு எந்த வருடம் என்று சொல்ல விரும்பவில்லை. அது இலையுதிர்காலத்தில் ஒரு செவ்வாய்க்கிழமை. காலையில் பேக்கர் தெருவிலிருக்கும் எங்கள் அறைக்கு ஐரோப்பியாவிலேயே மிக புகழ் பெற்ற இரண்டு பேர் வந்தனர். அதில், ஒருவர் உயர்ந்த மூக்கு, கழுகு-கண்கள் கொண்டிருந்தார். அவர் வேறு யாருமில்லை பிரிட்டனின் இரண்டு முறை பிரதமராக இருந்த பிரபு பெல்லிங்கர் (Bellinger). மற்றொருவர், நடுத்தர வயது, உடல் வலிமையாகவும் காணப்பட்டார். அவர் ஐரோப்பிய விவகாரங்களுக்கான செயலாளரும், நாட்டின் மிக உயர்ந்த அரசியல்வாதியுமான ட்ரெலவ்னி ஹோப் (Trelawney Hope) என்று தன்னை அறிமுகப்படுத்திக்கொண்டார். இருவரின் முகமும் தொய்வாகவும், கவலையாகவும் தெரிந்தது. அந்தக் கவலைக்கான காரணம்தான் அவர்கள் இருவரையும் இங்கு வரவழைத்தது என்பது எளிதாகப் புரிந்தது. செயலாளர் நரம்புகள் வெளியே தெரியும் அளவிற்கு அவரது குடையின் தலையை மிக இறுக்கமாகப் பிடித்திருந்தார். பதற்றத்தில் அவரின் உதடு துடித்தது.

"மிஸ்டர் ஹோம்ஸ்! இன்று காலை எட்டு மணியளவில் எங்கள் ஆவணம் தொலைந்ததைக் கண்டதும், உடனடியாகப் பிரதமரிடம் தெரிவித்தேன். அவருடைய ஆலோசனையின் பேரில்தான் நாங்கள் இருவரும் உங்களைச் சந்திக்க வந்துள்ளோம்."

"போலீசாருக்குத் தகவல் கொடுத்தீர்களா?"

"இல்லை, சார்." பிரதமர் தீர்க்கமான முறையில் கூறினார். "நாங்கள் அவ்வாறு செய்யவில்லை. அப்படிச் செய்யவும் சாத்தியமில்லை. காவல்துறைக்குத் தகவல் கொடுத்தால் பொதுமக்களுக்கு விஷயம் தெரிந்துவிடும். அதை நாங்கள் தவிர்க்க விரும்புகிறோம்."

“ஏன் சார்?”

“தொலைந்தது மிக முக்கியமான ஆவணம். அதைச் சொல்வது எளிதாக இருக்கலாம். அந்தத் தகவல் வெளியே வந்தால், ஐரோப்பிய நாடுகளுக்கு இடையே அது சிக்கல்களுக்கு வழிவகுக்கும். போர் தொடங்கினாலும் தொடங்கலாம். தொலைந்த செய்தியை எந்த அளவுக்கு இரகசியமாக வைக்க வேண்டுமோ, அதே அளவில் ரகசியமாக மீட்கவும் வேண்டும். அதை எடுத்தவர்களின் உள்நோக்கம் இன்னும்கூடத் தெளிவாகத் தெரியவில்லை.”

“எனக்கும் புரிகிறது. இப்போது, மிஸ்டர் ட்ரெலவ்னி ஹோப்! இந்த ஆவணம் காணாமல்போன சூழ்நிலையை விளக்கினால் எங்களுக்கு உதவியாக இருக்கும்.”

“மிகச் சில வார்த்தைகளில் சொல்கிறேன் மிஸ்டர் ஹோம்ஸ்! அது ஒரு கடிதம். வெளிநாட்டு வல்லுநரிடமிருந்து ஆறு நாட்களுக்கு முன்பு அது கிடைத்தது. இது மிகவும் முக்கியத்துவம் வாய்ந்தது. அதை என் அலுவலகத்தில் வைக்கவில்லை. மாலை வீட்டிற்குத் திரும்பியதும் மிகவும் பத்திரமாக என் வீட்டின் வைட்ஹால் மொட்டை மாடியிலுள்ள எனது அறையின் பாதுகாப்புப் பெட்டியில் வைப்பேன். அடுத்த நாள் காலை அலுவலகம் செல்லும்போது எடுத்துச்செல்வேன். நேற்றிரவுவரை அங்குதான் இருந்தது என்பதில் உறுதியாக இருக்கிறேன். இன்று காலை அந்தப் பெட்டியைத் திறந்து பார்க்கும்போது அந்த ஆவணம் அங்கு இல்லை. நானும், என் மனைவியும் தூக்கத்தில் சிறு சத்தம் வந்தாலும் விழித்துவிடுவோம். அப்படியிருக்கும்போது இரவில் யாரும் எங்கள் அறைக்குள் நுழைந்திருக்க முடியாது. அப்படியிருந்தும் அந்த ஆவணம் காணாமல் போயிருக்கிறது.”

“நேற்று எத்தனை மணிக்கு இரவுணவு உண்டீர்கள்?”

“ஏழரை மணி.”

“உறங்கச் சென்ற நேரம்?”

“என் மனைவி தியேட்டருக்குச் சென்றிருந்தாள். நான் அவளுக்காகக் காத்திருந்தேன். நாங்கள் எங்கள் அறைக்குச் செல்வதற்குள் மணி பதினொன்றரை ஆகியிருந்தது.”

"அப்படியானால் நான்கு மணிநேரம் அந்தப் பெட்டி இருந்த அறையில் யாருமில்லையா?"

"அந்த அறைக்குள் காலையில் வீட்டுப் பணிப்பெண் வருவாள். மற்ற நாள்களில் என் மனைவியும், அவளது பணிப்பெண்ணை தவிர வேறு யாரும் வருவதில்லை. அவர்கள் இருவரும் சில காலம் எங்களுடன் இருந்த நம்பிக்கையான பணிபெண்கள். அதுமட்டுமின்றி, எனது பெட்டியில் துறை சார்ந்த ஆவணங்களைவிட மதிப்புமிக்க ஆவணங்கள் இருப்பதை அவர்கள் இருவரும் அறிந்திருக்க வாய்ப்பில்லை."

"அந்தக் கடிதம் உங்களிடம் இருப்பது யாருக்குத் தெரியும்?"

"வீட்டில் யாருக்கும் தெரியாது."

"உங்கள் மனைவிக்குக் கூடவா?"

"இல்லை சார்; இன்று காலை பேப்பர் காணோம் என்று தேடும்போதுகூட நான் என் மனைவியிடம் எதுவும் சொல்லவில்லை."

பிரதமர் ஆமோதித்துத் தலையசைத்தார்.

"உங்களின் கடமை உணர்வைப் பற்றி நான் கேள்விப்பட்டிருக்கிறேன். இந்த முக்கியத்துவம் வாய்ந்த ரகசியமான விஷயம் உள்நாட்டு விவகாரங்களைப் பாதிக்கும் என்பதால் இதை நீங்கள் பக்குவமாகக் கையாள்வீர்கள் என்று நம்புகிறேன்."

ஐரோப்பியச் செயலாளர் வணங்கினார்.

"இன்று காலையில் கூட இந்த விஷயத்தைக் குறித்து என் மனைவியிடம் நான் ஒரு வார்த்தைகூடப் பேசவில்லை."

"அவர்கள் ஊகித்திருக்க முடியாதா?"

"இல்லை, மிஸ்டர் ஹோம்ஸ். அவளால் மட்டுமல்ல யாராலும் ஊகிக்க முடியாது."

"இதற்கு முன் ஏதேனும் ஆவணங்களை இப்படித் தொலைத்திருக்கிறதா?"

"இல்லை சார்."

"இந்தக் கடிதம் இருப்பதை இங்கிலாந்தில் யார் யார் அறிந்திருக்கிறார்கள்?"

"அமைச்சரவையில் அங்கம் வகிக்கும் ஒவ்வொருவருக்கும் தெரியும். ஆனால் ஒவ்வொரு அமைச்சரவைக் கூட்டத்திலும் கலந்து கொள்ளும்போது ரகசியம் காப்பதற்கு அவர்கள் சத்தியப் பிரமானம் செய்வார்கள். அந்தச் சத்தியத்தை நானே உடைத்துவிட்டேன் என்று நினைக்கும்போது!" அவரது அழகான முகம் விரக்தியின் பிடிப்பால் சிதைந்தது. மேலும் அவரது கைகள் இயல்பாகவே அவரது தலைமுடியைக் களைத்தது. அவரால் சற்று நேரம் பேச முடியவில்லை. கொஞ்ச நேரத்தில் தனது மெல்லிய குரலில், "அமைச்சரவை உறுப்பினர்களைத் தவிர, கடிதம் பற்றிய தகவல் தெரிந்த துறை சார்ந்த அதிகாரிகள் இருவரோ அல்லது மூன்று பேரோ இருக்கின்றார்கள். வேறு யாரும் இல்லை, மிஸ்டர் ஹோம்ஸ்!"

"ஆனால் வெளிநாட்டில்?"

"இதை எழுதியவரைத் தவிர வெளிநாட்டில் யாருக்கும் தெரியாது என்பதை நம்புகிறேன். அவரது அமைச்சர்கள், வழக்கமான அதிகாரப்பூர்வ தபால்களைப் பயன்படுத்தாததால், இது யாருக்கும் தெரியாது என்பதில் உறுதியாக இருக்கிறேன்."

ஹோம்ஸ் சிறிது நேரம் யோசித்தார்.

"சரி சார்! அந்த ஆவணத்தில் என்ன இருக்கிறது? அது காணாமல் போனால் பெரிய விளைவுகளை ஏற்படுத்தும் அளவிற்கு குறிப்பாக அதில் இருந்திருக்கிறது?"

இருவரும் தங்கள் பார்வையைப் பரிமாறிக்கொண்டனர். பிரதமர் தன் புருவங்களை உயர்த்திப் பேச தொடங்கினார்.

"மிஸ்டர் ஹோம்ஸ்! கடிதம் இருந்த உறை நீண்ட, மெல்லிய வெளிர் நீலநிறத்தில் இருந்தது. அதில், இருக்கும் சிங்க முத்திரையிடப்பட்ட சிவப்பு மெழுகு உள்ளது. இது பெரிய, தடித்த கையெழுத்தில் குறிப்பிடப்பட்டுள்ளது–"

ஹோம்ஸ் சிரித்துக்கொண்டே, "இந்த விவரங்கள் மிகவும் சுவாரஸ்யமாகவும், அவசியமானதுதான். இருந்தாலும், எனது விசாரணையின் மூலத்தை கேட்கிறேன். அந்த கடிதத்தில் என்ன இருக்கிறது?"

"இது மிகவும் முக்கியத்துவம் வாய்ந்த ஒரு ரகசியம். நான் உங்களிடம் அதைச் சொல்ல முடியாது. அது அவசியம் என்றும் நான் நினைக்கவில்லை. நாங்கள் கொடுத்திருக்கும் தகவலைக் கொண்டே உங்களால் அதைக் கண்டுபிடிக்க முடியும் என்று எங்களுக்கு நம்பிக்கையிருக்கிறது. இதை நீங்கள் கண்டுபிடித்தால் அது நம் நாட்டிற்கு நீங்கள் செய்யும் பெரும் உதவி. அதற்கான வெகுமதியையும் நீங்கள் பெருவீர்கள் என்று உறுதியளிக்கிறேன்."

ஷெர்லாக் ஹோம்ஸ் புன்னகையுடன் எழுந்தார்.

"நீங்கள் இருவரும் நாட்டின் மிகவும் பிஸியான மனிதர்கள். என் பணிக்கும் நிறைய அழைப்புகள் உள்ளன. இந்த விஷயத்தில் நாம் வெளிப்படையாகப் பேச முடியாவிட்டால், நம்முடைய உரையாடல் நேரத்தை அது வீணடிக்கும்." என்றார்.

தனது அமைச்சரவையில் இருப்பவர்களைப் பயமுறுத்துவது போன்று கோபமான கண்களுடன் பிரதமர் எழுந்தார். தனது கோபத்திற்கு ஹோம்ஸ் அடிபணிய வேண்டியதில்லை என்ற உண்மையை உணர்ந்து, தனது கோபத்தை அடக்கிக்கொண்டு மீண்டும் இருக்கையில் அமர்ந்தார். ஒரு நிமிடத்திற்கு மேல் அனைவரும் அமைதியாக அமர்ந்திருந்தோம். பிறகு, பிரதமர் தனது தோள்களைக் குலுக்கினார்.

"மிஸ்டர் ஹோம்ஸ்! நீங்கள் சொல்வது சரிதான் என்பதில் சந்தேகமில்லை. நாங்கள் உங்களுக்கு முழு விவரங்களைக் கொடுக்காமல், மேற்கொண்டு நீங்கள் செயல்பட வேண்டும் என்று எதிர்பார்ப்பது நியாயமற்றதுதான்." என்றார்.

"நானும் உங்கள் கருத்தை ஏற்றுக்கொள்கிறேன், சார்" என்று செயலாளர் கூறினார்.

"பின்னர் நான் உங்களுக்கு முழு விவரத்தையும் சொல்கிறேன். நீங்களும், உங்களது நண்பர் டாக்டர்

வாட்சனும் இதை ரகசியாமகக் காப்பீர்கள் என்று நம்புகிறேன். ஏனென்றால் இந்த விவகாரம் வெளியே தெரிந்தால், அது நமது நாட்டிற்கு நீங்கள் செய்யும் மிகப் பெரிய துரோகம் என்பதைத் தெரிந்துகொள்ளுங்கள்."

"நீங்கள் எங்களை முழுமையாக நம்பலாம்."

"அப்படியானால், இந்த நாட்டின் சமீபத்திய காலனித்துவ முன்னேற்றங்களால் குழப்பமடைந்த ஒரு வெளிநாட்டு வல்லுநரின் கடிதம். இதை முழுக்க முழுக்க அவரது சொந்தப் பொறுப்பின் பேரில் அவசரப்பட்டு எழுதினார். அவரது அமைச்சர்களுக்குக்கூட இது குறித்து எதுவும் தெரியாது என்பது விசாரணையில் தெரியவந்தது. துரதிர்ஷ்டவசமாக அந்தக் கடிதம் மோசமான முறையில் கட்டமைக்கப்பட்டிருந்தது. அதிலுள்ள சில சொற்றொடர்கள் மிகவும் ஆத்திரமூட்டும் தன்மையைக் கொண்டிருக்கின்றன. அதை வெளியிடுவதால் சந்தேகத்திற்கு இடமின்றி இந்த நாட்டில் ஆபத்தான உணர்வை அது ஏற்படுத்தும். அந்தக் கடிதம் வெளியான ஒரு வாரத்திற்குள் அந்த நாட்டுடன் போரில் ஈடுபடும் அளவிற்கு அது முக்கியம் பெற்றது."

ஹோம்ஸ் ஒரு சீட்டில் ஒரு பெயரை எழுதி பிரதமரிடம் கொடுத்தார்.

"சரியாக. அவர்தான். இந்தக் கடிதம் – இந்தக் கடிதம் ஆயிரம் மில்லியன்களின் செலவையும், ஒரு லட்சம் மனிதர்களின் வாழ்க்கையையும் தாங்கியிருக்கிறது. அதைப் பாதுகாக்க முடியாமல் இழந்துவிட்டிருக்கிறோம்."

"அனுப்பியவருக்குத் தெரிவித்தீர்களா?"

"ஒரு சைஃபர் தந்தி மூலம் அனுப்பியிருக்கிறோம்."

"ஒருவேளை அவரே அந்தக் கடிதத்தை வெளியிட விரும்பலாம்."

"இல்லை, சார். அவர் அநாகரீகமாகவும், சூடாகவும் நடந்துகொண்டதை நினைத்து அவரே எங்களுக்கு வருத்தம் தெரிவித்தார். இந்தக் கடிதம் வெளியில் வந்தால் அது நம்மை விட அவருக்கும் அவரது நாட்டுக்கும் பெரும் ஆபத்தாக இருக்கும்."

“அப்படியானால், கடிதம் வெளிவருவது யாருடைய ஆர்வம்? அதை ஏன் யாராவது திருடவோ வெளியிடவோ ஆசைப்பட வேண்டும்?”

“மிஸ்டர் ஹோம்ஸ்! உங்களுக்குச் சர்வதேச அரசியல் பற்றி இங்கு நாங்கள் சொல்லியாக வேண்டும். தற்போதைய ஐரோப்பிய சூழ்நிலையை நீங்கள் கருத்தில் கொண்டால், அந்தக் கடிதத்தை வெளியிடுவதின் உள்நோக்கத்தைப் புரிந்துகொள்வதில் உங்களுக்குச் சிரமம் இருக்காது. ஐரோப்பா முழுவதும் ஓர் ஆயுத முகாமாக இருக்கிறது. இராணுவ சக்தி இரண்டாகப் பிரிந்துள்ளது. கிரேட் பிரிட்டன் எந்த நாட்டோடு போரில் ஈடுபட்டாலும், மற்ற நாடுகள் நமது எதிரி நாடுகளுடன் இணைந்து கூட்டமைப்பை அமைத்துத் தங்களைப் பலப்படுத்திக்கொள்ளும். உங்களுக்குப் புரியும் என்று நினைக்கிறேன்.”

“மிகத் தெளிவாக! அப்படியானால், இந்தக் கடிதத்தை வெளியிடுவதால் நமது வல்லரசின் எதிரிகளுக்கு அது நன்மையாக முடியும். நம் நாட்டிற்கும் கடிதம் அனுப்பிய நாட்டிற்குமிடையே பிளவு ஏற்படுமா?”

“ஆமாம் சார்.”

“இந்த ஆவணம் எதிரியின் கைகளில் கிடைத்தால் முதலில் யாருக்கு அனுப்பப்படும்?”

“ஐரோப்பா நாட்டிலிருக்கும் எந்த அதிபர்களுக்கு வேண்டுமானாலும் கொடுக்க வாய்ப்பிருக்கிறது. யாருக்குக் கிடைத்தாலும் பிரச்சினை வந்துவிடும். நீங்கள் வேகமாகச் செயல்பட வேண்டும்.”

பேசிக்கொண்டிருக்கும்போது ட்ரெலவ்னி ஹோப் தனது தலையைச் சாய்த்துச் சத்தமாகப் புலம்பினார். பிரதமர் அவரது தோளில் கை வைத்தார்.

“நடந்தது துரதிர்ஷ்டமான நிகழ்வு. இதில், உங்கள் தவறு எதுவுமில்லை. நீங்கள் எந்த முன்னெச்சரிக்கை நடவடிக்கையையும் புறக்கணிக்கவில்லை. இப்போது ஹோம்ஸூக்கு எல்லா உண்மைகளும் தெரிந்திருக்கிறது. அவர் என்ன பரிந்துரைக்கிறார் என்று பார்ப்போம்?”

ஹோம்ஸ் துக்கத்துடன் தலையை ஆட்டினார்.

"சார்! இந்த ஆவணத்தை மீட்டெடுக்காவிட்டால் போர் நடக்கும் என்று நினைக்கிறீர்களா?"

"நடக்கச் சாத்தியம் இருக்கிறது என்று நினைக்கிறேன்."

"அப்படியானால், போருக்குத் தயாராகுங்கள்."

"மிஸ்டர் ஹோம்ஸ்! இது கடினமான சொல்."

"உண்மைகளைக் கவனியுங்கள் சார். இரவு பதினொன்றரை மணிக்குப் பிறகு எடுக்கப்பட்டது என்று வைத்துக்கொள்வோம். ஏனென்றால், மிஸ்டர் ஹோப், அவரது மனைவி இருவரும் அந்த மணிநேரத்திலிருந்து, ஆவணம் காணாமல் போனதைக் கண்டுபிடிக்கும்வரை அந்த அறையில் இருந்திருக்கிறார்கள். நேற்று மாலை ஏழு முப்பது முதல் பதினொன்றரை மணிக்குள் அது எடுக்கப்பட்டது என்று வைத்துக்கொண்டால், பல மணி நேரமாக முக்கியத்துவம் வாய்ந்த அந்தக் கடிதத்தைக் கையில் வைத்திருக்க வாய்ப்பில்லை. அப்படியென்றால் அது எங்கு இருக்கும்? அது தேவைப்படுபவர்களுக்கு விரைவாகக் கொடுக்கப்பட்டிருக்கும். அதைத் தேடுவதற்கும், கண்டுபிடிப்பதற்கும் வாய்ப்புகள் குறைவு."

பிரதமர் தலையசைத்தார்..

"நீங்கள் சொல்வது சரியானதுதான், மிஸ்டர் ஹோம்ஸ். உண்மையில், இந்த விஷயம் நம் கையைவிட்டுச் சென்றுவிட்டது என்பதை உணர்கிறேன்."

"வாதத்திற்காக, அந்த ஆவணம் பணிப்பெண்ணால் அல்லது உங்கள் குதிரை வண்டியை ஓட்டுபவரால் எடுக்கப்பட்டது என்று வைத்துக்கொள்வோம்."

"அவர்கள் இருவரும் பல வருடங்கள் என்னுடன் இருப்பவர்கள். எனவே அப்படிச் செய்திருக்க வாய்ப்பில்லை."

"உங்கள் அறை இரண்டாவது மாடியில் உள்ளது. வெளியிலிருந்து வேறு வழியில் நுழையவும் வாய்ப்பில்லை. உள்ளே இருந்து யாரும் கவனிக்காமல் மேலே செல்லவும் முடியாது என்று நீங்கள் சொல்கிறீர்கள். அப்படியானால்,

அதை எடுத்தவர் வீட்டில் யாரேனும் இருக்க வேண்டும். திருடன் யாரிடம் எடுத்துச் செல்வான்? பல சர்வதேச உளவாளிகள் மற்றும் இரகசிய முகவர்களில் ஒருவருக்கு அதைக் கொடுத்திருக்க வேண்டும். இதுபோன்று யாருடைய பெயர்கள் எனக்குச் சகிப்புத்தன்மையுடன் தெரியும். தங்கள் தொழிலின் பணிகள் செய்யும் மூன்று ஏஜெண்டுகள் எனக்குத் தெரியும். ஒவ்வொருவரும் அவரவர் இருப்பிடத்தில் இருக்கிறார்களா அல்லது காணாமல் போயிருக்கிறார்களா என்பதிலிருந்து எனது விசாரணையைத் தொடங்குவேன். ஒருவர் காணாமல் போயிருந்தால் – குறிப்பாக நேற்றிரவு முதல் அவர் காணாமல் போயிருந்தால் – அந்த ஆவணம் எங்கு சென்றிருக்கும் என்ற துப்புகள் கிடைக்க வாய்ப்பிருக்கிறது.”

“அந்த ஏஜெண்ட் ஏன் காணாமல் போக வேண்டும். அவர் கடிதத்தை லண்டனிலுள்ள தூதரகத்திற்குக் கொண்டு செல்ல மாட்டார்களா?” என்று செயலாளர் கேட்டார்.

“இந்த ஏஜெண்ட்டுகள் யார் கட்டுப்பாடும் இல்லாமல் சுதந்திரமாகச் செயல்படுபவர்கள். தூதரகங்களுடனான அவர்களது உறவு சரியாக இருக்காது.”

பிரதமர் தலையசைத்துச் சம்மதித்தார்.

“நீங்கள் சொல்வது சரிதான், மிஸ்டர் ஹோம்ஸ். அந்த ஏஜெண்ட்டுகள் தங்களது சொந்த முயற்சியால் தலைமையகத்திற்கு எடுத்துச் செல்வார்கள். உங்கள் கோட்பாடு சிறப்பானது என்று நினைக்கிறேன். இதற்கிடையில், நாங்கள் மற்ற வழியில் தேடுவதை நிறுத்த முடியாது. எங்கள் முயற்சியில் ஏதேனும் முன்னேற்றங்கள் ஏற்பட்டால், நாங்கள் உங்களுடன் தொடர்புகொள்வோம். அதேபோல், உங்கள் விசாரணையைப் பற்றிய தகவலை அவ்வப்போது எங்களுக்குத் தெரிவிப்பீர்கள் என்று நம்புகிறேன்.”

இரண்டு பேரும் எங்களுக்கு வணக்கம் வைத்துவிட்டு அறையிலிருந்து புறப்பட்டனர்.

எங்களுடைய புகழ்பெற்ற பார்வையாளர்கள் அறை யிலிருந்து சென்றதும், ஹோம்ஸ் தனது புகை பைப்பை மௌனமாக ஏற்றிவிட்டு, ஆழ்ந்த சிந்தனையில் சிறிது நேரம் அமர்ந்திருந்தார். நான் காலைப் பேப்பரைத் திறந்து,

முந்தைய நாள் இரவு லண்டனில் நடந்த ஒரு பரபரப்பான குற்றங்களைப் பற்றி வாசித்தேன். அப்போது என் நண்பர் தனது பைப்பை மேஜைமீது வைத்து பற்றவைத்தார்.

"சரி வாட்சன்! இதை நான் இப்படி அனுகலாம் என்று இருக்கிறேன். இது சரியாக வருமா என்று தெரியவில்லை. என்றாலும் நம்பிக்கையற்றதும் அல்ல. இப்போதுகூட, அவர்களில் யார் அதை எடுத்தார்கள் என்பதை நாம் உறுதியாகத் தெரிந்தால், விஷயம் நம் கையை விட்டுப் போகவில்லை என்று சொல்லலாம். பணம்தான் பிரதானம் என்று திருடிய ஏஜெண்ட்டிடம் அவன் எதிர்ப்பார்ப்பதைவிடப் பணம் கொடுப்பதாக இருந்தால் கண்டிப்பாக அந்தக் கடிதத்தைக் கொடுத்துவிடுவான். எப்படியும் இதற்கு பிரிட்டிஷ் கருவூலத்தில் இருந்துதான் செலவாகப் போகிறது. அதில் யாருக்கும் பிரச்சினை இருக்காது. நம் அதிர்ஷ்டத்தை முயற்சிக்கும் முன், இதை யார் செய்திருப்பார்கள் என்பதை நாம் யோசிக்க வேண்டும். இவ்வளவு தைரியமான விளையாட்டை விளையாடும் திறன் கொண்ட அந்த மூன்று ஏஜெண்ட்டுகள் மட்டுமே உள்ளனர்; ஓபர்ஸ்டீன், லா ரோதியர், எட்வர்டோ லூகாஸ் ஆகியோர் உள்ளனர். நான் ஒவ்வொருவரையும் விசாரிக்க வேண்டும்." என்றார்.

நான் அன்று காலைப் பேப்பரைப் பார்த்தேன்.

"அது கோடோல்பின் தெருவின் எட்வர்டோ லூகாஸ்தானா?"

"ஆமாம்."

"நீங்கள் அவரைப் பார்க்க முடியாது."

"ஏன் முடியாது?"

"நேற்றிரவு அவர் வீட்டில் படுகொலை செய்யப்பட்டிருக்கிறார்."

எங்கள் சாகசங்களில் ஹோம்ஸ்தான் என்னை அடிக்கடி ஆச்சரியப்படுத்தியுள்ளார். இந்த முறை நான் அவரை ஆச்சரியப்படுத்தினேன் என்பதை உணர்ந்தேன். அவர் ஆச்சரியத்துடன் என் கையிலிருந்த காகிதத்தைப் பிடுங்கிப்

படித்தார். அவர் நாற்காலியிலிருந்து எழுந்தபோது நான் வாசிப்பதில் ஈடுபட்டிருந்த பத்தி இதுதான்:

வெஸ்ட்மின்ஸ்டரில் கொலை

நேற்றிரவு 16, கோடோல்பின் தெருவில், ஆற்றுக்கும் அபேக்கும் இடையே உள்ள பழைய வீடுகளின் வரிசைகளில் ஒன்றில் ஒரு மர்மமான குற்றம் நடந்திருக்கிறது. இந்த வீட்டில் எட்வர்டோ லூகாஸ் என்பவர் சில ஆண்டுகளாக வசித்து வருகிறார். சமூக வட்டாரங்களில் அவரது வசீகரமான ஆளுமையும் பெற்றிருந்தார். அண்டை வீட்டார்களிடம் நற்பெயரைக் கொண்டிருந்தார். லூகாஸ் திருமணமாகாதவர். முப்பத்தி நான்கு வயது, அவரது வீட்டில் இரண்டு பணிப்பெண்கள் வேலை செய்கிறார்கள். முதல் பணிப்பெண் தனது பணிகளை முடித்துவிட்டுச் சீக்கிரமாகவே வீட்டுக்குச் சென்றுவிட்டார். இரண்டாவது பணிப்பெண் தனது பணிகளை முடித்து ஒரு நண்பரைச் சந்திக்க மாலையில் சென்றுவிட்டார். இரவு பத்து மணி வரை லூகாஸ் தனது வீட்டில் தனியாக இருந்திருக்கிறார். அந்த நேரத்தில் என்ன நடந்தது என்பது குறித்த தகவல் எதுவும் தெரியவில்லை. ஆனால் இரவு பன்னிரண்டு மணிக்கு ரோந்துக்குச் சென்ற போலீஸ் கான்ஸ்டபிள் பாரெட், கோடோல்பின் தெரு வழியாகச் சென்றுகொண்டிருந்தபோது எண். 16இன் கதவு திறந்திருப்பதை கவனித்தார். அவர் தட்டினார், பதில் வரவில்லை. முன் அறையில் வெளிச்சம் இருப்பதை உணர்ந்த அவர் வீட்டிற்குள் நுழைந்து மீண்டும் தட்டினார். பதில் இல்லாததால், கதவைத் திறந்து உள்ளே நுழைந்தார். அந்த அறை சீர்குலைந்த நிலையில் இருந்தது. பொருட்கள் அனைத்தும் ஒரு பக்கமாக விழுந்துகிடந்தது. ஒரு நாற்காலி கவிழ்ந்திருந்தது. அந்த நாற்காலிக்கு அருகில், அதன் காலைப் பிடித்துக்கொண்டு, எட்வர்டோ லூகாஸ் அவர் இதயத்தில் கத்தியால் குத்தப்பட்டுக் கிடந்தார். அவர் உடனடியாக இறந்திருக்க வேண்டும். குற்றத்திற்குப் பயன்படுத்தப்பட்ட கத்தி வளைந்த இந்திய கத்தியாகும். இது அதே வீட்டில் சுவர்களில் அலங்கார பொருளாக இருந்தது. அதைப் பிடுங்கிக் கொலை செய்திருக்கிறார்கள். அறையில் திருடப்பட்டதிற்கான எந்த முயற்சியும் நடக்கவில்லை. எந்த பொருளும் கொள்ளையடிக்கப்படவில்லை. திரு எட்வர்டோ

லூகாஸ் மிகவும் பிரபலமானவர். அவருடைய படுகொலை அவரது நண்பர்கள் மத்தியில் வேதனை அளித்துள்ளது.

“சரி, வாட்சன், இதைப்பற்றி என்ன நினைக்கிறீர்கள்?” நீண்ட இடைவெளிக்குப் பிறகு ஹோம்ஸ் கேட்டார்.

“இது தற்செயலான நிகழ்வுபோல் தெரியவில்லை.”

“ஆமாம். நேற்றிரவு ஒரு குற்றம் நடந்திருக்கிறது. அதில், நாம் சந்தேகப்படும் மூவரில் ஒருவர் கொல்லப்பட்டிருக்கிறார். அதுவும் குற்றம் நடந்த சில மணி நேரத்தில் நடந்திருக்கிறது. இது தற்செயலாக நடக்கவில்லை. இரண்டு நிகழ்வுகளும் இணைக்கப்பட்டுள்ளன. அது எப்படி என்பதை நாம்தான் கண்டுபிடிக்க வேண்டும்.”

“ஆனால் இப்போது அதிகாரப்பூர்வமாக போலீஸுக்கு அனைத்தும் தெரிந்திருக்குமே?”

“இல்லை. கோடோல்பின் தெருவில் நடந்த கொலையைப் பற்றிதான் அவர்களுக்குத் தெரியும். ஒயிட் ஹால் மாடியில் கடிதம் திருடுபோனதைப் பற்றி அவர்களுக்குத் தெரிந்திருக்க வாய்ப்பில்லை. இரண்டு நிகழ்வுகளைப் பற்றியும் நமக்குதான் தெரியும். அவற்றுக்கிடையேயான தொடர்பைக் கண்டறிய வேண்டும். எப்படியிருந்தாலும், நான் முதலில் லூகாஸைத்தான் சந்தேகப்பட்டிருப்பேன். கோடோல்பின் தெருவுக்கும், வைட் ஹாலுக்கும் தூரம் அதிகமில்லை. சில நிமிடங்களில் நடந்து சென்றுவிடலாம். நான் சந்தேகப்பட்ட மற்ற இரண்டு ஏஜெண்ட்டுகள் மிகவும் தொலைவில் வசிக்கிறார்கள். எனவே, மற்றவர்களைவிட லூகாஸுக்கு ஐரோப்பியச் செயலாளரின் வீட்டில் ஒரு தொடர்பை ஏற்படுத்திக்கொண்டு கடிதத்தைத் திருடுவது எளிதானது. குற்றம் நடந்த நேரத்தைப் பற்றிய விவரம் தெரிந்தால் இன்னும் எளிமையாகவே திருடப்பட்ட நேரத்தை ஒரளவு கணித்துவிடலாம். ஹலோ! என்ன இது?”

சால்வை அணிந்த திருமதி ஹட்சன் ஒரு பெண்ணின் விசிட்டிங் கார்ட்டை ஹோம்ஸிடம் கொடுத்தார். அதைப் பார்த்து, புருவங்களை உயர்த்தி, என்னிடம் கொடுத்தார்.

“லேடி ஹில்டா ட்ரெலவ்னி ஹோப்பிடம் உள்ளே வரச் சொன்னதாகச் சொல்லுங்கள்.” என்று அவர் கூறினார்.

ஒரு கணம் கழித்து, எங்கள் அடக்கமான வீடு லண்டனில் அழகான பெண்ணால் அலங்கரிக்கப்பட்டது. பெல்மின்ஸ்டர் பிரபுவின் இளைய மகளின் அழகைப் பற்றி நான் அடிக்கடி கேள்விப்பட்டிருக்கிறேன். ஆனால் அதைப் பற்றிய எந்த விளக்கமும், புகைப்படங்களைப் பற்றிய சிந்தனையும் எனக்கில்லை. பார்ப்பதற்கு இவ்வளவு அழகாக இருந்தாலும், ஏதோ காய்ச்சலில் அவஸ்தைப்படுவது போன்று காணப்பட்டார்.

"என் கணவர் இங்கு வந்திருக்கிறாரா, மிஸ்டர் ஹோம்ஸ்?"

"ஆமாம், மேடம். அவர் இங்கு வந்திருந்தார்."

"மிஸ்டர் ஹோம்ஸ், நான் இங்கு வந்ததை அவரிடம் சொல்ல வேண்டாம் என்று கேட்டுக்கொள்கிறேன்." ஹோம்ஸ் குளிர்ச்சியாகக் குனிந்து அந்தப் பெண்ணை நாற்காலியில் சாய்த்தார்.

"நீங்கள் எந்த விஷயமாக வந்திருக்கிறீர்கள் என்பதைக் கூறுங்கள். அதே சமயம் நான் உங்களுக்கு எந்த விதமான வாக்குறுதியையும் கொடுக்க முடியாது என்பதைத் தெரிவித்துக்கொள்கிறேன்."

அவள் அறையை முழுவதுமாகப் பார்த்துவிட்டு ஜன்னலுக்குப் பின்னால் அமர்ந்தாள்.

"மிஸ்டர் ஹோம்ஸ்!" என்று அவள் பேசும்போது வெள்ளைக் கையுறை அணிந்த கைகளைப் பற்றிக்கொண்டிருந்தாள். "நான் உங்களிடம் வெளிப்படையாகவே கேட்கிறேன். பதிலுக்கு வெளிப்படையாகப் பேச வேண்டும் என்று எதிர்பார்க்கிறேன். அரசியலைத் தவிர என் கணவர் என்னிடத்தில் அனைத்து விஷயங்களையும் பகிர்ந்துகொள்வார். இதில் ஒன்றில் மட்டும் அவர் என்னிடத்தில் பேசுவதில்லை. நானும் அவரிடத்தில் கேட்பதில்லை. நேற்றிரவு எங்கள் வீட்டில் ஒரு திருட்டு நடந்திருக்கிறது என்பதை அறிவேன். அது ஒரு காகிதம் என்பது எனக்குத் தெரியும். ஆனால் இது அரசியல் விவகாரம் என்பதால் என் கணவர் என்னிடத்தில் எதையும் சொல்ல மறுக்கிறார். நான் இந்த விவகாரத்தை முழுமையாகப் புரிந்துகொள்ள வேண்டும். அப்போதுதான் என் கணவருக்கு

நான் உதவ முடியும். அப்படியானால், மிஸ்டர் ஹோம்ஸ்! என்ன நடந்தது என்பதைச் சொல்லுங்கள். உங்கள் வாடிக்கையாளரின் நலன்களைப் பொருட்படுத்தாமல் நீங்கள் என்னிடத்தில் சொல்லுங்கள். இந்த விஷயத்தில் நீங்கள் அமைதியாக இருக்கக் கூடாது. அவருக்கு முழுமையாக உதவ வேண்டும் என்ற எண்ணத்தில்தான் கேட்கிறேன். நீங்கள் என்னிடத்தில் சொல்லுவது வெளியே போகாது என்று உங்களுக்கு உறுதியளிக்கிறேன். திருடப்பட்ட இந்தக் காகிதம் என்ன?"

"மேடம், நீங்கள் என்னிடம் கேட்பது உண்மையில் சாத்தியமற்றது."

அவள் முனகினாள், அவள் முகத்தைக் கைகளில் பதித்தாள்.

"தொழில் ரகசியம் என்ற முறையில் உங்கள் கணவர் எங்களை நம்பிச் சொன்ன விஷயத்தை நாங்கள் உங்களிடம் பகிர முடியாது. அப்படிச் சொல்வது நியாயமில்லை. இதைப் பற்றி நீங்களே அவரிடம் கேட்கலாமே?"

"நான் அவரிடம் கேட்டேன். ஆனால் என்னிடம் திட்டவட்டமாகச் சொல்ல முடியாது என்பதை அவர் சொல்லாமல் சொல்கிறார். மிஸ்டர் ஹோம்ஸ்! நீங்கள் இந்த விஷயத்தையாவது தெளிவுபடுத்தினால் எனக்கு உதவியாக இருக்கும்."

"என்ன மேடம்?"

"இந்தச் சம்பவத்தின் மூலம் என் கணவரின் அரசியல் வாழ்க்கை பாதிக்கப்பட வாய்ப்பிருக்கிறதா?"

"மேடம்! இந்தப் பிரச்சினை சரியாக முடியவில்லை என்றால், அவருக்குத் துரதிர்ஷ்டவசமான விளைவை அது ஏற்படுத்தலாம்."

சந்தேகங்கள் தீர்ந்தவளாக மூச்சைக் கூர்மையாக இழுத்தாள்.

"இன்னும் ஒரு கேள்வி, மிஸ்டர் ஹோம்ஸ்! இந்தப் பிரச்சினைக்கு முக்கியக் காரணம் எனது கணவர் தொலைத்த கடிதத்தால் ஏற்பட்டது என்கிறீர்களா?"

"நீங்கள் அப்படிக் கேட்டால், அதை என்னால் நிச்சயமாக மறுக்க முடியாது."

"எந்த மாதிரி விளைவுகளை அது ஏற்படுத்தும்?"

"இல்லை, மேடம்! நான் பதில் சொல்ல முடியாத கேள்வியை நீங்கள் என்னிடம் கேட்கிறீர்கள்."

"அப்படியென்றால் உங்கள் நேரத்தை நான் எடுத்துக்கொள்ள மாட்டேன். மிஸ்டர் ஹோம்ஸ்! வெளிப்படையாகப் பேச மறுத்ததற்கு உங்களைக் குறை கூற முடியாது. மேலும் உங்கள் பக்கத்தில் உள்ளதைத் தெளிவாக விளக்கிவிட்டீர்கள். அதேசமயம், நான் என் கணவரின் கவலைகளைப் போக்குவதற்காக வந்தேன் என்பதையும் புரிந்துகொண்டிருப்பீர்கள் என்று நினைக்கிறேன். அதனால் என் வருகையைப் பற்றி நீங்கள் கணவரிடம் சொல்ல வேண்டாம் என்பதை மீண்டும் ஒருமுறை கேட்டுக்கொள்கிறேன்." என்று கூறி அவள் வெளியே சென்றாள். அந்த அழகான முகத்தில் சோர்வும், ஏமாற்றமும் அதிகமாகவே இருந்தது நன்றாகத் தெரிந்தது.

"வாட்சன்! என்னைவிட நீங்கள்தான் பெண்களை அதிகம் புரிந்து வைத்திருக்கிறீர்கள். இந்தப் பெண் எதற்காக வந்தாள்? அவள் உண்மையில் என்ன விரும்பினாள்? என்று உங்களுக்கு விளங்கியதா?" ஹோம்ஸ் புன்னகையுடன் கேட்டார்.

"அவளுடைய கவலை மிகவும் நியாயமானது. அவளுடைய கோரிக்கையும் தெளிவாகவே இருக்கிறது."

"ஹூம்! வாட்சன், அவளது தோற்றம், அவள் பேசிய விதம், அடக்கமாக அமர்ந்தது, அமைதியின்மை, கேள்விகள் கேட்பதில் அவளது விடாமுயற்சி ஆகியவற்றை நினைத்துப் பாருங்கள். பெரும்பாலும் இதுபோன்ற பெருங்குடிகளிலிருந்து வந்தவர்கள் தங்கள் உணர்ச்சிகளை வெளியே காட்டிக்கொள்ள மாட்டார்கள். அதையும் மீறி அவள் முகத்தில் அமைதியின்மை தெரிந்தது."

"ஆமாம், அவள் அமைதியின்மையாகக் காணப்பட்டாள்."

"தன் கணவனின் பிரச்சினை குறித்து எல்லாவற்றையும் தெரிந்துகொள்வதில் ஆர்வம் அதிகமாக இருந்தது.

அவளுடைய முகபாவனையை நாம் தெரிந்துக்கொள்ளக் கூடாது என்பதற்காக வெளிச்சம் அதிகம் இல்லாத ஜன்னலோரத்தில் அமர்ந்ததை நீங்கள் கவனித்திருக்க வேண்டும். அந்தப் பெண்ணைச் சரியாகப் புரிந்துகொள்ள முடியவில்லை."

"ஆமாம். அவள் அறையில் ஜன்னல் அருகிலிருக்கும் நாற்காலியைத் தேர்ந்தெடுத்தாள்."

"பெண்களின் நோக்கங்களை என்றும் புரிந்துகொள்ளவே முடியாது. எந்தக் காரணத்திற்காகச் சந்தேகிக்கிறார்கள்? எதனால் நம்புகிறார்கள் என்பது தெரியாது. நமக்குச் சாதாரணமாகத் தெரிந்தாலும், அவர்கள் ஹேர்-பின்னுக்கும், கர்லிங் முடிக்கும் அசாதாரணமாக நடந்துகொள்வார்கள். சரி வாட்சன்! நான் வெளியே செல்கிறேன்."

"இப்போதே செல்கிறீர்களா?"

"ஆமாம். நான் காலையிலேயே கோடோல்பின் தெருவில் செல்வது நல்லதென்று நினைக்கிறேன். எட்வர்டோ லூகாஸிடம்தான் இந்தப் பிரச்சினைக்கான தீர்வு இருக்கிறது. இருப்பினும் அது எந்த வடிவத்தை எடுக்கலாம் என்கிற குறிப்பு என்னிடத்தில் இல்லை. எல்லாவற்றிற்கும் மேலாக இந்த விஷயத்தில் முன் கூட்டியே கோட்பாட்டுடன் அனுகுவது சரியில்லை. நீங்கள் பத்திரமாக இருங்கள், வாட்சன்! என்னால் முடிந்தால் மதிய உணவிற்கு உங்களுடன் சேர்ந்துகொள்கிறேன்." என்றார்.

அந்த நாள், அடுத்த நாள், அதற்கும் அடுத்த நாள் முழுவதும் ஹோம்ஸ் வேறு மாதிரியான மனநிலையில் இருந்தார். வெளியே செல்வதும் வருவதுமாக இருந்தார். இடைவிடாமல் புகைபிடித்தார். வயலின் வாசித்தார். ஒழுங்கற்ற நேரங்களில் சாண்ட்விச்களைச் சாப்பிட்டார். நான் அவரிடம் கேட்கும் சாதாரண கேள்விகளுக்குப் பதிலளிக்கவில்லை. நான் சொல்லுவதைக் காதில் வாங்கிக்கொள்ளாதவாறு நடந்துகொண்டார். இந்த வழக்கைப் பற்றி அவர் என்னிடத்தில் எதுவும் பகிரவில்லை. மேலும் இறந்தவரின் வீட்டுப் பணியாள் கைது செய்யப்பட்டு, விசாரணைக்குப் பிறகு விடுவிக்கப்பட்டதைக் கூட

பேப்பரில் பார்த்துத்தான் நான் தெரிந்துகொண்டேன். இறந்தவர் எதற்காகக் கொல்லப்பட்டார் என்ற காரணம் இதுவரை அறியப்படாமலேயே இருந்தது. எந்த நோக்கமும் பரிந்துரைக்கப்படவில்லை. அவரின் அறை முழுவதும் மதிப்புமிக்க பொருட்கள் இருந்தன. ஆனால் எதுவும் திருடப்படவில்லை. இறந்தவரின் குறிப்புகளைப் பற்றிக் கவனமாக ஆராயப்பட்டன. அவர் சர்வதேச அரசியலில் ஆர்வமுள்ளவராக இருந்தார். அவரைப் பற்றிச் சளைக்க முடியாத கிசுகிசுக்கள் இருந்தன. பல மொழிகள் கற்றவர். சோர்வடையாமல் நிறைய கடிதங்கள் எழுதுபவர். பல நாடுகளின் முன்னணி அரசியல்வாதிகளுடன் நெருங்கிய தொடர்பு கொண்டிருந்தார். தொலைந்துபோன கடிதத்திற்கும், இவருக்கும் இருக்கக்கூடிய தொடர்பும் கூடத் தெரியவில்லை. பல பெண்களுடன் உறவில் இருந்திருக்கிறார். பலர் அவருக்கு அறிமுகம் இருந்தாலும், நண்பர்கள் என்று ஒரு சிலர் மட்டுமே இருந்தார்கள். அவரிடம் அன்பு காட்டிய மனிதர்கள் யாருமில்லை. அவருடைய வாழ்க்கையின் அனைத்தும் வெளிப்படையாக இருந்திருக்கிறது. அவருடைய மரணம் மட்டும்தான் முழுமையான மர்மமாக இருந்தது.

அவரது பணியாள் கைது செய்யப்பட்டதுக்கூட முழுமையான செயலற்ற தன்மையின் வெளிப்பாடாகவே இருந்தது. என்றாலும், அவர்மீது எந்த வழக்கையும் தொடர முடியவில்லை. அன்றிரவு தனது நண்பர்களைச் சந்தித்ததற்கான சாட்சிகள் இருந்தது. அவர் உண்மையில் பன்னிரண்டு மணிக்கு வந்திருந்தார். அவர் எப்பொழுதும் தனது எஜமானருடன் நல்லுறவில் இருந்தார். இறந்தவரின் பல உடைமைகள் – குறிப்பாக ஒரு சிறிய ரேஸர்கள் – பணப் பெட்டிகளில் காணப்பட்டன. ஆனால் இறந்தவரிடமிருந்து அவை எதுவும் திருடப்படவில்லை. அதை அவர் வீட்டின் மற்றொரு பணிப்பெண்ணும் உறுதிப்படுத்தினாள். இறந்தவரின் வீட்டில் பணி செய்த இருவருக்கும் யார் மீதும் சந்தேகமில்லை. ஆனால் குற்றம் நடந்த இரவு தனது எஜமானரைப் பார்க்க ஒரு பார்வையாளர் வந்ததை ஒப்புக்கொண்டார்.

எனவே மூன்று நாட்கள் அவரின் மரணம் மிகவும் மர்மமானதாகவே இருந்தது, நான் அதைச் செய்தித்தாள்

வாசித்ததில் இருந்துதான் தெரிந்து கொண்டேன். அந்தக் குற்றத்தைக் குறித்து ஹோம்ஸ் மிகவும் கூர்மையாகக் கவனிக்கிறார் என்பதை என்னால் உணர முடிந்தது. அந்த வழக்கைக் கையாளும் இன்ஸ்பெக்டர் லெஸ்ட்ரேட் வழக்கின் ஒவ்வொரு வளர்ச்சியைக் குறித்தும் விசாரித்துக்கொண்டிருக்கிறார் என்பதை அறிவேன். அதன்பின் நான்காவது நாளில், பாரிஸிலிருந்து ஒரு நீண்ட செய்தி வந்தது. அது அனைத்துக் கேள்விகளுக்கும் பதிலளிப்பதுபோல் தோன்றியது:

“வெஸ்ட் மின்ஸ்டரின் கோடோல்பின் தெருவில் கடந்த திங்கட்கிழமை இரவு வன்முறையால் மரணமடைந்த திரு எட்வர்டோ லூகாஸின் கொலைக்குப் பாரிசியன் காவல்துறையால் ஒன்று கண்டுபிடிக்கப்பட்டுள்ளது. இறந்த மனிதர் அவரது அறையில் கத்தியால் குத்தப்பட்டதையும், அவரது மரணத்தில் சில சந்தேகங்கள் இணைக்கப்பட்டதையும் எங்கள் வாசகர்கள் நினைவில் வைத்திருப்பார்கள். ஆனால் வழக்கின் அனைத்துக் கேள்விகளுக்கும் பதில் கிடைத்துவிட்டது. நேற்று, ரூ ஆஸ்டர்லிட்ஸில் உள்ள ஒரு சிறிய வில்லாவில் எம்மே ஹென்றி ஃபோர்னே (Mme Henri Fournaye) என்று அழைக்கப்படும் ஒரு பெண்மணி பைத்தியம்போல் நடந்துகொண்டதாக அவளது ஊழியர்கள் அதிகாரிகளிடம் புகார் அளித்தனர்.

ஒரு பரிசோதனையில் அவள் உண்மையிலேயே ஆபத்தான கட்டத்தில் பைத்தியமாக இருப்பதை விசாரணையில், எம்மே ஹென்றி ஃபோர்னே கடந்த செவ்வாய்க்கிழமை லண்டனுக்குப் பயணத்துத் திரும்பியதையும், வெஸ்ட்மின்ஸ்டரில் நடந்த குற்றத்துடன் அவரை தொடர்புபடுத்துவதற்கான ஆதாரங்கள் இருப்பதையும் போலீசார் கண்டுபிடித்தனர். புகைப்படங்களின் ஒப்பீட்டில் வி. ஹென்றி ஃபோர்னே, எட்வர்டோ லூகாஸ் ஆகிய இருவரும் ஒரே நபர்தான் என்பது தெரிந்தது. இறந்தவர் சில காரணங்களுக்காக லண்டன், பாரிஸில் இரட்டை வாழ்க்கை வாழ்ந்திருக்கிறார் என்பது உறுதியாக நிரூபிக்கப்பட்டது. எம்மே ஹென்றி ஃபோர்னே உற்சாகமான இயல்புடையவர். கடந்த காலத்தில் வெறித்தனமான பொறாமையால் பாதிக்கப்பட்டுள்ளார்.

அதுவே லண்டனில் பெரும் குற்றம் செய்யக் காரணமாக அமைந்தது. திங்கட்கிழமை இரவுவரை அவளது நடவடிக்கையில் எந்த பிரச்சினையுமில்லை. ஆனால் செவ்வாய்க்கிழமை காலை சாரிங் கிராஸ் ஸ்டேஷனில் ஒரு பெண் சாதாரணக் கேள்விகளுக்குக் காட்டுத்தனமாகப் பதிலளித்ததாகவும், அவளது நடவடிக்கையில் வன்முறை அதிகமாக இருந்ததாகவும் தெரிந்தது. ஆகவே, அந்தக் குற்றம் பைத்தியக்காரத்தனமாக இருந்தபோது செய்யப்பட்டிருக்கலாம் அல்லது அந்தக் குற்றத்தைச் செய்த பிறகு பைத்தியம் பிடித்தவள்போல் நடந்துகொண்டிருக்கலாம். தற்போது அவளால் கடந்த காலத்தைப் பற்றிய எந்தத் தகவலையும் கொடுக்க முடியவில்லை. மேலும் அவள் கொலை செய்ததற்கான காரணத்தைக் கண்டுபிடிக்கவும் முடியவில்லை. மருத்துவர்களும் அவளைக் குணப்படுத்த முடிவதற்கான எந்த நம்பிக்கையையும் கொண்டிருக்கவில்லை. எம்மே ஹென்றி ஃபோர்னே என்ற ஒரு பெண், திங்கட்கிழமை இரவு சில மணிநேரங்கள் கோடோல்பின் தெருவிலுள்ள வீட்டைப் பார்த்துக்கொண்டிருந்தார் என்பதற்கான சாட்சிகள் இருந்தன.

"அதைப் பற்றி நீங்கள் என்ன நினைக்கிறீர்கள், ஹோம்ஸ்?" அவர் காலை உணவை முடித்துக்கொண்டிருக்கும் போது, நான் அவரிடம் சத்தமாகச் செய்தித்தாளைப் படித்த பிறகு கேட்டேன்.

"மை டியர் வாட்சன்." என்று அவர் கூறினார், அவர் மேசையிலிருந்து எழுந்து அறையில் அப்படியும் இப்படியும் வேகமாகச் சென்றார். "நீங்கள் மிகவும் பொறுமையாக இருக்கிறீர்கள். கடந்த மூன்று நாட்களில் நான் உங்களிடம் எதுவும் சொல்லாததற்குக் காரணம் சொல்ல எதுவும் இல்லை என்பதுதான். இப்போதும்கூட பாரிஸிலிருந்து வந்திருக்கும் இந்தச் செய்தி நமக்குப் பெரிதாக உதவவில்லை."

"ஆனால் அந்த மனிதனின் மரணத்தைப் பொறுத்தவரையில் முடிவு கிடைத்துவிட்டது."

"இந்த ஆவணத்தைக் கண்டுபிடித்து ஒரு ஐரோப்பிய பேரழிவைக் காப்பாற்றும் நமது பெரிய பணியுடன் ஒப்பிடுகையில், அந்த மனிதனின் மரணம் ஒரு சாதாரண

சம்பவம். கடந்த மூன்று நாள்களில் நடந்த ஒரு நல்ல விஷயம், ஆபத்து விளைவிக்கக்கூடிய எந்த சம்பவமும் நடக்கவில்லை என்பதுதான். அரசாங்கத்திடம் இருந்து நான்கு மணிநேரத்திற்கு ஒருமுறை அறிக்கைகளைப் பெறுகிறேன். ஐரோப்பாவில் எங்கும் பிரச்சினைக்கான எந்த அறிகுறியும் இல்லை என்பது அதிலிருந்து உறுதியாகிறது. இப்போது வரை அந்தக் கடிதம் வெளியே தெரியவில்லை. வெளியே வரவில்லை என்றால், அந்தக் கடிதம் எங்கு இருக்கிறது? யாரிடம் இருக்கிறது? ஏன் இன்னும் வெளியே வரவில்லை? என் மூளையில் சுத்தியலால் இந்தக் கேள்விகள் அடித்துக் கொண்டே இருக்கிறது. கடிதம் காணாமல்போன இரவில் லூகாஸ் மரணம் அடைந்தது தற்செயலாக நடந்ததா? கடிதம் அவருக்கு எப்போதாவது வந்ததா? அப்படியானால், அது ஏன் அவரது ஆவணங்களில் இல்லை? அவனுடைய இந்தப் பைத்தியக்கார மனைவி அதைத் தன்னுடன் எடுத்துச் சென்றாளா? அப்படியானால், அது பாரிஸில் உள்ள அவள் வீட்டில் உள்ளதா? பிரெஞ்சு காவல்துறையினருக்குச் சந்தேகம் வராமல் நாம் அந்தக் கடிதத்தை எப்படித் தேடுவது? வாட்சன்! சட்டம்கூட நமக்கு எதிராக இருக்கும் வழக்கைத்தான் நாம் கையாள்கிறோம். இந்த வழக்கில் ஒவ்வொரு மனிதரும் நமக்கு எதிராக உள்ளனர். ஆனால் இதை நான் வெற்றிகரமான முடிவுக்குக் கொண்டுவந்தால், எனது துப்பறியும் வாழ்க்கையில் இந்த வழக்கு மணிமகுடமாக இருக்கும். ஆ, இதோ நமது நண்பர் லேட்டஸ்ட்டிடமிருந்து ஒரு செய்தி!" கையில் கொடுக்கப்பட்டிருந்த குறிப்பை அவசரமாகப் பார்த்தார். "ஹல்லோ! லெஸ்ட்ரேட் ஆர்வத்தை ஏற்படுத்தக்கூடிய ஒன்றைக் கவனித்ததாகத் தெரிகிறது. உங்கள் தொப்பியை அணிந்துகொள்ளுங்கள், வாட்சன்! நாம் ஒன்றாக வெஸ்ட்மின்ஸ்டருக்குச் செல்வோம்."

லூகாஸ் கொலை செய்யப்பட்ட வீட்டிற்கு நான் இப்போதுதான் வருகை தருகிறேன். உயரமான, மங்கலான, குறுகிய வீடு. அது சென்ற நூற்றாண்டைப் போன்று மிகச் சாதாரணமாக இருந்தது. லெஸ்ட்ரேட்டின் வீட்டுக்குள் எங்களுக்காகக் காத்திருந்தார். ஒரு பெரிய கான்ஸ்டபிள் கதவைத் திறந்து எங்களை உள்ளே அனுமதித்தபோது, அவர் எங்களை அன்புடன் வரவேற்றார். குற்றம் நடந்த

அறையையும் எங்களுக்குக் காட்டினார். என்றாலும் எந்தத் தடயமும் இல்லை. ஆனால் கம்பளத்தின் மீது ஏதோ அசிங்கமான, ஒழுங்கற்ற கறை இருந்தது.

இந்தக் கம்பளம் அறையின் மையத்தில் ஒரு சிறிய சதுர மேட்டில் இருந்தது. அந்தச் சதுரப் பகுதியைச் சுற்றிலும் அழகான, பழமையான, மரத் தளங்கள் மெருகூட்ட வேண்டி சூழப்பட்டிருந்தது. குளிருக்கு நெருப்பூட்டும் இடத்தில் ஓர் ஆயுதம் இருந்தது. அது குற்றத்திற்காகப் பயன்படுத்தியதாக இருக்கலாம். ஜன்னலில் ஓர் ஆடம்பரமான மேசை இருந்தது. அந்தக் குடியிருப்பில் ஒவ்வொரு பொருளைப் பார்க்கும்போதும் இறந்தவர் மிக ஆடம்பரமான வாழ்க்கை வாழ்ந்திருக்கிறார் என்பது நன்கு தெரிந்தது.

"பாரிஸ் செய்தியைப் பார்த்தீர்களா?" என லெஸ்ட்ரேட் கேட்டார்.

ஹோம்ஸ் தலையசைத்தார்.

"எங்கள் பிரெஞ்சு நண்பர்கள் இந்த வழக்கைக் குறித்துச் சரியாக விசாரித்து அறிக்கை தந்துள்ளார்கள். அவர்கள் கூறிய செய்தியில் எந்தச் சந்தேகமுமில்லை. அவள் கதவைத் தட்டியவுடன், லூகாஸுக்கு ஆச்சரியமான வருகையாக இருந்திருக்கிறது. ஏனென்றால் அவன் தனது இன்னொரு வாழ்க்கையை அந்தப் பெண்ணிடம் ரகசியமாக வைத்திருந்தான். அவளை நீண்ட நேரம் தெருவில் நிற்க வைக்க முடியாததால், அவளை உள்ளே அனுமதித்தான். அவள் அவனை எப்படிக் கண்டுபிடித்தாள், எப்படி இந்த இடத்திற்கு வந்தாள் என்பதை ஆராய்ந்தால் அது இன்னொரு வழக்காக இருக்கும். அவள் உள்ளே நுழைந்ததும் இருவருக்குள்ளும் இயல்பான வாக்குவாதம் முற்றியிருக்கும். லூகாஸ் கொல்லப்பட்டிருக்கிறான். இது எல்லாம் ஒரு நொடியில் முடிந்துவிடவில்லை. இந்த நாற்காலிகள் அனைத்தும் அங்குமிங்கும் விழுந்து கிடந்தன. மேலும் அவர் அவளைத் தடுத்து நிறுத்த முயற்சித்ததுபோல் தடயங்கள் இருக்கின்றன. நாங்கள் குற்றத்தை நேரில் பார்த்ததுபோல் அனைத்தும் தெளிவாக உள்ளது."

ஹோம்ஸ் புருவங்களை உயர்த்தினான்.

"அப்படியென்றால் நீங்கள் என்னை ஏன் அழைத்தீர்கள்?"

"ஆஞ் ஆமாம், அது வேறொரு விஷயம். வெறும் அற்பமான விஷயம். என்றாலும் உங்களுக்கு அது ஆர்வத்தை உண்டாக்கக்கூடியது. வினோதமானதுகூட என்றும் சொல்லலாம். நீங்கள் இதை அபத்தமானது என்றுகூடச் சொல்லலாம்."

"என்ன அது?"

"சரி. இங்கு குற்றம் நடந்த இடத்தில் அனைத்துப் பொருள்களையும் நாங்கள் அப்படியே வைத்திருப்பதில் மிகவும் கவனமாக இருக்கிறோம் என்பது உங்களுக்குத் தெரியும். எதுவும் நகர்த்தப்படவில்லை. இரவும் பகலும் இங்கு பொறுப்பான கான்ஸ்டபிள் இருக்கிறார். இறந்தவரின் உடல் புதைக்கப்பட்டு விசாரணை முடிந்ததால், இந்த அறையை நாங்கள் கொஞ்சம் ஒழுங்குப்படுத்தலாம் என்று நினைத்தோம். அப்போது இந்த இணைக்கப்பட்ட கம்பளத்தை எடுக்க சந்தர்ப்பம் கிடைத்தது. அப்போது நாங்கள் ஒன்றைக் கண்டுபிடித்தோம்–"

"அப்படியா? என்ன கண்டுபிடித்தீர்கள்?"

ஹோம்ஸின் முகத்தில் பதற்றம் அதிகரித்தது.

"சரி, நாங்கள் கண்டுபிடித்ததை நூறு ஆண்டுகளானாலும் உங்களால் ஊகிக்க முடியாது என்று நம்புகிறேன். கம்பளத்தில் அந்த இரத்தக் கறையை நீங்கள் பார்க்கிறீர்களா? அது கம்பளத்தில் ஊறி, தரையில் இரத்தம் படிந்திருக்க வேண்டும், இல்லையா?"

"சந்தேகத்திற்கு இடமின்றி அப்படித்தான் இருக்க வேண்டும்."

"சரி. ஆனால் இரத்தக் கறை இல்லையென்பதைக் கேட்டால் நீங்கள் ஆச்சரியப்படுவீர்கள்."

"என்னது? கறை இல்லையா! ஆனால் இருக்க வேண்டுமே–"

"ஆமாம்; எனவே நீங்கள் கூறுவது சரி. ஆனால் இல்லை என்பதே உண்மை."

கம்பளத்தின் மூலையைக் கையில் எடுத்து, அதைப் புரட்டிப் பார்த்ததில் கறையே இல்லை.

"ஆனால் மேல்புறம் கறை படிந்துள்ளதால், கண்டிப்பாகக் கீழ்ப்பகுதியில் அதன் அடையாளத்தை விட்டுச் சென்றிருக்க வேண்டும்." என்று ஹோம்ஸ் கூறினார்.

புகழ்பெற்ற நிபுணரைக் குழப்பியதில் லெஸ்ட்ரேட் மகிழ்ச்சியாகச் சிரித்தார்.

"இப்போது நான் உங்களுக்கு இன்னொன்றைக் காட்டுகிறேன். இரண்டாவது இரத்தக் கறை உள்ளது. ஆனால் மற்றொரு இடத்தில், நீங்களே பாருங்கள்." அவர் பேசுகையில், கம்பளத்தின் மற்றொரு பகுதியைப் புரட்டினார். அந்தப் பழங்காலத் தரையின் சதுர வெள்ளைப் பகுதியில் ஒரு பெரிய கருஞ்சிவப்புக் கசிவு இருந்தது. "மிஸ்டர் ஹோம்ஸ், இதை நீங்கள் என்ன சொல்கிறீர்கள்?"

"இது மிக எளிது. இரண்டு கறைகளும் ஒத்துப்போகின்றன. கம்பளம் சதுரமாக இருப்பதால், மாற்றி வைத்தாலும் எளிதாகப் பொருந்தியிருக்கிறது."

"இந்த கார்பெட் மாற்றி போடப்பட்டிருக்கிறது என்று காவல்துறைக்குச் சொல்வதற்கு மிஸ்டர் ஹோம்ஸ் போன்ற துப்பறியும் நபர் தேவையில்லை. இதுபோதுமான அளவு தெளிவாக உள்ளது. ஏனென்றால் கறைகள் ஒன்றுக்கு மேல் ஒன்று வைத்தால் பொருந்துகிறது. நான் தெரிந்து கொள்ள விரும்புவது என்னவென்றால், கம்பளத்தை யார் மாற்றினார்கள்? ஏன் அதை செய்திருக்க வேண்டும்?"

ஹோம்ஸின் விறைப்பான முகமானது அவருடைய உள்மனதில் உற்சாகத்துடன் அதிர்வதை என்னால் காண முடிந்தது.

"இதோ பாருங்கள் லெஸ்ட்ரேட்! அந்த கான்ஸ்டபிள்தான் எல்லா நேரமும் இந்த இடத்தைக் கண்காணித்தாரா?"

"ஆமாம் அவர்தான்."

"சரி, என் ஆலோசனையைக் கேளுங்கள். எங்களுக்கு முன் அதைச் செய்ய வேண்டாம். நாங்கள் இங்கு காத்திருக்கிறோம்.

நீங்கள் அவரைப் பின் அறைக்கு அழைத்துச் சென்று விசாரியுங்கள். அவரைத் தனியாகப் பேச அழைத்திருப்பதால் தனது குற்றத்தை ஒத்துக்கொள்ளலாம். எப்படிக் குற்றம் நடந்த இடத்திற்கு மற்றவர்களை அனுமதித்தார் என்றும், எதற்காக அவர்களைத் தனியாக விட்டார் என்றும் கேளுங்கள். அவர் செய்தாரா என்பதைக் கேட்காதீர்கள். அதைச் சாதாரணமாக எடுத்துக்கொண்டு, உங்களுக்குத் தெரிந்தது போன்று அவரிடம் சொல்லுங்கள். அவர் ஒப்புக்கொண்டு உங்களிடம் மன்னிப்புக் கேட்க வாய்ப்புள்ளது." என்றார்.

"நீங்கள் சொல்வதுபோல் நடந்திருந்தால், நான் அவரிடம் உண்மையைப் பெறுவேன்." லெஸ்ட்ரேட் அழுத்தமாகக் கூறி, அந்த கான்ஸ்டபிளை பின் அறைக்கு அழைத்துச் சென்றார். சில கணங்களில் அவரது மிரட்டல் குரல் பின் அறையிலிருந்து ஒலித்தது.

"இப்போது, வாட்சன்!" வெறித்தனமான ஆர்வத்துடன் ஹோம்ஸ் கிசுகிசுத்தார். அவ்வளவு நேரம் அலட்சியப் போக்கினைக் கடைப்பிடித்த ஹோம்ஸ், திடீரென்று அசுர சக்தி ஆற்றலுடன் தரையின் கம்பளத்தை எடுத்தார். அவரது கைகள், முழங்கால்கள் கீழே உள்ள மரத்தின் சதுரத்திலும் தட்டிப் பார்த்து எதையோ தேடினார். அதன் ஓரத்தில் நகங்கள் பட்ட இடத்தைத் திறந்தார். அதில் ஒரு பெட்டி மூடப்பட்டிருந்தது. ஹோம்ஸ் அதை ஆர்வமாகத் திறந்து பார்க்க, அது காலியாக இருப்பதைப் பார்த்து மிகுந்த ஏமாற்றம் அடைந்தார்.

"விரைவு, வாட்சன், சீக்கிரம்! நாம் கம்பளத்தை மீண்டும் அப்படியே பொறுத்த வேண்டும்." என்று கூறி அந்தப் பெட்டியை முன்பு போலவே வைத்துக் கம்பளத்தை மூடினார். லெஸ்ட்ரேட்டின் குரல் எங்களை நெருங்கி வருவதுபோன்று இருந்தது. ஹோம்ஸ் மேன்டல்பீஸுக்கு எதிராகச் சோர்வாகச் சாய்வதைப் போல் இருந்தார். அடக்க முடியாத கொட்டாவி மூலம் தனது ஏமாற்றத்தை அதை மறைக்க முயன்றார்.

"உங்களைக் காக்க வைத்ததற்கு மன்னிக்கவும், மிஸ்டர் ஹோம்ஸ். இந்த முழு விவகாரமும் உங்களைச் சலிப்படையச்

செய்திருக்கும் என்பது புரிகிறது. இங்கு வா, மேக்பெர்சன். நீ செய்த மன்னிக்க முடியாத குற்றத்தை இந்த மனிதர்களும் கேட்கட்டும்."

கான்ஸ்டபிள் குற்றவுணர்வுடன் அந்த அறையிலிருந்து வெளியே வந்தார்.

"சார்! நான் எந்தத் தீங்கும் செய்யவில்லை என்பதை உறுதியாக நம்புகிறேன். ஓர் இளம் பெண் நேற்று மாலை வாசலுக்கு முகவரி மாறி வந்ததாகச் சொன்னாள். பின்னர் நாங்கள் பேசினோம். நாள் முழுக்க இங்கு தனிமையில் வேலை பார்த்ததால் பேச்சுத்துணையாக இருந்தது."

"சரி, அப்புறம் என்ன நடந்தது?"

"குற்றம் எங்கு நடந்தது? அதைப் பற்றிப் பத்திரிகைகளில் படித்ததாகவும், அந்த இடத்தைப் பார்க்க விரும்புவதாகவும் அவள் சொன்னாள். அவள் பார்ப்பதற்கு மிகவும் மரியாதைக்குரிய பெண் போல் தெரிந்ததால், அதைப் பார்ப்பதில் எந்த தீங்கும் இல்லையென்று நினைத்து அனுமதித்தேன். அவள் கம்பளத்தின் மீதிருந்த இரத்தக் கறையைப் பார்த்ததும், மயங்கி கீழே தரையில் விழுந்தாள். நான் திரும்பி ஓடி கொஞ்சம் தண்ணீர் எடுத்து முகத்தில் தெளித்தேன். ஆனால் அவள் எழுந்திருக்கவில்லை. பின்னர் நான் அந்த அறையின் அலமாரியிலிருக்கும் பிராந்தியை எடுத்துத் திரும்பி வரும்போது அந்தப் பெண் அங்கில்லை. அவள் குணமடைந்து வெளியேறிவிட்டாள். தான் மயங்கியதை நினைத்து வெட்கப்படுகிறேன், என்னை எதிர்கொள்ளத் துணிவில்லாமல் சென்றுவிட்டார் என்று நினைக்கிறேன்."

"அந்தத் சதுரக் கம்பளம் எப்படி நகர்ந்தது?"

"நான் திரும்பி வரும்போது, அந்தக் கம்பளம் கலைந்துதான் இருந்தது. ஒருவேளை அந்தப் பெண் விழும்போது கலைக்கப்பட்டிருக்கலாம். அதை மீண்டும் பழைய மாதிரி அடுக்கிவிட்டேன்." என்றார்.

"கான்ஸ்டபிள் மேக்பெர்சன், நீங்கள் என்னை ஏமாற்ற முடியாது என்பதைப் புரிந்துகொள்ளுங்கள். இது உங்களுக்கு

ஒரு பாடம்." என லெஸ்ட்ரேட் கண்ணியத்துடன் கூறினார். "நீங்கள் கடமையை மீறியதை என்னால் கண்டுபிடிக்க முடியாது என்று நினைத்தீர்கள் இல்லையா? நல்லவேளை இங்கு எதுவும் திருடு போகவில்லை. உங்கள் அதிர்ஷ்டம். திரு ஹோம்ஸ்! இதுபோன்ற ஒரு சிறிய விஷயத்திற்காக உங்களை அழைத்து நேரத்தை வீணாக்கியதற்கு வருந்துகிறேன். முதல் கறையுடன் பொருந்தாத இரண்டாவது கறை உங்களுக்கு ஆர்வத்தை ஏற்படுத்தும் என்று நினைத்தேன்."

"நிச்சயமாக இது மிகவும் சுவாரஸ்யமாகவே இருந்தது. கான்ஸ்டபிள்! அந்தப் பெண் மீண்டும் இங்கு வந்தாளா?"

"இல்லை சார். ஒரேயொரு முறைதான்."

"அவள் யார்?"

"பெயர் தெரியாது சார். டைப்ரைட்டிங் விளம்பரத்தைப் பார்த்து வேலைக்காக வந்ததாகவும், நம்பர் மாறி வந்துவிட்டதாகவும் மென்மையான இனிமையான குரலில் கூறினாள்."

"அவள் பார்ப்பதற்கு உயரமாக? அழகாக இருந்தாளா?"

"ஆமாம் சார்! அவள் பெரிய இடத்துப் பெண் போல் இருந்தாள். அவள் அழகாக இருந்தாள். இன்னும் சொல்லப்போனால், மிகவும் அழகாக இருந்தாள். யாராக இருந்தாலும் அவளைத் திரும்பி பார்க்கத் தோன்றும். அப்படிப்பட்ட அழகான பெண் கேட்கும்போது மறுக்க மனமில்லாமல் உள்ளே அனுமதித்தேன்." என்றார்.

"அவள் எப்படிப்பட்ட உடையை அணிந்திருந்தாள்?"

"அவளுடைய கால்களுக்குக் கீழே ஒரு நீண்ட மேலங்கி போல ஒன்று இருந்தது. பணக்காரர்கள் அணியும் உடை."

"அப்போது மணி என்ன?"

"அப்போது சாயங்காலம்போல இருக்கும். நான் பிராந்தியுடன் திரும்பும்போது விளக்குகள் ஏற்ற வேண்டிய நேரமாக இருந்தது."

"மிகவும் நல்லது." என்றார் ஹோம்ஸ். "வாருங்கள் வாட்சன்! நமக்கு வேறு முக்கியமான வேலைகள் இருக்கிறது."

நாங்கள் வீட்டை விட்டு வெளியேறியதும் லெஸ்ட்ரேட் முன் அறையில் இருந்தார். கான்ஸ்டபிள் எங்களை வெளியே செல்ல கதவைத் திறந்தார். ஹோம்ஸ் படியைத் திருப்பிக் கையில் எதையோ பிடித்து கான்ஸ்டபிளிடம் காட்டினார். அவர் அதைக் கூர்ந்து பார்த்தார்.

"ஆமாம் சார்! இவரேதான்." அவர் முகத்தில் வியப்புடன் கூறினார். ஹோம்ஸின் தனது உதடுகள் புன்னகைத்தது. அந்தப் படத்தை மீண்டும் தன் சட்டையில் வைத்துக்கொண்டார். நாங்கள் தெருவில் திரும்பியபோது அவர் வெடித்துச் சிரித்தார். "அருமை! அருமை! வாருங்கள், வாட்சன்! நமது விசாரணையில் கடைசி அத்தியாயத்திற்கு வந்துவிட்டோம். யுத்தம் இருக்காது, மாண்புமிகு ட்ரெலவ்னி ஹோப்பிற்கு எந்த பிரச்சினையும் வராது. தனது கவனக்குறைவுக்காக எந்த தண்டனையையும் பெற மாட்டார். இனி பிரதமர் நிம்மதியாக இருக்கலாம். இதைச் சமாளிப்பது கொஞ்சம் சிக்கல்தான். சிறிய சாதுர்யத்தால் யாருக்கும் பாதிப்பில்லாமல் இந்தப் பிரச்சினையை முடித்துவிடலாம்." என்று ஹோம்ஸ் உற்சாகமாகக் கூறினார்.

இந்த அசாதாரண மனிதரைப் பாராட்டுவதில் என் மனம் நிறைந்தது.

"நீங்கள் வழக்கைத் தீர்த்துவிட்டீர்களா?" என்று நான் கேட்டேன்.

"அதைச் சொல்வது கடினம், வாட்சன். இன்னும் கூட நான் தெளிவுப்படுத்திக்கொள்ள ஒரு சில புள்ளிகள் உள்ளன. அதைத் தெரிந்துகொள்ளவில்லை என்றாலும் பரவாயில்லை. அது என் சொந்தத் தவறாக இருக்கும். இப்போது, நாம் நேராக ஒயிட் ஹால் இடத்திற்குச் சென்று பிரச்சினையை ஒரு முடிவுக்குக் கொண்டு வருவோம்."

நாங்கள் ஐரோப்பிய செயலாளரின் இல்லத்திற்கு வந்தபோது, லேடி ஹில்டா ட்ரெலவ்னி ஹோப்பிடம் ஷெர்லாக் ஹோம்ஸ் விசாரித்தார். நாங்கள் காலை அறையில் அமர்ந்தோம்.

"மிஸ்டர் ஹோம்ஸ்!" அந்தப் பெண்மணி, கோபத்துடன் அவள் முகம் இளஞ்சிவப்பு நிறத்தில் இருந்தது, "நீங்கள்

செய்வது நியாயமற்றது. நான் உங்களிடம் என் கணவர் விவகாரத்தை விசாரித்தது அவருக்குத் தெரியக் கூடாது என்று கேட்டிருந்தேன். அப்படியிருந்தும், நீங்கள் இங்கு வந்து, என்னைச் சந்திக்க வந்திருப்பது பெரிய நெருக்கடியைக் கொடுக்கும்." என்றாள்.

"துரதிர்ஷ்டவசமாக, மேடம், எனக்கு வேறு வழி யில்லை. இந்த மிக முக்கியமான கடிதத்தை மீட்டெடுக்க நான் நியமிக்கப்பட்டுள்ளேன். அந்த வழக்கையும் நான்தான் முடித்தாக வேண்டும். அதனால் அந்தக் கடிதத்தை என்னிடம் கொடுங்கள், மேடம்."

அந்தப் பெண்மணி ஆச்சரியத்தில் எழுந்தாள். அவளுடைய அழகான முகத்தில் ஒரு பதற்றம் தெரிந்தது. அவளுடைய கண்கள் நடுங்கியது. அவள் மயக்கமடைந்துவிடுவாள் என்று நினைத்தேன். பின்னர் ஒரு பெரும் முயற்சியுடன் அவள் அதிர்ச்சியிலிருந்து மீண்டாள். ஆச்சரியத்துடன் கோபத்தை அவள் முகத்தில் வெளிப்படுத்தினாள்.

"நீங்கள் – நீங்கள் என்னை அவமானப்படுத்துகிறீர்கள், மிஸ்டர் ஹோம்ஸ்."

"மேடம், இனி மறைத்துப் பயனில்லை. கடிதத்தைக் கொடுத்துவிடுங்கள்." ஹோம்ஸ் கேட்டார். அவள் அழைப்பு மணியை நோக்கிச் சென்றாள்.

"எனது பட்லர் உங்களை வெளியே இழுத்துச் செல்வார்."

"ஹில்டா லேடி! மணியை அடிக்காதீர்கள். அவ்வாறு செய்தால், பெரிய சிக்கலில் நீங்கள்தான் மாட்டிக்கொள்வீர்கள். கடிதத்தை என்னிடம் கொடுங்கள். எல்லாவற்றையும் சரி செய்துகாட்டுகிறேன். நீங்கள் ஒத்துழைத்தால், என்னால் உங்களுக்கு உதவ முடியும். நீங்கள் எனக்கு எதிராகச் செயல்பட்டால், உங்களை அம்பலப்படுத்த வேண்டியது வரும்." என்றார்.

அவ்வளவு நேரம் கோபமாக எதிர்த்து நின்று பேசியவள், சற்று அமைதியானாள். அவளது கை மணியடிக்கத் தயங்கியது.

"என்னை நீங்கள் பயமுறுத்தப் பார்க்கிறீர்கள், மிஸ்டர் ஹோம்ஸ். ஒரு பெண்ணை அச்சமுட்டுவது உங்களைப் போன்ற ஆணுக்கு நல்லதல்ல. உங்களுக்கு என்ன தெரியும்?:

"மேடம்! முதலில் இங்குவந்து அமருங்கள். நீங்கள் உட்காரும்வரை நான் பேசமாட்டேன்."

"நான் உங்களுக்கு ஐந்து நிமிடங்கள் தருகிறேன், மிஸ்டர் ஹோம்ஸ்."

"அதுபோதும், லேடி ஹில்டா. எட்வர்டோ லூகாஸை நீங்கள் சந்தித்ததையும், இந்தக் கடிதத்தை அவரிடம் கொடுத்ததையும், நேற்றிரவு அறைக்கு நீங்கள் புத்திசாலித்தனமாகக் கம்பளத்தின் கீழ் மறைந்திருந்ததை எடுத்ததையும் நான் அறிவேன்." என்றார்.

அவள் வியப்புடன் ஹோம்ஸ்யைப் பார்த்தாள். கொஞ்ச நேரத்தில் தனது வியப்பைக் காட்டிக்கொள்ளாதவளாக மாற்றினாள்.

"உங்களுக்குப் பைத்தியம் பிடித்திருக்கிறது, மிஸ்டர் ஹோம்ஸ்!." என்றாள்.

பாக்கெட்டிலிருந்து ஒரு சிறிய அட்டைத் துண்டை எடுத்துக்காட்டினார். அது ஒரு பெண்ணின் உருவப் படத்திலிருந்து வெட்டப்பட்ட முகம்.

"இது பயனுள்ளதாக இருக்குமென்று நினைத்து நான் எடுத்துச்சென்றேன். போலீஸ்காரர் உங்களை அடையாளம் கண்டுவிட்டார்." என்று அவர் கூறினார்.

அவள் மூச்சுத் திணறினாள். அவள் தலை மீண்டும் நாற்காலியில் விழுந்தது.

"லேடி ஹில்டா! உங்களிடம் அந்தக் கடிதம் உள்ளது. விஷயம் எளிதாகச் சரிசெய்யப்படலாம். உங்களுக்குக் கஷ்டம் கொடுக்க எனக்கு விருப்பம் இல்லை. தொலைந்துபோன கடிதத்தை உங்கள் கணவரிடம் திருப்பிக்கொடுத்தவுடன் என் கடமை முடிந்துவிடும். என் ஆலோசனையைப் பெற்று, என்னுடன் வெளிப்படையாக இருந்தால் உங்களுக்கு நல்லது. இதுதான் உங்களுக்கு இருக்கும் ஒரே வாய்ப்பு."

இப்போதும் அவள் தனது தோல்வியை ஏற்றுக் கொள்ளவில்லை. அவளுடைய தைரியம் போற்றத்தக்கதாக இருந்தது.

"மிஸ்டர் ஹோம்ஸ், நீங்கள் ஏதோ அபத்தமான மாயையில் இருக்கிறீர்கள்."

ஹோம்ஸ் நாற்காலியிலிருந்து எழுந்தார்.

"லேடி ஹில்டா! உங்களுக்காக நான் வருந்துகிறேன். உங்களுக்காக என்னால் முடிந்த உதவியைச்செய்ய முயன்றேன். அதெல்லாம் வீண்தான் என்பதை என்னால் உணர முடிகிறது."

ஹோம்ஸ் மணியை அடித்தார். பட்லர் உள்ளே நுழைந்தார்.

"மிஸ்டர் ட்ரெலவ்னி ஹோப் வீட்டில் இருக்கிறாரா?"

"ஒரு கால் மணிக்கெல்லாம் அவர் வீட்டில் இருப்பார் சார்."

ஹோம்ஸ் கைக்கடிகாரத்தைப் பார்த்தார்.

"இன்னும் கால் மணிநேரம்தானே! மிக நல்லது, நான் காத்திருக்கிறேன்." என்றார்.

லேடி ஹில்டா ஹோம்ஸின் காலடியில் மண்டியிட்டு, கைகளை விரித்து அழுதாள். அவளது கண்ணீரால் நனைந்திருந்தபோது, பட்லர் சென்றுவிட்டான்.

"என்னை விடுங்கள், மிஸ்டர் ஹோம்ஸ்! அவரிடம் சொல்ல வேண்டாம். நான் அவரை மிகவும் நேசிக்கிறேன். இதை நீங்கள் அவரிடத்தில் சொன்னால் அவருடைய உன்னத இதயம் உடைக்கப்படும் என்று எனக்குத் தெரியும்." என்று கெஞ்சினாள்.

ஹோம்ஸ் அந்தப் பெண்ணை எழுப்பினார். "இந்தக் கடைசி நேரத்திலும் உங்களுக்குப் புத்தி வந்ததற்குக் கடவுளுக்குத்தான் நன்றி சொல்கிறேன் மேடம்! நம்மிடத்தில் நேரமில்லை. கடிதம் எங்கே?"

அவள் எழுத்து மேசைக்குச்சென்று, அதிலிருந்து ஒரு நீண்ட நீல உறையை வெளியே எடுத்தாள்.

"இதோ, மிஸ்டர் ஹோம்ஸ்."

"அதை எப்படித் திருப்பி வைப்பது? சீக்கிரம், சீக்கிரம், நாம் ஏதாவது ஒரு வழியை யோசிக்க வேண்டும்! அவரின் டிஸ்பேட்ச் பெட்டி எங்கே?" ஹோம்ஸ் கேட்டார்.

"அவரது படுக்கையறையில்."

"நம் அதிர்ஷ்டம்! சீக்கிரம் மேடம் இங்கே கொண்டு வாருங்கள்."

சிறிது நேரம் கழித்து அவள் கையில் சிவப்புநிறத்தில் தட்டையான ஒரு பெட்டியுடன் தோன்றினாள்.

"இதற்கு முன்பு எப்படித் திறந்தீர்கள்? உங்களிடம் டூப்ளிகேட் சாவி இருக்குமே? அதைத் திறப்பதற்குக் கொடுங்கள்."

அவரது மார்பிலிருந்து லேடி ஹில்டா ஒரு சிறிய சாவியை எடுத்தார். பெட்டி திறந்தது. அது வேறு சில காகிதங்களால் நிரம்பியிருந்தது. ஹோம்ஸ் நீல நிற உறையை வேறு சில ஆவணங்களுக்கு இடையே ஆழமாகத் தள்ளினார். பெட்டி மூடப்பட்டு, மீண்டும் அவரது படுக்கையறையில் வைக்கப்பட்டது.

"இப்போது நாங்கள் அவருக்காகக் காத்திருக்கிறோம்." என்று ஹோம்ஸ் கூறினார்; மேலும் "இன்னும் பத்து நிமிஷம் இருக்கு. லேடி ஹில்டா! ஏன் இப்படிச் செய்தீர்கள்? என்னிடம் வெளிப்படையாக நடந்ததைச் சொல்லுங்கள்."

"மிஸ்டர் ஹோம்ஸ், உங்களுக்கு எல்லாவற்றையும் சொல்கிறேன். என் கணவரை அதிகமாக நேசிக்கிறேன். அவருக்காக உயிரைக் கொடுக்கவும் தயங்க மாட்டேன். லண்டனில் என்னைப் போல் தன் கணவனை நேசிக்கும் ஒரு பெண் வேறு யாரும் இருக்க மாட்டாள். அப்படிப்பட்ட நான் இப்படி நடந்துகொண்டது தெரிந்தால், அவர் என்னை ஒரு போதும் மன்னிக்க மாட்டார். ஏனென்றால், அவருடைய சொந்த மரியாதை மிகவும் உயர்ந்தது என்று நினைப்பவர். அவரால் இதை மறக்கவோ மன்னிக்கவோ முடியாது. எனக்கு உதவுங்கள், மிஸ்டர் ஹோம்ஸ்!" என்று அவள் அழுதுகொண்டு கூறினாள்.

"சீக்கிரம், மேடம்! நேரம் குறைகிறது!"

"அது என்னுடைய கடிதம், மிஸ்டர் ஹோம்ஸ்! என் திருமணத்திற்கு முன் எழுதப்பட்ட ஒரு காதல் கடிதம். அது மிகவும் முட்டாள்தனமானது. ஒரு தூண்டுதலால் அந்த வயதில் எழுதிவிட்டேன். நான் வேறு எந்தத் தீங்கும் செய்யவில்லை. இருந்தாலும், என் கணவர் அதை வாசித்தால் குற்றமாக நினைப்பார் என்று அஞ்சினேன். அவருக்கு என் மீதான நம்பிக்கை அழிந்திருக்கும். அந்தக் கடிதத்தை எழுதிப் பல வருடங்கள் ஆகிறது. இன்னும் சொல்லப்போனால் அப்படி ஒரு கடிதம் இருப்பதையே மறந்துவிட்டேன். கடைசியாக, அது லூகாஸ் என்ற மனிதனிடம் எப்படியோ சென்றிருக்கிறது. அவன் அதை என் கணவரிடம் அவன் கொடுப்பான் என்று மிரட்டினான். நான் கருணைக்கு மன்றாடினேன். என் கணவரின் பெட்டியில் அவன் விவரித்த ஒரு குறிப்பிட்ட ஆவணத்தை அவனுக்குக் கொடுத்தால், எனது கடிதத்தைத் திருப்பித் தருவதாகக் கூறினான். அவனுக்குச் சில உளவாளிகள் என் கணவரிடம் இருக்கும் ஆவணத்தைப் பற்றிச் சொல்லியிருக்கிறார்கள். அவனே என் கணவரின் பெட்டிக்குப் போலி சாவியைச் செய்துகொடுத்தான். என் கணவருக்கு எந்தப் பாதிப்பும் வராது எனவும் உறுதி அளித்தான். என் நிலையிலிருந்து பாருங்கள், மிஸ்டர் ஹோம்ஸ்! என்னால் வேறு என்ன செய்திருக்க முடியும்?"

"உங்கள் கணவரிடம் சொல்லியிருக்கலாமே?"

"என்னால் முடியவில்லை, மிஸ்டர் ஹோம்ஸ், என்னால் முடியவில்லை! ஒருபுறம் எனக்கான அழிவுகள் தெரிந்தன; மறுபுறம், என் கணவரின் ஆவணத்தைக் கொடுத்தால் எவ்வளவு பெரிய விளைவுகள் வருமென்றும் என்னால் புரிந்துகொள்ள முடியவில்லை. என் வாழ்க்கையைக் காப்பாற்றிக்கொள்ள, அவன் வழங்கிய சாவியைக் கொண்டு என் கண்வர் பெட்டியிலிருந்து அந்த ஆவணத்தை எடுத்து கோடால்பின் தெருவுக்குச் சென்றேன்."

"அங்கு என்ன நடந்தது மேடம்?"

"கதவைத் தட்ட லூகாஸ் திறந்தான். அந்த மனிதனுடன் தனியாக இருக்கவே பயந்தேன். நான்

அவனைப் பின்தொடர்ந்து அவனது அறைக்குள் சென்றேன். உள்ளே நுழையும்போது வெளியே ஒரு பெண் இருப்பது ஞாபகம் வந்தது. அவனுடைய மேசையில் என் கடிதம் இருந்ததால், ஆவணத்தைக் கொடுத்துவிட்டு, என் கடிதத்தை எடுத்துக்கொண்டேன். என் வேலை சீக்கிரம் முடிந்து வெளியே வந்தேன். அந்த நேரத்தில் வாசலில் சத்தம் கேட்டது. பாதையில் படிகள் இருந்தன. அதன் வழியாக லூகாஸ் அந்த ஆவணத்தைச் சதுரக் கம்பளத்தின் கீழ் ஒரு பெட்டியில் மறைப்பதைப் பார்த்தேன்."

"அதற்குப் பிறகு என்னைப் பயமுறுத்துவதுபோலக் கனவாக இருந்தது. என் காத்திருப்பு வீண் போகவில்லை. கடைசியில் அவளுடன் உன்னைக் கண்டுபிடித்தேன்!" என்று பிரெஞ்சு மொழியில் ஒரு பெண் கத்தினாள். இருண்ட, வெறித்தனமான முகத்தின் பார்வை எனக்கு ஞாபகம் இருக்கிறது. ஒரு காட்டுமிராண்டித்தனமான போராட்டம் நடந்தது. அவள் கையில் ஒரு கத்தி மின்னியது. நான் பயங்கரமான காட்சியிலிருந்து வீட்டிற்கு விரைந்தேன். மறுநாள் காலையில் பேப்பரில் பயங்கரமான முடிவைத் தெரிந்துகொண்டேன். அன்றிரவு நான் மகிழ்ச்சியாக இருந்தேன். ஏனென்றால் என்னிடம் என் கடிதம் இருந்தது. ஆனால் நான் செய்தது எதுபோன்ற துன்பத்தைக் கொண்டுவரும் என்று யோசிக்கவில்லை.

அடுத்த நாள் காலையில் தான் நான் என் பிரச்சினையை வேறு உருவத்தில் மாற்றியிருக்கிறேன் என்பதை உணர்ந்தேன். என் கணவர் ஆவணத்தை இழந்த வேதனையில் இருந்தார். என்னால் அங்கிருந்தும் எதையும் தடுக்க முடியவில்லை. பின்னர் அவரது காலடியில் மண்டியிட்டு நான் என்ன செய்தேன் என்று அவரிடம் கூற நினைத்தேன். அப்படிச் செய்தால், என் காதல் கடிதத்தைப் பற்றிய ஒப்புதல் வாக்குமூலத்தை நான் கொடுக்க வேண்டியதிருக்கும். என் குற்றத்தின் முழுத் தன்மையையும் புரிந்துகொள்ள அன்று காலை உங்களிடம் வந்தேன். நான் அதைப் புரிந்துகொண்ட உடனேயே, என் மனம் முழுவதும் என் கணவரின் ஆவணத்தைத் திரும்பப் பெற வேண்டும் என்ற எண்ணத்தில் திரும்பியது. லூகாஸ் அதை வைத்த இடம்

எனக்குத் தெரியும். ஏனென்றால் இந்தப் பயங்கரமான பெண் அறைக்குள் நுழைவதற்கு முன்பு அது மறைக்கப்பட்டதைப் பார்த்தேன். ஒரு வேளை அவள் வராமல் இருந்திருந்தால், அந்த மறைவிடம் எனக்குத் தெரிந்திருக்காது. நான் எப்படி அந்த வீட்டின் அறைக்குள் நுழைவது என்பதைப் பற்றி யோசித்தேன்? இரண்டு நாள்கள் நான் அந்த இடத்தைப் பார்த்தேன். நேற்றிரவு என்னுடைய கடைசி முயற்சியை மேற்கொண்டேன். நான் என்ன செய்தேன், எப்படி வெற்றி பெற்றேன் என்பது உங்களுக்கு நன்றாகவே தெரியும். என் கணவரிடம் என் குற்றத்தை ஒப்புக்கொள்ளாமல் அதைத் திருப்பித் தர முடியாது என்பதால், அந்த ஆவணத்தை என்னுடன் கொண்டு வந்தேன். அடக் கடவுளே அவர் படிக்கட்டில் ஏறி வரும் சத்தம் கேட்கிறது."

ஐரோப்பிய செயலாளர் உற்சாகமாக அறைக்குள் நுழைந்தார்.

"மிஸ்டர் ஹோம்ஸ்! ஏதாவது நல்ல செய்தி இருக்கிறதா?" என்று அவர் கேட்டார்.

"வழக்கு நம் கையில்தான் உள்ளது என்பதில் நம்பிக்கை இருக்கிறது."

"கடவுளுக்கு நன்றி!" அவரது முகம் பிரகாசமாக மாறியது. "பிரதமர் என்னுடன் மதிய உணவு சாப்பிட இருக்கிறார். அவரிடம் உங்களின் இந்த நம்பிக்கையைப் பகிர்ந்துகொள்ளலாமா? ஏனென்றால் இந்தப் பயங்கரமான நிகழ்விலிருந்து அவர் மீளவில்லை என்று எனக்குத் தெரியும். ஜேக்கப்ஸ், பிரதமரை மேலே வரச் சொல்வீர்களா? மை லேடி! நாங்கள் அரசியல் சம்பந்தமாகப் பேசவிருக்கிறோம். நாங்கள் உன்னுடன் சில நிமிடங்களில் சாப்பாட்டு அறையில் சேர்ந்துகொள்கிறோம்."

பிரதமர் நடந்து வரும்போது அவரது கண்கள் பளபளத்தன. அந்த இளம் ஊழியர் உற்சாகத்தைப் பகிர்ந்துகொண்டதை என்னால் காண முடிந்தது.

"மிஸ்டர் ஹோம்ஸ், உங்களிடம் ஆவணத்தைப் பற்றிய ஏதாவது தகவல் இருக்கிறதா?"

"நான் ஒவ்வொரு புள்ளியிலும் விசாரித்துக் கொண்டிருக்கிறேன். மேலும் நீங்கள் அஞ்சுவதற்கு எந்த ஆபத்தும் இல்லை என்பதை என்னால் உறுதியாகச் சொல்ல முடியும்."

"ஆனால் அது போதாது, மிஸ்டர் ஹோம்ஸ்! அது எரிமலை போன்றது. எப்போது வெடிக்குமென்று சொல்ல முடியாது. நாம் இதில் திட்டவட்டமாக இருக்க வேண்டும்."

"கிடைக்குமென்ற நம்பிக்கையில் இருக்கிறேன். அதனால்தான் நான் இங்கு இருக்கிறேன். எனக்கு என்னவோ அந்தக் கடிதம் இந்த வீட்டைவிட்டு வெளியே வரவில்லை என்று உறுதியாக நம்புகிறேன்."

"மிஸ்டர் ஹோம்ஸ்!"

"யாராவது அதை வைத்திருந்தால், நிச்சயமாக இப்போது வெளியிட்டிருப்பார்கள்."

"ஆனால் அதை இந்த வீட்டில் வைத்திருப்பதற்கு யாருக்குதான் உள்நோக்கம் இருக்கப்போகிறது?"

"யாரும் எடுத்ததாக நான் நம்பவில்லை."

"அப்படியென்றால் அது எப்படிப் பெட்டியைவிட்டு வெளியே வந்திருக்க முடியும்?"

"அது பெட்டியை விட்டு வெளியே வந்ததில்கூட எனக்கு நம்பிக்கை இல்லை."

"மிஸ்டர் ஹோம்ஸ்! எந்த மாதிரியான நகைச்சுவை இது. அது பெட்டியில் இல்லை என்பதில் நான் உறுதியாக இருக்கிறேன்."

"செவ்வாய்க்கிழமை காலையிலிருந்து பெட்டியை ஆய்வு செய்தீர்களா?"

"இல்லை; அது அவசியமில்லை."

"நீங்கள் சரியாகத் தேடாமல்கூட இருந்திருக்கலாம்."

"அப்படியிருக்க வாய்ப்பில்லை."

“இதுபோன்ற சம்பவங்கள் நடந்திருப்பதை நான் அறிவேன். வேறு ஆவணங்களுடன் கலந்திருக்கலாம். அது உங்களுக்குத் தெரியாமலும் இருந்திருக்கலாம்.”

“அது மேலே இருந்தது.”

“பெட்டியை யாரோ அசைத்திருப்பதால் இடம் மாறியிருக்கலாம்.”

“இல்லை இல்லை; நான் எல்லாவற்றையும் வெளியே எடுத்தேன்.”

“அந்த டிஸ்பெட்ச் பெட்டியைக் கொண்டுவரச் சொல்லுங்கள். அதை ஒரு முறை பார்த்துவிட்டால் இந்த விவாதம் முடிவுக்கு வந்துவிடும்.” என்று பிரதமர் கூறினார்.

செயலாளர் மணியை அடித்தார்.

“ஜேக்கப்ஸ், என் டிஸ்பெட்ச் பெட்டி எனது அறையில் இருக்கிறது. கொண்டு வாருங்கள். இது நேரத்தை வீணடிப்பதாகும். ஆனால் உங்களைத் திருப்திப்படுத்தவே நான் இதைச் செய்கிறேன். நன்றி, ஜேக்கப்ஸ்; இங்கு என் கைக்கடிகாரச் சங்கிலியில் எப்போதும் சாவி வைத்திருப்பேன். இதில் பல கடிதங்கள் உள்ளது என்பதை நீங்கள் பார்க்கிறீர்கள். லார்ட் மெரோவின் கடிதம், சர் சார்லஸ் ஹார்டியின் அறிக்கை, பெல்கிரேடில் இருந்து மெமோராண்டம், ருஸ்ஸோ–ஜெர்மன் தானிய வரிகள் பற்றிய குறிப்பு, மாட்ரிட்டில் இருந்து கடிதம், லார்ட் ஃப்ளவர்ஸின் குறிப்பு – கடவுளே! இது என்ன? பெல்லிங்கர் பிரபு! பெல்லிங்கர் பிரபு!”

அவர் கையில் இருந்த நீலநிற உறையைப் பிரதமர் பறித்தார்.

“ஆமாம், அதே கடிதம்தான். ஹோம்ஸ்! நான் உங்களை வாழ்த்துகிறேன்!”

“நன்றி! நன்றி! என் இதயத்திலிருந்து முழுமையாக நன்றிக் கடன்பட்டிருக்கிறேன். ஆனால் இது கற்பனை செய்ய முடியாதது – சாத்தியமற்றது! மிஸ்டர் ஹோம்ஸ்! நீங்கள் ஒரு மந்திரவாதி! அது அங்கிருந்தது என்று உங்களுக்கு எப்படித் தெரியும்?”

"ஏனென்றால் அது வேறு எங்கும் இல்லை என்று எனக்குத் தெரியும்."

"என் கண்களை என்னால் நம்ப முடியவில்லை!" கதவருகே ஓடினான். "என் மனைவி எங்கே! முதலில் இதை நான் அவளிடம்தான் சொல்ல வேண்டும். ஹில்டா! ஹில்டா!" என்று தனது மனைவியை அழைத்தபடி உள்ளே சென்றார்.

பிரதமர் மின்னும் கண்களுடன் ஹோம்ஸைப் பார்த்தார். "உண்மையைச் சொல்லுங்கள். அந்தக் கடிதம் பெட்டிக்குள் எப்படி வந்தது?"

ஹோம்ஸ் கூர்மைப் பார்வையிலிருந்து சிரித்துக்கொண்டே, "எங்களுடைய பணியிலும் வெளியே சொல்ல முடியாத இராஜ தந்திர ரகசியங்கள் இருக்கும்." என்று கூறிவிட்டு, தொப்பியை எடுத்துக்கொண்டு வாயில் பக்கம் திரும்பினார்.

வி கேன் புக்ஸ் வெளியீடுகள்

வாழ்க்கை வரலாறு

- ★ ஹிட்லர் : ஒரு நல்ல தலைவர் – குகன் ரூ. 70
- ★ ஜெ.ஜெ : தமிழகத்தின் இரும்புப் பெண்மணி – குகன் ரூ. 90
- ★ இனப் படுகொலைகள் – குகன் ரூ. 150
- ★ ஸ்டீஃபன் ஹாக்கிங் : – தாரகேஷ்வர் ரூ. 70
- ★ ஹர்ஷத் மேத்தா என்னும் பணச்சாத்தான் – குகன் ரூ. 133
- ★ கலைஞர் நினைவலைகள் 100 – குகன் ரூ. 80

அரசியல்

- ★ இருவர் : எம்.ஜி.ஆர் vs கருணாநிதி உருவான கதை – குகன் ரூ. 160
- ★ காவிரி ஒப்பந்தம் : புதைந்த உண்மைகள் – வழக்கறிஞர் சி.பி.சரவணன் ரூ.170
- ★ ஆன்மீக அரசியல் – வழக்கறிஞர் சி.பி.சரவணன் ரூ. 200

பொது

- ★ RAW : இந்திய உளவுத்துறை – குகன் ரூ. 160
- ★ டிஜிட்டல் மாஃபியா – வினோத் ஆறுமுகம் ரூ. 120
- ★ CBI ஊழலுக்கு எதிரான முதல் அமைப்பு – குகன் ரூ. 130
- ★ இந்திய அரண்கள் – குகன் ரூ. 110
- ★ கார்பரேட் சாமியார்கள் – குகன் ரூ. 130
- ★ கிரிப்டோகரன்ஸி – வினோத் ஆறுமுகம் ரூ. 110
- ★ டார்க்நெட் – வினோத்குமார் ஆறுமுகம் ரூ. 166
- ★ உளவு ராணிகள் – குகன் ரூ. 110
- ★ கலீலியோ கலீலி – குகன் ரூ. 80
- ★ ரைட் சகோதரர்கள் – குகன் ரூ. 70

* பணக்குட்டி – பிரதீப்செல்லதுரை ரூ. 180
* எந்திர அறிஞன் – வினோத் ஆறுமுகம் ரூ. 150

மர்ம நாவல்

* நந்தகுமார் தற்கொலை? – குகன் ரூ. 100
* மெஜந்தா – பிரதீப் செல்லத்துரை ரூ. 120
* கடவுள் என்னும் கொலைகாரன் – குகன் ரூ. 100
* கற்பழித்தவனின் வாக்குமூலம் – குகன் ரூ. 120
* ஒரு உளவாளியின் கதை – குகன் ரூ. 110

மொழியாக்கம்

* ஷெர்லாக் ஹோம்ஸின் சாகசக் கதைகள்
    - *சர் ஆர்தர் கோனான் டாயில்– தமிழில்: குகன்* ரூ. 390
* ஷெர்லாக் ஹோம்ஸின் நினைவுக் குறிப்புகள்
    - *சர் ஆர்தர் கோனான் டாயில்– தமிழில்: குகன்* ரூ. 400
* EVM: மின்னணு வாக்குப்பதிவு இயந்திரம்:
    ஓர் உண்மைக் கதை – அலோக் ஷுக்லா
    தமிழில்: குகன் ரூ. 350
* இளவரசன் (தி பிரின்ஸ்)
    நிக்கோலோ மாக்கியவெல்லி
    தமிழில்: குகன் ரூ. 170

English

* Spy Queens - Guhan Kannan   Rs. 150
* The Power of Your Subconcious Mind
    - Dr Joseph Murphy   Rs. 210
* Think and Grow Rich - Napoleon Hill   Rs. 250
* The Adventures of Sherlock Holmes
    - Sir Arthur Conan Doyle   Rs. 250